आरोग्याचे 3 वरदान

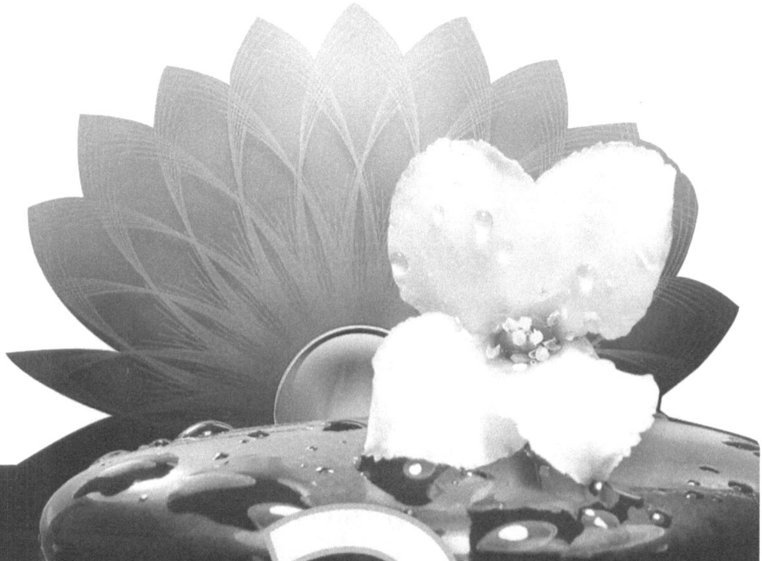

A Happy Thoughts Initiative

आरोग्याचे ३ वरदान

Aarogyache 3 vardan

By Tejgyan Global Foundation

प्रकाशक : वॉव पब्लिशिंग्ज् प्रा. लि., पुणे

ISBN : 9789381351468

दुसरं पुनर्मुद्रण : डिसेंबर २०१८

© Tejgyan Global Foundation

All Rights Reserved 2014.
Tejgyan Global Foundation is a charitable organization having its headquarters in Pune, India.

सर्वाधिकार सुरक्षित
'वॉव पब्लिशिंग्ज् प्रा. लि.'द्वारे प्रकाशित हे पुस्तक अशा अटीवर विकण्यात येत आहे, की प्रकाशकाच्या लेखी पूर्वअनुमतीविना ते व्यापाराच्या दृष्टीने अथवा अन्य प्रकारे उसने, भाड्याने अथवा विकत, अन्य कोणत्याही प्रकारच्या बांधणीत अथवा अन्य मुखपृष्ठासह देता येणार नाही; तसेच अशाच प्रकारच्या अटी नंतरच्या ग्राहकावर बंधनकारक न करता आणि वर उल्लेखिलेल्या कॉपीराइटपुरत्या मर्यादित न ठेवता या पुस्तकाच्या कोणत्याही स्वरूपाच्या विनिमयास, तसेच कॉपीराइटधारक व वर उल्लेखिलेले प्रकाशक दोघांच्याही लेखी पूर्वअनुमतीविना इलेक्ट्रॉनिक, मेकॅनिकल, फोटोकॉपी, रेकॉर्डिंग इत्यादी प्रकारे या पुस्तकाचा कोणताही अंश पुनःप्रस्तुत करण्यास, जवळ बाळगण्यास अथवा सुधारित स्वरूपात प्रस्तुत करण्यास मनाई आहे.

'स्वास्थ्य के ३ वरदान' या मूळ हिंदी पुस्तकाचा मराठी अनुवाद

आरोग्याचं रक्षण करण्यासाठी
धडपडणाऱ्या आरोग्य रक्षकांना...
त्यांच्यामुळेच परिपूर्ण आरोग्य आणि
निसर्ग यांचा अनमोल ठेवा
अजूनही टिकून आहे.

स्वास्थ्य शब्दावली

शब्द		अर्थ
विरेचन	–	पोट साफ ठेवण्यासाठी तोंडाद्वारे घेतले जाणारे औषध,काढे
बस्ती	–	गुदद्वारावाटे दिले जाणारे औषधी द्रव्य, काढे
वमन	–	उलटी, कुंजलक्रिया
काया	–	शरीर, एम.एस.वाय.
चोकरयुक्त आटा	–	जाड पीठ, न चाळता घेतलेले कोंडायुक्त पीठ
एम.एस.वाय.	–	शरीर, मनोशरीर यंत्र, बॉडी
जठराग्नी	–	पचनाग्नी, पचनशक्ती, पोटात अन्न पचवणारा अग्नी
अल्पहारी	–	कमी खाणारा, खाणारी
विकार	–	रोग, दुर्गुण
रेचक	–	श्वास बाहेर सोडणे
त्रिदोष	–	वात, कफ, पित्त
वात	–	वायू, चंचलता
कफ	–	जल, जड, स्थिर
पित्त	–	अग्नी, जोश, अस्थिर
शिथिल	–	आरामदायी, विश्राम
वसा	–	चरबी, मेद
गुदा	–	मलद्वार
खनिज	–	मिनरल
लौण	–	आसन
मुद्रा	–	आसन
छोटी आँत	–	छोटे आतडे

अनुक्रमणिका

प्रस्तावना – आरोग्याचे ३ वरदान		९
खंड १	**U.F.T.**	**१३**
भाग १	शिवाम्बू सार – प्राचीन चिकित्सा	१३
भाग २	संतुलित स्वास्थ्य – यु.एफ.टी.चे महत्त्व आणि आहार	१७
भाग ३	महिलांच्या स्वस्थ जीवनाचे गुपित	२२
भाग ४	बाळाचा सर्वांगीण विकास – युरीन थेरपी	२६
भाग ५	सौंदर्य आणि यू.एफ.टी. – त्वचा आणि केस	२८
भाग ६	कधीही न सांगितलेली आश्चर्यकारक कहाणी	३१
खंड २	**आंतरिक आणि बाह्य प्रयोग**	**३७**
भाग ७	आजार अनेक : औषध एक – शिवाम्बू उपवास	३७
भाग ८	रोगमुक्तीचे औषध – आंतरिक प्रयोग – १	३९
भाग ९	शिवाम्बू उपवास – आंतरिक प्रयोग – २	४४
भाग १०	शिवाम्बू नस्य, नेति – आंतरिक प्रयोग – ३	४८

भाग ११	शिवाम्बू एनिमा (बस्ती) - आंतरिक प्रयोग - ४	५०
भाग १२	डोळे आणि कान शिवाम्बू योगदान-आंतरिक प्रयोग- ५	५२
भाग १३	शिवाम्बूच्या पट्ट्या - युरीन पॅक्स - बाह्यप्रयोग - १	५४
भाग १४	शिवाम्बू लेपन - बाह्यप्रयोग - २	५६
भाग १५	शिवाम्बू मसाज - महत्त्व - बाह्यप्रयोग - ३	५७
खंड ३	वेगवेगळ्या आजारात यु.एफ.टी.ची उपयोगिता	६१
भाग १६	रेबिस आणि पोलिओ - गुणकारी युरिया	६१
भाग १७	पेप्टिक अल्सर - शिवाम्बू अर्क प्रयोग	६४
भाग १८	दात-हिरड्या, तोंडाच्या समस्या-यु.एफ.टी.चा उपचार	६६
भाग १९	पचनसंस्था आणि आम्लपित्त - आम्लपित्तासाठी यु.एफ.टी.	६८
भाग २०	गॅसेस संबंधित आजार - पवनमुक्त आसन	७०
भाग २१	तापात यु.एफ.टी. - काय करावे, काय करु नये	७३
भाग २२	अर्धशिशीसाठी यु.एफ.टी.	७५
भाग २३	मधुमेह आणि यु.एफ.टी. - उपचार संहिता	७९
भाग २४	यु.एफ.टी.ने बायपासला बायपास करावे	८१
भाग २५	कोलेस्ट्रॉल कमी करणे - यु.एफ.टी.संगे	८३
भाग २६	कॅन्सर आणि एच.आय.व्ही.	८४
भाग २७	त्वचाविकार	८९
भाग २८	व्यसनांपासून मुक्ती मिळवण्यासाठी युरिन थेरपी	९६
भाग २९	पॅरालिसिस किंवा स्नायू दुर्बलता	९९

खंड ४	प्रश्न-उत्तरं आणि समज-गैरसमज	१०५
भाग ३०	युरीन फास्ट थेरपी - प्रश्न - उत्तरं	१०५
भाग ३१	शिवाम्बू उपचार - काही गैरसमज	१२३
खंड ५	**B.F.T.**	१२९
भाग १	फुलांच्या रसापासून (फळापासून) यशस्वी इलाज	१२९
भाग २	बी.एफ.टी. स्वत:साठी कशी निवडावी - B.F.T. Questionnaire	१३२
भाग ३	बी.एफ.टी. एका नजरेत - ३८ फुलांचे गुणधर्म	१४४
भाग ४	B.F.T. Be Free Therapy- प्रश्नोत्तरं	१५२
खंड ६	**E.F.T.**	१६५
भाग १	इ.एफ.टी.चा परिचय आणि उद्देश	१६५
भाग २	इ.एफ.टी. प्रभावशाली आणि परिणामकारक	१६९
भाग ३	इ.एफ.टी.चे आधारशास्त्र	१७२
भाग ४	इ.एफ.टी.पद्धत - बेसिक रेसिपी	१७५
भाग ५	प्रश्न - उत्तरं	१८६
परिशिष्ट		१९७

सूचना

१. हे पुस्तक लोकांना यू.एफ.टी. (यूरिन फास्ट थेरपी), बी.एफ.टी. (बाख फ्लॉवर थेरपी) आणि ई.एफ.टी. (इमोशनल फ्रीडम टेक्नीक) याबद्दल माहिती देण्यासाठी आणि या विषयांबद्दल जागृती निर्माण करण्याच्या हेतूने प्रकाशित केलेले आहे. म्हणून सर्वप्रथम हे पुस्तक पूर्णपणे वाचून यातील सहज, सरळ आणि लुप्त चिकित्सापद्धतींना पूर्णपणे समजून घ्यावे.

२. हे पुस्तक वाचल्यानंतर कोणताही प्रयोग करण्यापूर्वी किंवा चिकित्सा सुरू करण्यापूर्वी आपल्या डॉक्टरांशी संपर्क साधून मगच सुरुवात करावी. जे नवीन पद्धतींचा अवलंब करणारे असतील त्या डॉक्टरांच्या सल्ल्यानुसार उपचार सुरू करावेत. नियम शक्यतो काटेकोरपणे पाळण्याचा प्रयत्न करावा.

प्रस्तावना

आरोग्याचे ३ वरदान

यू.एफ.टी., बी.एफ.टी आणि ई.एफ.टी.

जगातील सगळ्यात चांगले डॉक्टर - डॉक्टर भोजन,
डॉक्टर शांती आणि डॉक्टर आनंद

आरोग्य आणि स्वास्थ्य आपल्या आतच असते. निसर्गाकडून मिळालेले हे वरदान मनुष्य बाहेर शोधण्याचा प्रयत्न करतो. ज्याप्रमाणे मृग आपल्या नाभीतील कस्तुरी शोधत इतरत्र फिरतो पण ती त्याच्याच जवळ असते. त्याप्रमाणे मनुष्याचेही 'शोधणे' असते. तो आपल्या आतील सुगंध का जाणवू आणि शोधू शकत नाही?

आज मनुष्य हळूहळू निसर्गापासून लांब जातोय. नवीन संस्कृती, प्रगत व्यापार आणि विज्ञानयुगामुळे हे सगळे घडते आहे. आज मनुष्याला सगळ्या गोष्टी अल्पकाळात, कोणतेही श्रम किंवा कष्ट न घेता हवे आहेत. त्याला आरोग्यसुद्धा पथ्याशिवाय आणि व्यायामाशिवाय हवे आहे. मन मानेल तसे, आवडीचे खाऊन, कधीही खाऊन मनुष्याला चांगले आरोग्य हवे आहे. त्यासाठी तो आधुनिक औषधं घेण्यास मागेपुढे पाहत नाही. आज नैसर्गिक जीवनशैलीबद्दलची आवड कमी होऊन जीवन पोकळ आणि फोल होत चालले आहे.

आजच्या आपल्या जीवनशैलीमधे कमीत कमी कष्टात आणि वेळात, कोणतेही प्रयत्न न करता जास्तीत जास्त सुखसुविधा मिळवण्याकडे आपला कल वाढीस

लागलेला आहे. मनुष्याला योग, नैसर्गिक चिकित्सा (बी.एफ.टी., ई.एफ.टी.) स्वमूत्र चिकित्सा (यु.एफ.टी.) यासारख्या उपचार पद्धती कठीण वाटतात. त्यामुळे अगदी शेवटचा पर्याय म्हणून याकडे पाहिले जाते. पण या गोष्टींना सर्वप्रथम प्राधान्य दिले पाहिजे. नव्या युगातील बेजबाबदार विचारपद्धतीमुळे मनुष्याने स्वतःच्या शरीराचे म्हणणे ऐकणे बंद केलेले आहे. आपल्या शरीराचे संकेत समजू न शकल्यामुळे त्याला या सगळ्या चिकित्सा अनैसर्गिक आणि विचित्र वाटतात.

निसर्गाकडून ज्या गोष्टी अगदी सहज मिळतात, लोकांच्या दृष्टीने त्या गोष्टींना कमी महत्त्व असते. पण दुर्मिळ गोष्टींचे महत्त्व सातत्याने वाढत जाते. यू.एफ.टी. (स्वमूत्र चिकित्सा), बी.एफ.टी. आणि ई.एफ.टी. या अत्यंत साध्या आणि सरळ पद्धती आहेत. त्यांच्या उपयोगासाठी आपल्याला दुसऱ्यांवर अवलंबून राहण्याची गरज नाही. या चिकित्सा पद्धतींचा व्यवसाय केला जाऊ शकत नाही. या सगळ्या कारणांमुळेच चिकित्सा व्यवसाय करणाऱ्यांना या चिकित्सा पद्धतींबद्दल कोणतीही रुची किंवा आवड दिसत नाही. याचा परिणाम म्हणजे या पद्धती समाजात लोकप्रिय होऊ शकल्या नाहीत.

जसे हवा, पाणी आणि सूर्यप्रकाश प्रत्येक ठिकाणी भरपूर प्रमाणात उपलब्ध असल्यामुळे त्यामुळे त्यांची कोणतीही किंमत नसते. पण ते अमूल्य असतात, त्याप्रमाणेच स्वमूत्र (यूरिन) किंवा फुलांपासून मिळणारे औषध किंवा ई.एफ.टी. या पद्धती पण सहजतेने उपलब्ध असूनही अतिमहत्त्वपूर्ण आहेत.

लोकांचा असा समज आहे की चिकित्साशास्त्रात प्रगती झाल्यामुळेच आज मनुष्य आरोग्यदायी राहू शकतो. ही गोष्ट संसर्गजन्य रोगांबाबत काही प्रमाणात खरीसुद्धा आहे. पण यानंतर दमा, मधुमेह, उच्चरक्तदाब, हृदयविकार, पचनाचे विकार, गलगंड, किडनीचे विकार, कर्करोग, एड्स यासारखे रोग दिवसेंदिवस वाढताहेत. खरे पाहता आजचा मनुष्य आरोग्याच्या दृष्टीन स्वातंत्र्य हरवून बसला आहे. आरोग्य आणि स्वास्थ्य मिळवण्यासाठी तो महागड्या औषधांवर आणि औषधांच्या कंपन्यांवर भिस्त ठेवत चालला आहे.

आधुनिक चिकित्सेत रोगांच्या लक्षणांवर उपचार करून लक्षणांनाच बरे करणे या गोष्टींना महत्त्व दिले जाते. त्यामुळे रोगांच्या कारणांना नजरेआड केले जाते. पण स्वस्थ जीवनाचे तीन वरदान यू.एफ.टी., बाख फ्लॉवर थेरपी आणि ई.एफ.टी. हे नैसर्गिक आणि स्वाभाविक असल्यामुळे रोगांचे कारण शोधून त्यावर उपचार केले जातात.

यामुळे रोगाचे लक्षण आपोआपच नाहीसे होतात.

जुन्या काळातील लोक निसर्गाच्या अधिक जवळ होते. त्यामुळे त्या वेळी या चिकित्सापद्धती (वेगळ्या नावाने का होईना) प्रचलित होत्या. त्यावेळी लोकांच्या मनात या चिकित्सा पद्धतींबद्दल कोणतीही शंका तर नव्हतीच उलट दाट विश्वास होता. आजही बरेच लोक या चिकित्सापद्धतींची उपयोगिता आणि महत्त्व समजून आहेत. पण इतर औषधं घेणं त्यांना जास्त सोपं आणि सहज वाटतं. कारण त्यासाठी संकल्प आणि संयम या दोन्ही गोष्टींची गरज नसते. तरीही लवकरच पुन्हा एकदा लोकांना याची उपयोगिता, गरज आणि महत्त्व समजेल अशी आशा आपण करण्यास हरकत नाही. कारण या चिकित्सा पद्धती स्वस्थ जीवनासाठीचे तीन अमूल्य वरदान आहेत.

खंड १

U.F.T.
URINE FAST THERAPY

भाग १

शिवाम्बू सार

प्राचीन चिकित्सा

संस्कृत भाषेत युरिन म्हणजे स्वमूत्राला 'शिवाम्बू' या नावाने संबोधले जाते. जर या शब्दाची फोड केली तर दोन शब्द बनतात. शिव + अम्बू. शिव म्हणजे परम अवस्था, पूर्ण ब्रह्म, ज्याला पवित्र, शुद्ध म्हटले जाते. अम्बू म्हणजे पाणी, जल. शिवांबूचा अर्थ पवित्र जल किंवा शुद्ध पाणी असा होतो.

हे ब्रह्मांड पृथ्वी, जल, अग्नी, वायू आणि आकाश या पंचमहाभूतांनी बनलेले आहे. आणि याच पाच (पंच) तत्वांनी मनुष्याचे शरीर बनलेले आहे. शास्त्रांमध्ये मनुष्याच्या देहातील पाण्याला पवित्र मानले गेले आहे. शरीरातून वाहणाऱ्या पाण्याला शिवाम्बू किंवा युरिन म्हटले जाते. शिवाम्बू आपल्या कल्पनेच्याही पलीकडे शुद्ध आणि पवित्र आहे.

निसर्गाने मनुष्याची शारीरिक रचना संपूर्ण, परिपूर्ण आणि संतुलित बनवलेली आहे. त्याचबरोबर त्याला रोगांपासून मुक्ती मिळवण्यासाठी आणि स्वास्थ्याच्या रक्षणासाठी स्वमूत्राच्या रूपाने एक अमूल्य साधन प्रदान केले आहे. प्राचीन भारताच्या सांस्कृतिक इतिहासाद्वारे आपल्याला पुरातन काळापासून लोक कशा प्रकारे स्वमूत्रपान

करून आपल्या आरोग्याचे रक्षण करत होते हे समजते. अयोग्य आहार, अधीरता, बेचैनी, दुर्व्यसन, अनियमित राहणीमान, अतिश्रम, आळसाने भरलेले आयुष्य किंवा इतर कोणत्याही कारणांनी रोगग्रस्त असणे इत्यादी कारणांना दूर करण्यासाठी मूत्राचा उपयोग केला जात होता. प्राचीनकाळी यू.एफ.टी.चा उपयोग करून शारीरिक आजार बरे करणे हा एक घरगुती उपायच होता. त्यावेळी लोकांना युरीन फास्ट थेरपी हे नाव माहिती नव्हते. पण तरीही ते त्याचा उपयोग करत होते.

स्वमूत्रपान चिकित्सेच्या प्राचीनतेचा पुरावा

शिवाम्बू उपचार पद्धत युगानुयुगांपूर्वीची आहे. आपल्या शारीरिक स्वास्थ्याविषयी जागृत (सजग) झाल्यानंतर मनुष्याने ज्या विविध उपचार पद्धती शोधल्या आहेत, त्यापैकी शिवाम्बू ही एक उपचार पद्धत आहे. वेगवेगळ्या धर्मग्रंथांमध्ये यासंबंधी सापडणाऱ्या उल्लेखांच्या आधारे या पद्धतीच्या प्राचीनतेचे अनुमान लावता येऊ शकते.

महानुभावांच्या भाषेत स्वमूत्रपानाला 'अमरी' किंवा 'आमरोली' म्हटले जाते. ज्याप्रकारे पाणी आपल्या गुणधर्मानुसार वाफेच्या रूपात जाऊन पुन्हा पावसाच्या रूपाने आपल्याला मिळते आणि या पाण्यापासून वीजनिर्मिती करून त्याचा उपयोग केला जातो, त्याचप्रकारे स्वमूत्र उपवास (फास्ट) उपचार विधी (थेरपी)द्वारे शरीरशुद्धी आणि संपूर्ण स्वास्थ्यप्राप्ती होते.

आधुनिक काळात यु.एफ.टी.चा प्रचार-प्रसार

पूर्वीच्या काळातही अद्‌भुत चिकित्सा प्रणाली फक्त भारतात प्रचलित नव्हती तर जगातील प्राचीन परंपरेतही याचा उपयोग केल्याचे उल्लेख सापडतात. प्राचीन, आफ्रिकन, युरोपियन, अरेबियन आणि एशियन संस्कृतीमध्ये यु.एफ.टी.चा उपयोग रोगनिवारण करण्यासाठी केला जात होता. याचे अनेक संदर्भ आणि प्रमाण आज उपलब्ध आहेत. आज एकविसाव्या शतकातही या चिकित्साप्रणालीचा प्रचार आणि प्रसार करण्याच्या हेतूने बऱ्याच प्रसिद्ध व्यक्ती आणि संस्थांनी अथक प्रयत्न केलेले आहेत. जसे की,

जॉन आर्मस्ट्रॉंग – आधुनिक काळात यु.एफ.टी.ला पुनर्जिवित करून प्रकाशात आणण्याचे श्रेय इंग्लंडचे निवासी डॉ. जॉन आर्मस्ट्रॉंग यांना जाते. त्यांनी स्वत: आपले शारीरिक रोग यादूवारे बरे केले आणि महायुद्धात जखमी झालेल्या शेकडो सैनिकां-वर यांचा प्रयोग करून शिवाम्बू उपचार पद्धतीची यशस्विता प्रमाणित केली. याचे विस्तृत वर्णन त्यांचे पुस्तक 'द वॉटर ऑफ लाइफ' (जीवनजल) यात केलेले आहे.

शिवाम्बुबद्दलचे त्यांचे स्वत:चे अनुभव खरोखर जाणून घेण्यासारखे आहेत.

रावजीभाई पटेल – भारतात गुजराथमधील श्री. रावजीभाई पटेल यांना यु.एफ. टी.च्या प्रचार प्रसाराचे श्रेय दिले जाते. त्यांनी गांधीजींबरोबर स्वातंत्र्य आंदोलनातही भाग घेतला होता. स्वातंत्र्य मिळाल्यानंतर त्यांनी गांधीजींनी दाखवलेल्या मार्गावर वाटचाल करून रचनात्मक कार्य करण्यास सुरुवात केली; परंतु समाजात त्यांना यु.एफ. टी.च्या प्रयोगामुळे आणि प्रचारामुळे लोक ओळखतात. याच्या व्यतिरिक्त या पद्धतीचा प्रचार करण्यासाठी अनेक मान्यवर आणि संस्थांचे बहुमूल्य योगदान आहे.

मोरारजीभाई देसाई – यु.एफ.टी. उपचार पद्धतीच्या फायद्याचे उदाहरण म्हणजे भारताचे भूतपूर्व पंतप्रधान स्व. मोरारजीभाई देसाई यांच्या त्वचेवर वयाच्या ९९व्या वर्षी एकही सुरकुती नव्हती.

श्री. रामकृष्ण कार्लेकर – महाराष्ट्रातील रामकृष्ण कार्लेकरांनी स्वमूत्र चिकित्सा पद्धतीचा उपयोग स्वत:वर करून बऱ्याच रोगांचे निदान केले. त्यानंतर त्यांनी 'स्वमूत्रोपचार चिकित्सा' नामक मराठी पुस्तकाची निर्मिती केली.

डॉ. आर्थर लिंकन – 'शिवाम्बुकल्प' या इंग्रजी पुस्तकाचे लेखक डॉ. आर्थर लिंकन पोल्स द्वारा शिवाम्बूचा प्रचार-प्रसार करण्याच्या हेतूने जगभरात सव्वालाख मैल प्रवास करून चर्चा-परिसंवाद आयोजित केले गेले.

डॉ. बी.व्ही. खरे – जे. जे. हॉस्पिटल आणि ग्रँट मेडिकल कॉलेजमध्ये ते प्रोफेसर होते. अमेरिका, कॅनडा आणि जर्मनीमध्ये त्यांनी शिवाम्बू चिकित्सा पद्धतीवर अनेकांना उपदेश केले. 'द वॉटर ऑफ लाईफ फाऊंडेशन' मध्ये त्यांचा सक्रिय सहभाग होता.

श्री. जगदीशभाई शाह – बडोदा या शहरात राहणारे श्री. शाह मागच्या बऱ्याच वर्षांपासून बडोद्याला शिवाम्बू चिकित्सालय चालवतात. याचा अनेक रुग्णांनी फायदा घेतला आहे.

डॉ. टी. विल्सन डीचमन – इंग्लंडचे प्रसिद्ध एम.डी., पी.एचडी. झालेले डॉक्टर टी. विल्सन यांनी एका पत्रकात लिहिले आहे की प्रत्येक रोग्याचे शरीर वेगवेगळ्या रुग्ण अवस्थेत असताना त्याच्या मूत्राचे स्वरूपसुद्धा भिन्न भिन्न असते. त्यामुळे कोणताही अवयव तुटणे, मोडणे किंवा अवयवातील एखाद्या कमतरतेमुळे झालेला रोग सोडल्यास बाकी सगळे रोग बरे करण्यासाठी मूत्र अत्यंत उपयोगी आहे. औषधांची संख्या तीन

हजारांपेक्षाही जास्त आहे. त्यातील रोग्यासाठी उपयुक्त औषध निवडण्यात जी चूक होते, यातून ती होत नाही.

डॉ. शशी पाटील आणि परिवार – शिवाम्बू हेल्थ रिसर्च इंस्टिस्ट्यूटचे संस्थापक.*

या व्यतिरीक्त बिहार स्कूल ऑफ योगा –मुंगेर, श्री. चंद्रिका प्रसाद मिश्र (शास्त्री), श्री. माणकचंद मारू. डॉ. जी.के. ठक्कर, श्री. विनुभाई गांधी, श्री. बालकृष्ण नलावडे इत्यादी नावे यात घेतली जाऊ शकतात, जे शिवाम्बूचे महत्त्व आणि फायदा जाणून दुसऱ्यांसाठी निमित्त बनतात.

---

*आनंदकुंज शिवाम्बू निसर्गोपचार आणि योगाश्रम, शिवाम्बू भवन, १३, सानेगुरुजी वसाहत, कोल्हापूर (महाराष्ट्र) ४१६०१२
फोन नं. : ०२३२९-२३३८२८, २०४०७५, २०४०५०
सी.टी. ऑफिस – फोन नं. : ०२३१-२३२१५६५

भाग २

संतुलित स्वास्थ्य

यु.एफ.टी.चे महत्त्व आणि आहार

भविष्यातील डॉक्टर आपल्या रुग्णांना कोणतेही औषध देणार नाहीत. मानव रचना, पोषक तत्त्वे, रोगाचे कारण आणि निवारण याबद्दल ते आपल्या रोग्यांमधे रुची जागृत करतील.

संतुलन संपूर्ण स्वास्थ्याची निशाणी आहे. संतुलन साध्य करण्यासाठी सकाळच्या पहिल्या शिवाम्बूत (स्वमूत्रात) बरेचसे उपयुक्त घटक समाविष्ट असतात. शरीर ज्यावेळी पूर्णपणे आराम करत असते त्यावेळी तयार झालेले मूत्र पूर्णपणे संतुलित असते. याचा परिणाम म्हणजे तुलनेने सकाळच्या शिवाम्बूमध्ये जास्त जीवनदायी घटक सामावलेले असतात.

रात्रभर आपण जरी झोपलेलो असलो तरी शरीर झोपलेले नसते. शरीरात वेगवेगळ्या रासायनिक प्रक्रिया एकसारख्या चालू असतात. शरीरातील सगळ्या ग्रंथी शरीर संतुलनासाठी रात्रभर अनेक तरल स्राव स्रवतात. आपल्या मस्तिष्काच्या आतील काही ग्रंथी सकाळच्या ब्राह्ममुहुर्तावर मेलॉटॉनिन नामक हार्मोन स्रवतात. याचा स्राव चोवीस तासात फक्त एकदाच होतो. तो शरीरात उत्साह वाढवतो. म्हणून सकाळी आपल्याला जितके ताजेतवाने वाटते तितके दुपारी किंवा संध्याकाळी वाटत नाही. जेव्हा एखादा मनुष्य सकाळचे पहिले शिवाम्बू प्राशन करतो तेव्हा त्याला अनेक पोषक तत्त्वांबरोबर मेलॉटॉनिन नामक हार्मोनही पुन्हा मिळते.

दिवसभर आळस येणाऱ्या आणि उदासवाणे राहणाऱ्या लोकांनी शिवाम्बू (स्वमूत्रपान) प्राशन करण्यास सुरुवात केल्यावर त्यांचा सकाळचा उत्साह दिवसभर टिकायला लागला असे लक्षात आले. ही सगळी सकाळच्या पहिल्या शिवाम्बूमध्ये असणाऱ्या मेलॉटॉनिनची कमाल आहे.

यु.एफ.टी.मध्ये आहाराचे महत्त्व

एखादा माणूस जर कोणत्याही तीव्र दुर्धर रोगाने ग्रासलेला असेल तर स्वमूत्र किंवा शुद्ध जल पिऊन उपवास (यु.एफ.टी.) केल्याने लवकरच त्याचा रोग बरा होण्यास सुरुवात होते. तीव्र आणि दुर्धर रोग उपवासाने नष्ट झाल्यावर शरीरात उद्भवणाऱ्या जुन्या रोगांची शक्यता लक्षात घेऊन चुकीचा आहार टाळावा. तेव्हाच आपल्याला स्वस्थ आणि सुखी जीवनाचा आनंद मिळेल.

युरीन फास्ट थेरेपी घेणाऱ्यांना आहार आणि पथ्य-कुपथ्य यांची माहिती असणे अत्यंत गरजेचे आहे. ही चिकित्सा कोणत्याही दवाखान्यात किंवा हॉस्पिटलमध्ये नव्हे तर घरी राहूनही होऊ शकते.

शरीर निरोगी ठेवण्यासाठी आपले जेवण काळजीपूर्वक घेणे गरजेचे आहे. कारण जास्तीत जास्त आजार, रोग, हानीकारक पदार्थ किंवा गरजेपेक्षा जास्त जेवण घेणे यामुळे होतात. (उदा. तेलकट, मसालेदार पदार्थ, जंक फूड, फास्ट फूड, शिळे, रात्रीचे उरलेले अन्न इत्यादी.)

आपण जर आपल्या दररोजच्या जेवणात फळं, पालेभाज्या खूप कमी प्रमाणात घेत असाल तर शरीराचे पूर्णपणे पोषण होत नाही. त्याचप्रमाणे स्वयंपाक करण्याच्या प्रक्रियेत मोठ्या आचेवर अन्न शिजवल्याने अधिकांश पोषक तत्त्वे जळून नष्ट होतात. असे अन्न खाऊन फक्त चरबीची मात्रा शरीरात वाढते. परिणामी, हृदयरोग आणि मधुमेहासारखे जीवघेणे आजार निर्माण होऊ शकतात. दुसऱ्या बाजूला फळे, फळभाज्या व पालेभाज्यांमध्ये शरीर निरोगी राहण्यासाठीचे पोषक तत्त्व, व्हिटॅमिन्स, क्षार (खनिज पदार्थ, मिनरल्स) इत्यादी जास्त प्रमाणात मिळतात. त्यामुळे शरीर तंदुरुस्त राहते आणि रोगप्रतिकार क्षमता वाढल्याने आजार होत नाही. शरीरात, पोटात पित्त वाढल्याने आजार निर्माण व्हायला लागतात हे एक वैज्ञानिक सत्य आहे. म्हणून शरीरासाठी उपयुक्त आहार अधिक महत्त्वपूर्ण असून यामुळे पोट नेहमी साफ राहते. यु.एफ.टी.च्या उपयोगाच्यावेळी जर आपण आहार-विहार व मनोव्यवहारावर कडक

नियंत्रण ठेवले नाही तर या चिकित्सेचा पूर्ण लाभ मिळत नाही. म्हणून या चिकित्सेत उपवासाला अधिक महत्त्व आहे. रोगी मनुष्य शिवाम्बू उपवास करून महिनोन्महिने राहू शकतो आणि रोगमुक्त होऊन स्वस्थ जीवनाचा आनंद घेऊ शकतो.

याच्या उलट आपल्या आहार-विहारावर नियंत्रण न ठेवणारा मनुष्य वेगाने मृत्युच्या दिशेने जात असतो; म्हणून या चिकित्सेमध्ये खाण्या-पिण्यावर विशेष लक्ष ठेवणे गरजेचे आहे. जो मनुष्य उपाशी राहू शकत नाही, तो फळांचा रस पिऊन रोगापासून मुक्त होऊ शकतो. पण युरीन फास्ट थेरपीने कोणत्याही रोगापासून लवकरात लवकर मुक्ती मिळते.

साधारणपणे यु.एफ.टी. बरोबर आहारात खालील पदार्थांचा उपयोग करणे अधिक लाभदायी असते.

१) अन्नात गव्हाचा जाड रवा (दलिया), ज्वारी किंवा नाचणीची खीर.

२) गहू किंवा ज्वारीच्या पिठाची (जाडसर, न चाळलेले पीठ) कोंडामिश्रित पोळी, भाकरी

३) ज्वारी किंवा बाजरीची भाकरी

४) सगळ्या कडधान्यांमध्ये मोड आलेले धान्य (उदा.- हिरवे मूग, मटकी, वाल, वाटाणे, हुलगे इत्यादी)

५) हिरव्या भाज्या तसेच गाजर, बीट, मुळा इत्यादी

६) हातसडीचे तांदूळ (हाताने कुटलेले ग्रामोद्योगिक तांदूळ), गावातील शेतात उगवलेले तांदूळ

७) हिरव्या मुगाचे सूप

८) ताज्या फळांचा रस इत्यादी

युरीन फास्ट थेरपी करताना मांसाहार अजिबात करू नये. नैसर्गिक चिकित्सेत सांगितलेले पाच पांढरे विषारी पदार्थ - साखर, मैदा, मीठ, पांढरे तांदूळ (पॉलिश केलेले) आणि दूध हे पदार्थ खाण्यापिण्यात समाविष्ट करू नयेत. दुधाऐवजी दही किंवा ताकाचा वापर केल्यास चालेल.

आहार हलका, सात्त्विक आणि संतुलित असायला हवा जो पचण्यास सोपा

असेल. युरिन फास्ट थेरपीच्या वेळी असाच आहार घेणे बंधनकारक, अनिवार्य असते. वेगवेगळ्या आजारात वेगवेगळे बंधन ठेवणे आवश्यक असते म्हणून या सूचनांकडे विशेष लक्ष द्यावे. या चिकित्सा पद्धतीची सुरुवात करताना कोणत्याही प्रकारच्या बंधनांचे पालन करण्यापूर्वी, आहारातले बदल करण्यापूर्वी तज्ज्ञांकडून सल्ला जरूर घ्यावा.

आहार – विहारातील संयमनाचे महत्त्व

नैसर्गिक आहार, कुपथ्य, बंधनं यांचा स्वास्थ्यावर खूप परिणाम होतो. शेवटी स्वमूत्र आणि नैसर्गिक आहार या दोन्ही गोष्टी एकमेकांबरोबर असणे गरजेचे आहे. आपण सेवन केलेला नाही असा कोणताही घटक शिवाम्बूमध्ये येऊ शकत नाही. या चिकित्सेत सांगितलेला संपूर्ण आहार आणि कुपथ्य न करणे, हे बदल रोगनिवारण करण्याच्या दृष्टीने अतिमहत्त्वाचे आहे. आपला आहार हा शरीररूपी कारखान्याचा कच्चामाल आहे. जर आपल्याला शरीरात औषधी-गुणकारी शिवाम्बूच्या रूपात पक्का माल हवा असेल तर त्यासाठी लागणारा कच्चा माल म्हणजे आपला आहारसुद्धा सात्त्विक असणे गरजेचे आहे.

नैसर्गिक, प्राकृतिक चिकित्सेत रोग्याच्या आहारात बरेचसे बदल केले जातात. त्यामुळेच रोग्याला जास्त फायदा होतो. बरेचदा असे पाहिले गेले आहे, की उपचारांना यु.एफ.टी.ची जोड दिली जाते म्हणजे फक्त शिवाम्बू आणि पाणी पिऊन लंघन केले जाते, त्यावेळी बऱ्याच प्रकारचे असाध्य आजार (अतिकठीण आजार) तत्काळ बरे होतात आणि कमी वेळेत रोगी बरा होतो. त्याला आरोग्य मिळते.

आहारासंबंधी अनेकांची अनेक मतं असतात. वेगवेगळी बंधनं, पथ्य सांगितली जातात. आमच्या दृष्टीने प्रत्येक मनुष्याच्या प्रकृतीनुसार त्याच्या आहारासंबंधीचे नियम बदलत असतात. प्रत्येक जागरूक मनुष्य आपल्या पूर्वानुभवाच्या आधारे हे जाणू शकतो, की त्याला कोणत्या प्रकारचा आहार अनुकूल आहे, कोणत्या प्रकारचा आहार रोगकारक आहे आणि कोणत्या प्रकारचा आहार स्वास्थ्यवर्धक आहे.

युरीन फास्ट थेरपीचे महत्त्व

नैसर्गिकपणे पाहिले तर यु.एफ.टी. प्रत्येक आजारात, रोगात उपयुक्त आणि प्रभावी आहे. युरीन फास्ट थेरपी सुरू करताना रोगाचे निदान करणे फार गरजेचे नसते. यु.एफ.टी.नुसार शरीरातील सगळ्या जैवरासायनिक क्रिया - प्रतिक्रियांचे आणि

शरीरातील सगळ्या कार्यांचे संतुलन म्हणजेच स्वास्थ्य असणे. जेव्हा हे संतुलन बिघडते त्यावेळी आजारांचे लक्षण संकेत रूपात दिसायला लागतात.

साधारणत: बिघडलेले संतुलन पुन्हा संतुलित करणे आणि त्याला मजबूत करण्याच्या उद्देशाने यु.एफ.टी. केली जाते. संतुलन 'स्वास्थ्य' आहे तर असंतुलन 'आजार' आहे. संतुलन बिघडण्यासाठी अगणित कारणं असू शकतात. म्हणून आजारांची अगणित नावे असतात. आधुनिक औषध-विज्ञानाने वेगवेगळ्या रोगांचे नामकरण करून वर्गीकरण केलेले आहे.

यु.एफ.टी.मध्ये रोगांच्या लक्षणांनुसार उपाय केला जात नाही तर रोगांच्या कारणांनाच दुरुस्त केले जाते. म्हणून यात रोगांच्या नावाला जास्त महत्त्व दिलेले नाही.

परंतु आजच्या युगात आपण रोगनिदान करण्यात इतके कुशल झालो आहोत, की रोगाचे डायग्नोसिस (रोगाची ओळख) केल्यावरच आपल्याला त्या रोगाविषयी स्पष्टपणे विचार करता येतो. बऱ्याच वेळा यु.एफ.टी. बरोबर इतर नैसर्गिक उपचार पद्धती, जडीबुटीच्या वापराच्या दृष्टीने रोगाचे नाव माहीत असणे गरजेचे असते. यामुळे मार्गदर्शनात थोडीशी मदत होते, सोपे जाते. खास करून शिवाम्बू उपवासाच्या वेळी रक्त आणि स्वमूत्राचे क्षारीय (मिनरल्स) आणि आम्लता (ॲसिड) याच्या प्रमाणाचे निरीक्षण करणे गरजेचे असते.

यु.एफ.टी. बऱ्याच रोगांसाठी, आजारांसाठी उपयुक्त आहे. जिथे शस्त्रक्रियेची गरज आहे, जसे हार्निया किंवा कोणतेही हाड तुटणे, तिथे एकत्रित उपचाराचा दृष्टिकोन गरजेचा असतो. यु.एफ.टी. संपूर्ण स्वास्थ्याच्या दृष्टीने विकसित पद्धत आहे, जिचा उपयोग कोणत्याही आजारासाठी केल्याने कुठलाही दुष्परिणाम (साईड इफेक्टस) होत नाही.

भाग ३

महिलांच्या स्वस्थ जीवनाचे गुपित
कोणत्याही वयासाठी चिकित्सा

माणूस ईश्वराच्या जवळ तेव्हा जातो
जेव्हा तो माणसाला खरे स्वास्थ्य प्रदान करतो.

स्वास्थ्यरक्षण आणि रोगनिवारण करण्याच्या दृष्टीने शिवाम्बूचा उपयोग प्रत्येक वयाच्या माणसाला होतो. मग ती स्त्री असो की पुरुष, बालक असो की वृद्ध, तरुण असो की आजारी. कुटुंबात स्त्रियांची महत्त्वाची भूमिका असते कारण घरात जवळ जवळ सगळंच स्त्रियांवर अवलंबून असतं. म्हणून स्त्रियांना जर स्वमूत्र चिकित्सेचे शिक्षण मिळाले तर प्रत्येक कुटुंबात लहान मुलांपासून वयोवृद्धांपर्यंत सगळे तंदुरुस्त राहू शकतात. स्त्रिया घराचा (कुटुंबाचा) कणा आहेत. त्यांच्या आरोग्याविषयीच्या सवयीनुसारच नव्या पिढीचे आरोग्य तयार होत असते. म्हणून स्त्रियांनीसुद्धा शिवाम्बू प्राशन करून या चिकित्सेचा परिणाम किंवा माहिती करून घेतली पाहिजे.

स्त्रियांना दिवसभर घरातील काम करण्यासाठी उत्साह आणि ऊर्जायुक्त क्षमतेची गरज असते. शिवाम्बू घेणाऱ्या स्त्रियांचा अनुभव असा आहे, की त्या दिवसभर न थकता स्फूर्ती आणि उत्साहात खूप काम करू शकतात किंवा करतात. नियमितपणे शिवाम्बू घेतल्याने शरीराची खऱ्या अर्थाने आणि स्वाभाविक पद्धतीने शुद्धी होते. त्यामुळे स्त्रीचे नैसर्गिक खरेखुरे सौंदर्य खुलून समोर येते. या चिकित्सेचा फायदा

घेणाऱ्या स्त्रियांच्या शरीराचा सर्वांगीण विकास होतो. शरीराच्या सगळ्या क्रियांमध्ये संतुलन निर्माण होते. स्त्रियांमध्ये शारीरिक पातळीवर दर महिन्याला मोठ्या प्रमाणात जैवरासायनिक बदल होत असतात. त्यामुळे त्यांच्या शरीरात शारीरिक ऊर्जेची उणीव निर्माण होते. चिडचिडेपणा, आळस, अशक्तपणा असे प्रश्न निर्माण होतात. या प्रश्नांशी जवळजवळ प्रत्येक स्त्रीलाच दर महिन्यात झुंजावे लागते. परंतु नियमितपणे शिवाम्बू प्राशन केल्याने या समस्या संपुष्टात येऊ शकतात. सामान्यत: स्त्रियांना दर महिन्याला मासिक पाळी येते, त्यावेळी तीन ते चार दिवस रक्तस्राव होतो. अशावेळी स्वच्छ शिवाम्बू मिळणे कठीण असते म्हणून मासिक पाळीच्या वेळी शिवाम्बू घेऊ नये. तेव्हा ही चिकित्सा करू नये.

पृथ्वीला धरणीमाता संबोधले गेले आहे कारण तिच्या उदरातूनच सगळ्या वनस्पती निर्माण झालेल्या आहेत. पृथ्वीवर मनुष्याचा जन्म स्त्रीच्या उदरातूनच होत असल्याने स्त्रीला माता किंवा जननी म्हटले जाते. स्त्रीच्या शरीरात आपल्यासारखाच मानव निर्माण करण्याची क्षमता असते. म्हणूनच स्त्रीची शरीररचनासुद्धा वैशिष्ट्यपूर्ण आहे.

स्त्रीच्या शरीराचा संपूर्ण विकास वयाच्या अठराव्या वर्षापर्यंत होतो. या विकासाच्या प्रक्रियेत १५-१६व्या वर्षीच स्त्रीला मासिक पाळी सुरू होते, जी गर्भाशयाच्या विकासाचे प्रतीक मानली जाते. सामान्यत: मासिक पाळी २८ ते ३० दिवसांनी सुरू होते, ज्यात चौदाव्या दिवसाच्या आसपास बीजाशयात (ओव्हरीत) बीजनिर्मिती होऊन गर्भाशयापर्यंत ते पोहोचते. यालाच ओव्हलेशन (स्त्रीबीज जनन) म्हणतात. या दरम्यान स्त्रीच्या शरीरात मोठ्या प्रमाणात हार्मोनल बदल होतात. मासिक पाळी वयाच्या ४५ ते ५० वयापर्यंत चालू असते. त्यानंतर हळूहळू बंद होत जाते. या प्रक्रियेला मेनोपॉज किंवा रजोनिवृत्ती म्हणतात. मासिक पाळी सुरू होते वेळी (मेनार्की) आणि बंद होते वेळी (मेनोपॉज) स्त्रीच्या शरीरात मोठ्या प्रमाणात शारीरिक आणि रासायनिक बदल होतात. या वेळी स्त्रीला खूप मोठ्या शारीरिक त्रासातून आणि असंतुलनातून जावे लागते, शारीरिक प्रश्नांना तोंड द्यावे लागते.

काही तरुण मुली सुरुवातीपासूनच अनियमित मासिक पाळीच्या प्रश्नांनी त्रासलेल्या असतात. चुकीचे आणि अनैसर्गिक राहणीमान, व्यायामाचा अभाव, लठ्ठपणा, पौष्टिक आहाराची कमी, खाण्यापिण्यातील बेशिस्त आणि मानसिक ताण यासारख्या कारणांनी त्यांची मासिक पाळी वेळेवर येत नाही आणि कधी जास्त

तर कधी कमी रक्तस्राव होतो. नेहमी मासिक पाळीच्या वेळी मुलींना पोटदुखी, कंबरदुखी या तक्रारी असतात. यामुळे या काळात त्यांना आराम करावा लागतो.

बऱ्याचवेळा डॉक्टरांच्या सल्ल्याशिवाय बऱ्याचशा मुली वेगवेगळ्या कारणांसाठी गोळ्या खाऊन मासिक पाळी मागे पुढे करतात किंवा छोट्या छोट्या तक्रारींसाठी विविध प्रकारची औषधे, गोळ्या खातात. यामुळेसुद्धा अनियमित मासिक पाळीची तक्रार निर्माण होऊ शकते.

वास्तविक अनियमित मासिक पाळी किंवा त्यामुळे असणाऱ्या पोटदुखी, कंबरदुखीसाठी कोणत्याही कृत्रिम औषधांची गरज नसते. परंतु आजच्या धावपळीच्या जीवनात एवढा विवेक आणि संयम सगळ्यांकडे नसतो. लोकांना लगेच परिणाम हवा असल्याने वेगवेगळ्या औषधांचा प्रयोग चालू असतो. त्यामुळे त्यांची संप्रेरकांची नैसर्गिक कार्यप्रणाली आणखीच असंतुलित होते. अशा मुलींचे ज्यावेळी लग्न होते, त्यावेळी मूल लवकर न होणे यासारख्या गोष्टी त्यांना शारीरिक आणि मानसिक स्तरावर विचलित करायला लागतात. अशा परिस्थितीत डॉक्टर त्यांना अनेक प्रकारचे हार्मोनल उपचार देतात. त्यामुळे त्यांची एकूणच शारीरिक, प्रणाली निकृष्ट आणि अनैसर्गिक बनते आणि समस्या अजूनच वाढते.

शिवाम्बू उपचार देणाऱ्या डॉक्टरांनी हे पाहिले आहे, की प्राकृतिक जीवन जगल्याने आणि नियमित शिवाम्बू थेरपीने शंभर दिवसात अनियमित मासिक पाळी नियमित होते. गरज फक्त संयम आणि सकारात्मक प्रयत्नांची आहे.

बऱ्याच स्त्रियांना श्वेतप्रदर किंवा अतिस्राव या समस्या असतात. योनिमार्गात जंतुसंसर्ग किंवा त्याच्या तोंडाशी किंवा गर्भाशयाच्या तोंडाशी असलेल्या ग्रंथी अतिउत्तेजित झाल्याने बऱ्याच स्त्रियांमध्ये श्वेतप्रदर स्रवतो. बऱ्याच स्त्रियांना हार्मोनल असंतुलनामुळे मासिक पाळीच्या वेळी जास्त रक्तस्राव होतो. अशावेळी योनीमार्गात शिवाम्बूचा फवारा (पिचकारी) घेतल्याने चमत्कारासारखा परिणाम झालेला दिसतो. लघवी आली असता त्याने योनीमार्ग स्वच्छ केल्याने श्वेतप्रदर आणि इतर सगळे जंतुसंसर्ग नाहीसे होतात. योनीमार्ग स्वच्छ करून मासिकपाळीच्या वेळीसुद्धा स्वमूत्र प्राशन केले जाऊ शकते. पण तरीही मासिकपाळीच्या वेळी पहिल्या तीन दिवसापर्यंत हे न घेणेच उत्तम.

गर्भवती स्त्रीला शिवाम्बू प्राशन केल्याचा फायदा

प्रसूतीचा काळ म्हणजे स्त्रियांसाठी पुनर्जन्मासारखा अनुभव असतो. बाळ नऊ महिन्यांपर्यंत पोटात ठेवणे, हा प्रत्येक स्त्रीचा अद्भुत अनुभव असतो. गर्भधारणा होताच स्त्रीच्या शरीरात अनेक बदल होण्यास सुरुवात होते. शरीराच्या जैवरासायनिक प्रक्रियांत बदल व्हायला लागतात. त्याचबरोबर स्त्रीच्या मानसिक स्थितीमध्येही बरेच बदल होतात. म्हणून स्त्रीला गर्भावस्थेमध्ये अनेक मनोशारीरिक असंतुलनांना सामोरे जावे लागते.

प्रत्येक स्त्रीला आपली प्रसूती सहज सोपी आणि नैसर्गिकपणे व्हावी असे वाटत असते. तसेच जन्माला येणारे बाळ आरोग्यपूर्ण आणि स्वास्थ्यसंपन्न असावे असे देखील वाटते. जर गर्भवती स्त्रीने नियमितपणे दिवसातून एक ते दोन वेळा स्वमूत्र प्राशन केले आणि आठवड्यातून २ ते ३ वेळा जुन्या शिवाम्बूने संपूर्ण शरीराला हलक्या हाताने मालिश केली, नियमितपणे योग प्राणायाम केले, सत्यश्रवण केले, मनन आणि ध्यान करून सतत प्रफुल्लता राखल्यास स्त्रीची प्रसूती कोणतीही अडचण न येता सहजतेने होऊ शकते. जन्माला येणारे बाळ स्वस्थ आणि मनोशारीरिक दृष्टीने संपन्न असते.

भाग ४

बाळाचा सर्वांगीण विकास
युरीन थेरपी

आरोग्य हेच संपूर्ण आनंदाचा पाया आहे.

तुम्ही आपल्या बाळाला स्वस्थ, सुखी आणि दीर्घ जीवन देऊ इच्छित असाल, तर त्यासाठी यू.एफ.टी.ही एक उपयुक्त चिकित्साप्रणाली आहे. हे पूर्णपणे निःशुल्क आणि कोणताही दुष्परिणाम न होता सहजपणे उपलब्ध असणारे औषध आहे. बाळाच्या स्वतःच्या लघवीमध्ये रोग तत्काळ घालवणारे निसर्गनिर्मित घटक सापडतात.

बाळ अशक्त असेल, त्याला दूध पचत नसेल, पोट फुगत असेल, ते दूध बाहेर काढत असेल, हिरवे पिवळे वासाचे जुलाब होत असतील, जास्त रडके बाळ असेल, कृश असेल, शरीर वाळत असेल, डोळे बंद ठेवत असेल, कानात दोष किंवा कान दुखत असेल तर अशावेळी बाळाला स्वतःचे शिवाम्बू पाजणे उचित होईल.

कोणत्याही कारणाने बाळाला लघवी होणे बंद झाले तर निरोगी अशा कोणत्याही लहान बाळाच्या लघवीत बुडवलेली जाड कापडाची पट्टी बाळाच्या पोटावर ठेवावी आणि दर अर्ध्या तासाला त्याला निरोगी बाळाचे शिवाम्बू पाजावे. ३-४ वेळा शिवाम्बू पाजल्यावर बाळाचे दुखणे कमी होते आणि त्याला स्वतःला लघवी येण्यास सुरुवात होते. त्यानंतर त्या बाळाला स्वतःचे शिवांबु पाजण्यास हरकत नाही.

शिवांबुची मात्रा आणि ते प्राशन करण्याचा विधी

- १ महिना ते ४ महिन्याच्या बाळास १ ते २ थेंब दिवसातून दोन वेळा देऊ शकता.
- ३ महिने ते ६ महिन्याच्या बाळास ४ ते ६ थेंब दिवसातून दोन वेळा देऊ शकता.
- ६ महिने ते १ वर्षाच्या बाळास २ ते ३ चमचे दिवसातून दोन वेळा देऊ शकता.
- १ वर्षापेक्षा मोठ्या बाळास दिवसातून अर्धाकप एक वेळा देऊ शकता.

लक्षात ठेवा, जन्मानंतर लगेच जर बाळासाठी शिवाम्बूचा उपयोग नियमानुसार केल्यास बाळ संपूर्ण स्वस्थ, सुखी आणि दीर्घायुषी होईल. त्याचे डोळे, कान, दात आणि केस कायमस्वरूपी आरोग्यसंपन्न राहतील.

याचबरोबर बाळाला दूध पाजणाऱ्या आईनेसुद्धा शिवाम्बू घेतले पाहिजे. त्यामुळे तिचे दूध वाढते. त्यामुळे ती व्याधीमुक्त राहते. याचबरोबर तिची प्रतिकारशक्तीही वाढते.

युरीनचे गुणधर्म

- युरीन एक सजीव रसायन (live solution) आहे. ज्यामुळे सगळ्या रोगांपासून मुक्ती मिळू शकते.
- युरीन, प्रतिकारशक्ती (resistance power) वाढवून शरीर निरोगी ठेवण्यास मदत करते. आयुष्य वाढवते.
- युरीन, रोगजंतुनाशक आहे.
- युरीन, शरीर आणि रक्तशुद्धी करते.
- युरीन एक एन्टीसेप्टीक आहे.
- युरीन शरीराती प्रतिकूल द्रव्यांचा नाश करते.
- युरीन रेचक आहे
- युरीनला नैसर्गिक रोग प्रतिबंधक लस (natural immunogical vaccina) म्हटल्यास चालेल.

भाग ५

सौंदर्य आणि यू.एफ.टी.
त्वचा आणि केस

'स्वास्थ्य' निसर्गाने दिलेले अमूल्य बक्षिस आहे
ज्यामुळे आपल्याला आयुष्याच्या सगळ्यात सुंदर काळाची जाणीव होते.

आजच्या धावपळीच्या आयुष्यात सामान्य लोकांमध्ये आधीच्या तुलनेत केसांच्या समस्या खूप जास्त झालेल्या आहेत. कमी वयात केस पिकणे, कोंडा होणे, केस गळणे इत्यादी समस्या जास्त करून लोकांमध्ये आढळतात. पूर्वीच्या काळात अशा समस्या एवढ्या गंभीर आणि सामान्यपणे दिसणाऱ्या नव्हत्या. पण आता ही एक सामान्य गोष्ट झालेली आहे आणि याचे एकच कारण आहे - आजची कृत्रिम आणि यांत्रिक जीवनशैली!

तसे पाहता या समस्यांची अनेक कारणे असू शकतात. जसे की पिण्याचे आणि आंघोळीसाठी वापरले जाणारे अति क्लोरीनेटेड पाणी, बोरवेलचे क्षारयुक्त (जड, पचण्यास कठीण) पाणी, आहारात नैसर्गिक जीवनसत्व आणि खनिजांची (मिनरल्स) कमतरता, दुषित पाणी आणि हवा, नकली वस्तूंपासून बनवलेले बूट, चप्पल यांचा वापर, मनुष्याच्या शरीराचा निसर्गाशी तुटलेला संपर्क इत्यादी. अशावेळी शिवाम्बू उपचार पद्धतीने बऱ्याच लोकांना केसांशी संबंधित विविध, वेगवेगळ्या समस्यांपासून सुटका मिळाली आहे.

दिवसातून कमीत कमी दोन वेळा स्वमूत्र प्राशन करावे, नैसर्गिक सात्त्विक आहार घेणे, आंघोळीसाठी शुद्ध पाणी वापरणे, सकाळच्या मोकळ्या ताज्या हवेत फिरणे किंवा बागेत हिरवळीवर (हिरव्या गवतावर) पायात चप्पल न घालता चालणे. यासारखे उपाय उपयुक्त ठरू शकतात.

केसांशी संबंधित समस्यांपासून सुटका मिळण्यासाठी यू.एफ.टी.चा उपयोग पुढील प्रमाणे :

१) स्वमूत्र एका बाटलीत भरून ८ दिवस उन्हात ठेवावे.

२) त्यानंतर ते गाळून आंघोळीच्या आधी दररोज केसांना शाम्पूप्रमाणे लावावे आणि केसांच्या त्वचेला हळूहळू मालिश करावी.

३) नंतर १५-२० मिनिटांनी कोमट पाण्याने आंघोळ करावी.

४) २१ दिवस लागोपाठ असे केल्याने कोंडा, केस तुटणे, गळणे इत्यादी समस्या संपुष्टात येतात.

बरेच वयस्कर रोगी हृदयविकार, लकवा यासारख्या आजारांसाठी शिवाम्बू प्राशन करतात. या उपचारादरम्यान त्यांचे पांढरे केस हळूहळू काळे व्हायला लागतात. जर असा परिणाम वयस्कर लोकांमध्ये दिसत असेल तर तरुण लोक, ज्यांचे केस पांढरे होताहेत याचा फायदा अवश्य घेऊ शकतात.

केसांच्या स्वास्थ्यासाठी आंतरिक आणि बाह्य अशा दोन्ही प्रकारे युरीन फोर्सची आवश्यकता असते. केमिकलयुक्त तेल, तऱ्हेतऱ्हेचे सुगंधी साबण आणि झोपताना वापरात येणाऱ्या उशा हेही केस पांढरे होणे आणि गळण्याचे कारण ठरतात. म्हणूनच शरीराच्या कोमल, संवेदनशील, नाजूक आणि सूक्ष्म त्वचेसाठी वापरात येणाऱ्या वस्तूंची निवड समजून उमजून आणि योग्यप्रकारे करावी.

त्वचा उजळण्यासाठी आणि कांती येण्यासाठी यु.एफ.टी.चा उपयोग

त्वचा ही शरीराचा महत्त्वाचा भाग आहे. कारण त्वचा शरीराच्या अंतरंगाला, आतील अवयवांना झाकून त्याचे संरक्षण करते. त्याचबरोबर ही शरीराला आकार आणि सौंदर्यही प्रदान करते. बऱ्याच तरुणांच्या चेहऱ्याच्या त्वचेवर मुरुम येतात, वास्तविक ते तारुण्यात शरीरात होणाऱ्या हार्मोनल बदलामुळे येतात. पण जेव्हा ते जास्त प्रमाणात, जास्त दिवस चेहऱ्यावर टिकून राहतात, तेव्हा चेहऱ्याचे सौंदर्य बिघडते.

मुरुम त्वचेच्या तेल ग्रंथींमधील असंतुलनामुळे निर्माण होतात. याबरोबर चुकीचे खाणे-पिणे, रसायनयुक्त साबण, क्रीम, मानसिक ताण तसेच त्वचेच्या ग्रंथींमध्ये संसर्ग झाल्यामुळेसुद्धा मुरुमांची समस्या वाढते.

अशावेळी नियमितपणे शिवाम्बू प्राशन केल्याने आणि चेहऱ्यावर लेप लावल्याने रोगी त्वचेवरचे सगळ्या प्रकारचे डाग, मुरुम किंवा व्रण पूर्णपणे स्वच्छ होतात. नियमितपणे शिवाम्बूचा लेप लावल्याने शरीरावरील जखम बरी झाल्यावर शरीरावर राहिलेले डाग आपोआप जातात.

आतापर्यंत आपण संतुलित स्वास्थ्यापासून स्त्रिया, लहान मुले आणि सौंदर्य उपचार यासाठीचे शिवाम्बूचे महत्त्व आणि उपयोग जाणून घेतले. पुढील भागात युरीन थेरपीचे वेगवेगळे उपयोग आणि उपचार पद्धती दिलेल्या आहेत. आपल्याला या चिकित्सा पद्धतीचा जीवनात कशाप्रकारे उपयोग करायचा आहे याची माहिती मिळेल.

युरियापासून बनवली जाणारी औषधे

युरियाफील	हे एक डायुरेटिक मूत्रल औषध आहे. याचा वापर लघवी साफ होण्यासाठी केला जातो.
यूरोफोलीट्रोफिन	लघवीपासून वेगळे केले जाते. हे प्रजनन क्षमता वाढवते आणि वंध्यत्व दूर करते.
यूरोकाईन	त्वचाविकार संपुष्टात आणण्यासाठी उपयुक्त.
पैनाफिल	एन्टीसेप्टिक, त्वचेच्या जखमा आणि अल्सर संपवण्यासाठी उपयुक्त. त्वचेच्या सुरकुत्या कमी करणारे अनेक सौंदर्य प्रसाधनांच्या निर्मितीत युरियाचा वापर मोठ्या प्रमाणात केला जातो.

भाग ६

कधीही न सांगितलेली आश्चर्यकारक कहाणी

प्रत्येक रुग्णामध्ये त्याचा स्वतःचा चिकित्सक उपलब्ध असतो.

प्रस्तुत लेख मार्था एम. ख्रिस्ती यांच्या जीवन संघर्षावर आधारित आहे. यु.एफ.टी.चे महत्त्व आणि उपयुक्तता जाणून घेऊन त्यांनी 'Your Own Perfect Medicine' नावाचे पुस्तक लिहिले आहे. याच पुस्तकातील संग्रहित केलेली संक्षिप्त माहिती वाचकांसाठी आणि त्यांच्या उपयोगासाठी इथे दिलेली आहे.

'माझ्या जीवनात अगदी कमी वयात खूपच गंभीर आणि असाध्य रोगांचा सामना करतेवेळी मला या अज्ञात प्राकृतिक औषधाचा परिचय झाला. हजारो लोकांप्रमाणे मलाही जुन्या असाध्य आजारांनी घेरलेले होते. (Degenrative disorders) खूप औषधं घेतल्यानंतरही माझी जगण्याची आणि काम करण्याची शक्ती नेहमीसाठी धोक्यात येण्याची संभावना निर्माण झाली.

लहानपणी मी पण इतरांप्रमाणे कांजण्या, गलगंड, गोवर, देवी, सर्दी इत्यादी आजारांनी पिडलेली होते. इतर मुलांप्रमाणे माझेही खूप खेळणे, खूप काम करणे आणि उत्साहपूर्ण जगणे असे स्वप्न होते पण हे स्वप्न वास्तवात येणे कठीण होते.

शरीर बनले आजारांचे घर

माझ्या शरीरात १८ ते ३० वयापर्यंत पुढे दिलेल्या आजारांचे निदान झाले. पेल्व्हीक इनफ्लमेटरी डीसीज, अल्सरेटिव्ह कोलायटिस (आतड्यांना सूज आल्यानंतर होणाऱ्या जखमा), क्रोनस डिसीज आणि इलिआयटिस (आतड्याला येणारी वेदनाकारक सूज) असाध्य थकव्याचे लक्षण, हशिमोटोज डिसीज (थायरॉइड ग्रंथींमध्ये बिघाड) आणि मोनोन्युक्लीओसिस.

मला खूपवेळा मूत्रपिंडाला गंभीर जंतुसंसर्ग, दोन वेळा गर्भपात, जुनी सिस्टायसिस, मूत्राशयात संसर्ग, गंभीर कॅन्डीडा आणि फंगल इन्फेक्शन्स झाले. याचबरोबर ॲड्रिनल ग्रंथीत अशक्तपणा आणि कान आणि सायनसमध्ये जंतुसंसर्ग व्हायचा. यासाठी मला कित्येकदा ॲन्टिबायोटिक्स दिले गेले. अन्न आणि रासायनिक द्रव्यांची ॲलर्जी माझ्यासाठी एक मोठा प्रश्न होता. मी अन्नाच्या ॲलर्जीमुळे कमी खात होते, तरीही माझे वजन वाढत होते. अशाप्रकारे वेगवेगळ्या शारीरिक व्याधींचा सामना करताना माझ्या वजनाची समस्या फारच बिकट बनत गेली.

औषधांचे दुष्टचक्र

जेवढ्या बाटल्या औषधे मी घेतली, तेवढ्या जर एकत्र करून ठेवल्या असत्या तर एक जमिनीचा तुकडा व्यापतील एवढ्या त्या होत्या. पण माझा आजार काही बरा होत नव्हता. मात्र मी अशक्त झाले होते. मी आजारांचा जणू एक जिवंत ज्ञानकोशच झाले होते. यात सगळ्यात वाईट गोष्ट ही होती, की माझ्या आजाराचे निदान करण्यात कोणत्याही डॉक्टरांना यश आले नव्हते.

त्यात आणखी एक मोठी समस्या निर्माण झाली. मी इतकी सगळी औषधं घेतल्याने त्याचे दुष्परिणाम मला पींगपाँगच्या चेंडूप्रमाणे जाणवायला लागले होते. एका औषधानंतर दुसरे औषध, एका डॉक्टरांकडून दुसऱ्या डॉक्टरांकडे, एका औषधाचे दुष्परिणाम घालवण्यासाठी दुसरे औषध असे दुष्टचक्र खूप वर्ष चालू होते.

निसर्गोपचाराने मला वाचवले

मी तीस वर्षांची झाले होते. त्याच दरम्यान निसर्गोपचार पद्धतीचा खूप जोरात प्रसार, प्रचार चालू होता. कोणत्याही प्रकारे मला माझ्या आजारांवर उपचार

करायचेच होते. म्हणून मी डॉ. डेविस यांचा आहार कार्यक्रम, मल्टी विटॅमिन थेरपी, ॲक्युपंक्चर, कायरोप्रॅक्टीक केअर सगळ्या हर्बल वनस्पती (वनौषधी) आणि औषधांशिवाय जे काही प्राकृतिक उपचार होते, ते सगळे स्वत:साठी घेत होते.

या सगळ्यामुळे माझा जुना सिस्टायटिस दोन वर्षातच बरा झाला. याबरोबर मासिक पाळीच्या वेळी होणारा जास्तीचा रक्तस्रावपण कमी झाला. पोटातील अल्सरयुक्त कोलायटीस (आतड्यातील सूज) कमी व्हायला लागली. सायनस इन्फेक्शन गायब झाले. हळूहळू मला शक्ती आली. आरोग्य ठीक व्हायला लागले. शरीराची कार्यशक्ती आणि ऊर्जा वाढायला लागलीय, असे जाणवू लागले आणि तेही कोणत्याही औषधांशिवाय. मी जेव्हा चौतिसाव्या वर्षी गर्भवती झाले त्यावेळी पहिले काही महिने गर्भपात न होता व्यवस्थित सर्व काही पार पडले आणि मला आरोग्याच्या बाबतीतील यशाचा आनंद मिळाला.

असे अनोखे औषध कोणालाही कसे माहिती नाही?

(Journal of American Association July 3, 1954)

असे चमत्कारपूर्ण आणि गूढ औषध कोणते आहे? याची कोणालाही माहिती का नाहीये? हे औषध जर शरीर स्वत: निर्माण करतं तर डॉक्टर्स, संशोधक लोकांना बरे करण्यासाठी याचा वापर का करत नाहीत? वर्तमानपत्रात, बातम्यांमध्ये याबद्दलची माहिती का दिली जात नाही? याचे गुणगान का केले जात नाही? याचा प्रचार, प्रसार का होत नाही? जर तुम्हाला या सगळ्या प्रश्नांचे उत्तर हवे असेल तर आधी स्वत:चे मन खुले करा. सगळ्यात आधी याबद्दलच्या पूर्वसंकल्पना, पूर्वग्रह,आणि अविश्वास मनातून काढून टाका. वैद्यकीय इतिहासाने आजपर्यंत लपवून ठेवलेल्या, या औषधाचे नाव ऐकण्यासाठी सज्ज व्हा.

हे असामान्य चमत्कृतिपूर्ण औषध म्हणजे, जे अनेक डॉक्टर्स, संशोधक लोकांचे आजार बरे करण्यासाठी वापरतात, ते 'मानवी मूत्र'! ... आश्चर्य वाटले... धक्का बसला? अविश्वासाने हे पुस्तक मिटून ठेवण्यापूर्वी विचार करायला हवा... तुम्हाला माहिती असेल किंवा नसेल पण याआधी सुद्धा याचा वापर तुम्ही केलेला आहे. स्वमूत्र पुन्हा एकदा आपल्या शरीरासाठी उपयोगात आणलेले आहे आणि केवळ त्यामुळेच आजपर्यंत तुम्ही जिवंत आहात.

वेस्ट नाही बेस्ट

आधी लोकांना याचं आश्चर्य वाटायचे, की त्यांनी कधीही मूत्राबद्दल, त्याच्या औषधी उपयोगाबद्दल याआधी ऐकलेले नाही. अधिकतर लोकांना मूत्र ही तिरस्कारपूर्ण आणि घृणास्पद गोष्ट वाटते. कारण ते शरीरातून बाहेर टाकले जाते. पण तुम्ही या गोष्टीचा अनुभव घेऊ शकता, की मूत्र ही एक फेकून द्यायची गोष्ट नाहीये तर अति मूल्यवान शरीरद्रव आहे. आजपर्यंतच्या वैद्यकीय इतिहासात याच्या एवढी उपयोगी दुसरी कोणतीही वस्तू नाही हे सिद्ध झाले आहे. पण आपण याबद्दल अनभिज्ञ आहोत ही खेदाची गोष्ट आहे.

म्हणूनच सर्वप्रथम आपण मूत्र या विषयाकडे बघण्याचा आपला दृष्टिकोनच बदलला पाहिजे. मूत्र आपण समजतो तसे नाहीये. आपल्याला मूत्र काय आहे आणि आपले शरीर, मूत्र कशाप्रकारे तयार करते याबाबतीतील माहिती असणे गरजेचे आहे.

अनेक डॉक्टरांनी हे पडताळून सिद्ध केले आहे, की प्राकृतिक 'मूत्र' हे रोग बरे करण्यासाठी उपयोगात आणणे अधिक श्रेयस्कर आहे. कारण जे घटक प्राकृतिक मूत्रात असतात, जे वैयक्तिक गरजांना पूर्ण करू शकतात ते कृत्रिम रूपात किंवा अर्क रूपात मिळत नाहीत. प्राकृतिक मूत्र वापरण्याचे आणखी एक कारण म्हणजे डॉक्टरांच्या म्हणण्यानुसार त्याच्या उपचारांमुळे कोणतेही दुष्परिणाम होत नाहीत.

रासायनिक औषधांच्या वापरामुळे होणारे घातक, विकृत दुष्परिणाम जर आपल्याला माहिती नसतील तर ग्रंथालयात जाऊन 'फिजिशियन डेस्क रेफरन्स' हे पुस्तक वाचावे. त्यात प्रत्येक औषधामुळे होणाऱ्या घातक आणि भयानक दुष्परिणामांची यादी दिलेली आहे. दुसऱ्या बाजूला मागील शंभर वर्षांच्या प्रयोगांनी आणि क्लिनिकल स्टडीजमध्ये नैसर्गिक मूत्र आणि औषधांमधील 'युरिया'चा उपयोग केल्यामुळे चांगले परिणाम दिसले आहेत. आजपर्यंत कोणताही अन्य घातक किंवा विषारी, धोकादायक परिणाम दिसलेला नाही. तसेच कोणत्याही संशोधकाने किंवा स्वमूत्रोपचार घेणाऱ्या रुग्णाने असा अनुभव सांगितलेला नाही.

'युरिया' हे मूत्रातील सगळ्यात महत्त्वपूर्ण घन घटक आहे हे आपण पाहिले. त्याचे एकत्रीकरण केले गेले तर वैद्यकीय दृष्टीने वापर करून अत्युत्कृष्ट परिणाम

मिळतील. तेही कोणत्याही साइडइफेक्टशिवाय! हे संशोधनाने सिद्ध झाले आहे. संपूर्ण मूत्र अनेक रोगांना बरे करू शकते, (जे युरिया करू शकत नाही) कारण मूत्रात हजारो उपचार करणारे (थेरॅपॅटीक) घटक, उदाहरणार्थ, मूल्यवान प्राकृतिक प्रतिजैविक, एन्जाइम्स आणि नियंत्रण करणारे संप्रेरक असतात, जे युरियात नसतात.

स्वमूत्र उपचार पद्धत अनेक यशस्वी संशोधनांवर उभी आहे. याप्रमाणे जगातील हजारो लोक, ज्यांनी या उपचार पद्धतीचा वापर केला, त्यांचे यश यामागे आहे. आज लोकांनाही त्यांच्या जुन्या, गंभीर, तीव्र शारीरिक विकारांवर आधुनिक औषधांचा कोणताही फायदा होत नाही हे कळून चुकले आहे. हे सगळे रोग स्वमूत्र चिकित्सेने बरे होतात.

संदर्भ : मार्था. एम. ख्रिस्ती

मानवी मूत्रापासून बनवली जाणारी औषधे

आज बाजारात युरीनपासून बनवले जाणारे अनेक औषधं उपलब्ध आहेत. ज्याच्या किंमतींचा आपण अंदाजही लावू शकत नाही.

युरियाफील	हे एक डायुरेटिक मूत्रल औषध आहे. याचा वापर लघवी साफ होण्यासाठी केला जातो.
यूरोकायनेज (Urokinase)	रक्त पातळ करून रक्तप्रवाह नियंत्रित करते. अर्धांगवायू आणि हृदयविकारात याचे इंजेक्शन नेहमी वापरले जाते.
CDA - II	कर्करोगासाठी चीनी शास्त्रज्ञांनी मूत्रापासून विकसित केलेले इंजेक्शन. या शास्त्रज्ञांचा दावा आहे की हे फक्त कर्करोगपेशींनाच नष्ट करते. यावर अजूनही संशोधन सुरू आहे. कर्करोगाच्या पेशींना नष्ट करण्यास सक्षम आहे.
प्रेगोनल	हे एक गोनॅडोट्रोफिक हार्मोन आहे. मेनोपॉजल सिंड्रोममध्ये उपयोगी आहे. पुरुषांच्या शरीरात शुक्राणू वृद्धीसाठी आणि स्त्रियांच्या शरीरात बिजाण्डाच्या विकासासाठी उपयुक्त.
मेट्रोडीन	मासिक पाळीच्या वेळी होणारे त्रास घालवण्यासाठी आणि गर्भधारणेसाठी उपयुक्त
एन्टीनिओप्लास्टीन	मूत्रापासून विलग केला जाणारा कर्करोगविरोधी घटक

खंड २ — आंतरिक आणि बाह्य प्रयोग

भाग ७

आजार अनेक :
औषध एक - शिवाम्बू उपवास

शिवाम्बू चिकित्सेचा इतिहास शेकडो वर्ष जुना आहे. हा शरीरातून निघणारा केवळ एक पदार्थ नसून नियंत्रित परंतु अधिक मात्रेत जलरूपात तयार होणारा तरल पदार्थ आहे. युरीनपासून बरीच औषधं बनवली जातात. या सगळ्या गोष्टी माहिती असणारे लोक यु.एफ.टी.चा उपयोग स्वास्थ्यसंपन्न जीवनासाठी कसा केला पाहिजे हे जाणून घेण्यासाठी उत्सुक आहेत.

यु.एफ.टी. ही एक अशी उपचार पद्धत आहे, जी लाखो आजारांवर एक औषध आहे. या उपचारामुळे सर्दीपासून कॅन्सरपर्यंतचे सगळे आजार बरे होऊ शकतात.

एखादा मनुष्य जर आजारी आहे, जुन्या रोगाने ग्रस्त आहे तर फक्त सकाळी एकदा स्वमूत्र घेतल्याने उपयोग होणार नाही. फक्त एवढेच करणे त्याच्यासाठी पुरेसे नाही. शरीरात रोग आहे, याचा अर्थ शरीरात सगळ्या रोगरूपी चोरांनी अतिक्रमण आणि आक्रमण केलेले आहे. अशावेळी शरीरात पसरलेल्या जुन्या मळाला बाहेर काढण्यासाठी स्वमूत्राबरोबर गहन प्रयोग करण्याची गरज आहे. एवढ्या सगळ्या चोरांना बाहेर काढण्यासाठी केवळ काही पोलिस नाही तर संपूर्ण पोलिस फोर्सची गरज आहे.

अशावेळी काही दिवसांसाठी आपल्या शरीरात दिवसभर तयार होणारे स्वमूत्र प्राशन करून उपवास करणे आवश्यक आहे. या क्रियेला 'शिवाम्बू कल्प' म्हटले जाते.

शिवाम्बू चिकित्सा केंद्रात रुग्णाच्या वजनानुसार शिवाम्बू उपवास करून घेतला जातो. दहा दिवसांच्या शिवाम्बूकल्प विधीत शिवाम्बूचा प्रत्येक थेंब पिणे आवश्यक असते. या काळात पाणीही भरपूर प्यायला हवे, जेणेकरून प्रत्येक तासाला लघवी होईल आणि त्याचबरोबर पोट सतत युरीन आणि पाण्याने भरलेले राहील. या क्रियेत भूक लागत नाही पण जसजसे प्रत्येक तासाला शिवाम्बू प्राशन केले जाते तसतसे शरीरात दबलेले जुने रोग उलटी किंवा जुलाबाच्या माध्यमाने बाहेर निघून जातात. ही क्रिया म्हणजे एक प्रकारची तपश्चर्याच आहे. ज्यात रुग्णामध्ये आत्मविश्वास आणि धीर असणे आवश्यक आहे. एक अनुभवी शिवाम्बू चिकित्सकच लांबलचक वेळ लागणारी शिवाम्बूकल्प विधी करण्यात रुग्णाची मदत करू शकतो.

शिवाम्बूचा प्रयोग दोन प्रकाराने केला जातो :

१) आंतरिक प्रयोग – आंतरिक प्रयोगात शिवाम्बू प्राशन, शिवाम्बूलंघन, शिवाम्बूचा वास घेणे, शिवाम्बूबस्ती, शिवाम्बूचा डोळे आणि कानात टाकण्यासाठी उपयोग करणे, हे सगळे केले जाते. या सगळ्या गोष्टींसाठी ताज्या शिवांबुचा वापर केला जातो.

२) बाह्य प्रयोग – बाह्य प्रयोगात शिवाम्बूच्या पट्ट्या, लेप आणि मालिश अशाप्रकारचे उपचार केले जातात. यासाठी जुन्या शिवाम्बूचा वापर केला जातो.

भाग ८

रोगमुक्तीचे औषध
आंतरिक प्रयोग - १

जीवनाचा अर्थ फक्त जिवंत राहणे असा नसून
स्वस्थ आणि आनंदी राहणे असा आहे.

पूर्वीच्या काळी योगी, साधक जाणीवपूर्वक स्वमूत्र प्राशन करायचे. प्रत्येक योग्याचे ध्येय आत्मसाक्षात्कार प्राप्त करणे किंवा स्वतःची आत्मिक उन्नती करणे हेच असते. पण या परम अवस्थेपर्यंत पोहोचण्यासाठी त्यांना खूप साधना करावी लागते. बऱ्याच योगिक क्रिया, जसे जलनेती, सूत्रनेती, वमन, शंखप्रक्षालन, बस्ती इत्यादी या क्रिया करून स्वतःच्या सप्तधातूंनी बनलेल्या शरीराला शुद्ध केले जाते.

या क्रियांबरोबरच 'आमरोली' नामक क्रियासुद्धा केली जाते. योगशास्त्राचे मुख्य आधारग्रंथ 'हटप्रदीपिका'मध्ये आमरोली क्रियेबद्दल सविस्तरपणे सांगितलेले आहे. आमरोली क्रिया करणे म्हणजे काही दिवसांसाठी शिवांबुचा एक एक थेंब पिऊन उपवास करणे. पूर्वीच्या काळी बरेचसे योगी ८ दिवस, १० दिवस, २१ दिवस, ४० दिवसांपर्यंत आणि १०७ दिवसांपर्यंतसुद्धा वेळ निश्चित करून शरीरातील सगळे स्वमूत्र पिऊन शिवाम्बू उपवास करायचे. त्यामुळे त्यांच्या शरीराची शुद्धता होत असे आणि त्यानंतर ते सहजतेने आसन, प्राणायाम, ध्यान-धारणा करू शकायचे. शरीराच्या शुद्धीनंतर प्राण आणि मन शुद्ध करणे सोपे होऊन जाते. याच्यामुळे त्यांना सम्यक् ज्ञानप्राप्तीसाठी मदत मिळत असे.

शरीरशुद्धीशिवाय समाधी आणि आनंदावस्था प्राप्त करणे कठीण होते. ही क्रिया केल्यामुळे दीर्घायुष्य आणि संपूर्ण स्वास्थ्य प्राप्त होते, ज्याला शास्त्रात 'आमरोली' नावाने ओळखले जाते. जेव्हा साधक, साधनेत खोलवर पोहोचतो तेव्हा त्याचे तन, मन आणि प्राण नियंत्रणात येतात, त्याची बुद्धी सजग आणि निर्मळ बनते. शेवटी आध्यात्मिक उन्नतीसाठी योगशास्त्रात काही प्रगत क्रियांच्या अभ्यासाचा उल्लेख केलेला आहे. त्यातील आमरोली क्रिया खूपच प्रभावी आणि उपयुक्त अशी आहे.

योगपंथियांच्या अनुसार, स्वमूत्राची मध्यधारा प्राशन करणे म्हणजेच आमरोली क्रिया आहे. स्वमूत्राच्या पहिल्या भागात पित्ताचा अंश असतो आणि शेवटच्या अंशात विशेष काही नसल्यामुळे मध्यधारा पिण्याला आमरोली म्हटलेले आहे. जो मनुष्य दररोज तोंडाने आणि नाकाद्वारे स्वमुत्र प्राशन करून नियमितपणे योगसाधना करतो तोच 'आमरोली साधक' म्हटला जातो.

शिवाम्बू प्राशन : सुरुवातीचे पाऊल

शिवाम्बू प्राशन करण्यास सुरुवात करण्यापूर्वी सगळ्यात आधी त्याच्याविषयी मनात असलेली घृणा दूर करण्याचे काम करावे. पहिल्या दिवशी किंवा सुरुवातीला ही क्रिया कठीण वाटू शकते. स्वमूत्र पिण्यासाठी मनाला तयार करणे आवश्यक आहे म्हणून सुरुवात सुलभ करण्यासाठी पुढे काही प्रकार सांगितलेले आहेत. त्यामुळे तुमच्यातली घृणा हळूहळू नाहीशी होईल आणि तुमचे मन शिवाम्बूसाठी तयार होईल.

* पहिले पाऊल

तुमच्या शरीरावर जर कोणतीही जखम, फोड किंवा पुळी आलेली असेल तर त्यावर आपले शिवाम्बू लावावे. हे दिवसातून दोन ते तीन वेळा जखमेवर लावल्याने आश्चर्यकारक सुधारणा दिसते. यामुळे तुमचा शिवाम्बूबद्दलचा विश्वास वाढून तो व्यर्थ पदार्थ नाहीये हेही लक्षात येईल.

* दुसरे पाऊल

तुमचा याबद्दलचा विश्वास थोडाफार वाढताच तेव्हा तुम्ही सकाळचे पहिले स्वमूत्र तीन भागात सोडावे; म्हणजे आधी थोडेसे शिवाम्बू सोडून द्यावे, नंतर मधले शिवाम्बू एका काचेच्या ग्लासमध्ये जमा करावे आणि त्यानंतर शेवटी उरलेले शिवाम्बू सोडून द्यावे.

काचेच्या ग्लासात जमा केलेल्या शिवाम्बूने शरीराला मालिश करावी. केसांना लावावे आणि त्यानंतर अर्ध्या तासाने आंघोळ करावी. असे केल्याने बऱ्याच प्रमाणात शिवाम्बू पिण्याची तुमच्या मनाची तयारी होईल आणि त्याबद्दलचा विश्वासही वाढेल. याचे त्वचेवर झालेले परिणाम आणि त्याच्या उपयुक्ततेचा अनुभव घेतल्यानंतर तुम्ही औषध समजून हे पिण्यास तयार होऊ शकता. जोपर्यंत तुमचे मन शिवाम्बू पिण्यास तयार होत नाही तोपर्यंत अशा प्रकारे मालिश करावे.

*** तिसरे पाऊल**

जर तुम्ही औषध समजून स्वमूत्र पिण्यास तयार झाला असाल तर शिवाम्बूने सुरुवातीला २ ते ३ दिवस फक्त गुळण्या कराव्यात म्हणजे ते तोंडात घेण्याची सवय होईल. त्याबद्दलची घृणा किंवा किळस मनातून निघून जाण्यास मदत होईल. शिवाम्बुने गुळण्या केल्यानंतर २-३ मिनिटांनी पुन्हा एकदा दात घासले तरी चालतील. यामुळे तुम्हाला अस्वस्थता जाणवणार नाही.

*** चौथे पाऊल**

वरील तीन पावलं स्वीकारल्यानंतर, चौथ्या पावलापर्यंत तुम्ही शिवाम्बू पिण्यासाठी ९०% तयार झाला असाल. यानंतर तुम्ही शिवाम्बूच्या ग्लासाबरोबर आपल्या आवडीचे कोणतेही थंड किंवा गरम नैसर्गिक पेय घेऊ शकता. उदाहरणार्थ, कोकम, लिंबू, आवळा सरबत किंवा मधाबरोबरसुद्धा घेऊ शकता. एक घोट शिवाम्बूचा घेतल्यानंतर एक मिनिटाने पेय घ्यावे. नंतरच्या ५-६ दिवसांत हा प्रयोग करून तुम्ही शिवाम्बू पिण्यास १००% तयार व्हाल.

*** पाचवे पाऊल**

तुम्ही जर शिवाम्बू पिण्यास सुरुवात करणार असाल तर सकाळचे शिवाम्बू न पिता दुपार किंवा संध्याकाळच्या शिवाम्बूने सुरुवात करावी. २-३ दिवसांत तुम्हाला सवय होईल. त्यानंतर तुम्ही सकाळचे शिवाम्बू पिऊ शकाल. याप्रमाणे तुमच्या मनातून याबद्दलची घृणा आणि किळस संपूर्णपणे निघून जाईल आणि तुम्ही अगदी सहजपणे आरामात याचा संपूर्ण फायदा घेऊ शकाल.

शिवाम्बू पिण्याची सवयच लावून घ्यावी. म्हणजे तुम्ही नेहमी निरोगी राहाल आणि जरी एखादा रोग असेल तरी तो निघून जाईल.

शिवाम्बू पिण्याचा विधी

शिवाम्बू प्राशन करण्याच्या सगळ्या पद्धती अगदी सहज आणि सरळ आहेत, प्रत्येकजण त्या सहजतेने करू शकतो. जे लोक नेहमी स्वस्थ आणि आरोग्यसंपन्न राहू इच्छितात त्यांनी सकाळी उठल्याबरोबर आधी शिवाम्बू घेतले पाहिजे.

१) एक चिमूटभर हळद, एक चिमूट सुंठ पावडर, एक चिमूट आवळा पावडर तोंडात टाकून सकाळचे पहिले शिवांबु प्यावे. साधारणपणे सूर्योदयापूर्वीचे शिवाम्बू गुणकारी असते.

२) पहाटे उठून तांब्याच्या भांड्यात ठेवलेले पाणी प्यावे. त्यानंतर शिवाम्बू प्यावे. जेव्हा तुम्ही सकाळी स्वमूत्र प्राशन करता तेव्हा एक ते दोन वेळा पातळ जुलाब होऊ शकतात. ही सामान्य गोष्ट आहे. यात घाबरण्यासारखे काही नाही. शिवाम्बू पोटात गेल्याबरोबर शरीरातला मळ, घाण जुलाबाद्वारे बाहेर निघून जाते. म्हणून एक दोन जुलाब झाल्यावर घाबरून जायचे काहीच कारण नाही. याप्रकारे शरीर स्वच्छ झाल्यानंतर दिवसभर एक वेगळाच आनंद जाणवतो. पण असे प्रत्येकाबरोबर होतेच असे नाही, हे ज्याच्या त्याच्या प्रकृतीवर अवलंबून आहे.

३) आजारी असणाऱ्यांनी सकाळच्या शिवाम्बूबरोबरच दुपारचे आणि संध्याकाळचे शिवाम्बू सांगितल्यानुसार प्राशन करावे.

४) सुरुवातीला शिवाम्बू पिताना जर वास आला किंवा चव आवडली नाही तर त्यात पाणी टाकूनसुद्धा पिण्यास हरकत नाही.

स्वमूत्राचा वास आणि चव कमी करण्यासाठी सात्त्विक जेवण घेणे गरजेचे आहे. लहानमुलांपासून मोठ्यांपर्यंत सगळेजण शिवाम्बू पिऊ शकतात. सामान्यत: मोठ्या लोकांनी त्यांना एकावेळी येणारे सगळे स्वमूत्र पूर्ण प्यायले पाहिजे. दररोज कमीत कमी एक ग्लास (२०० मि.ली.) शिवाम्बू पिणे फायदेशीर असते.

शिवाम्बू प्यायल्यानंतर पोट साफ होणे ही सामान्य गोष्ट आहे. ज्यांना आम्लपित्ताचा त्रास आहे, त्यांना शिवाम्बू प्यायल्यानंतर उलट्या होऊ शकतात. त्याच्या व्यतिरिक्त शरीरात दबून राहिलेले विषारी पदार्थसुद्धा बाहेर निघू शकतात. त्यामुळे कधी कधी तापसुद्धा येतो. याबरोबर कधी कधी पोटदुखी, तोंड येणे, त्वचेवर फोड येणे किंवा गुदद्वाराची आग होणे अशा प्रतिक्रिया शिवाम्बू प्यायल्यानंतर दिसतात. पण या सगळ्या

प्रतिक्रिया शरीर साफ होण्याचे लक्षण आहे. म्हणून संयम ठेवून शिवाम्बू पीत राहावे आणि त्याबरोबर खूप पाणी प्यावे. जास्त पाणी पिणे गरजेचे आहे. काही दिवसांनी जसजसे शरीर शुद्ध होईल तसतसे सगळ्या प्रतिक्रिया नष्ट होत जातील.

स्वमूत्रपान करण्यासाठी नेहमी ताज्या शिवाम्बूचा उपयोग करावा. जर काही कारणांनी लघवी होत नसेल तर कोणत्याही सात्त्विक, शाकाहार घेणाऱ्या निरोगी माणसाचे शिवाम्बू प्राशन करावे. शिवाम्बू प्राशन केल्यानंतर अर्ध्या तासापर्यंत काहीही खाऊ नये आणि खाल्ल्यानंतर दोन तासापर्यंत शिवाम्बू पिऊ नये.

मानवी मूत्रात आढळणाऱ्या काही घटकांचे औषधी गुणधर्म – १

युरियात अनेक इनऑरगॅनिक नायट्रोजन घटक, प्रोटिन्स एमिनो ॲसिड्स, एन्जाइम्स, कार्बोहायड्रेट्स, व्हिटॅमिन्स आणि हार्मोन्स आढळतात.

युरियाफील	हे एक डायुरेटिक मूत्रल औषध आहे.
एन्टीनियोप्लासटीन्स	कर्करोगाच्या पेशींची वाढ थांबवतो
एग्लूटीनिन आणि प्रेसिपिटीन	पोलियोचा विषाणू मारून टाकतो
ॲलनटोईन	हा एक नायट्रोजन घटक आहे. जो जखम बरी करण्यास मदत करतो. हा घटक युरिक ॲसिडपासून निर्माण होतो. आजकाल पुरुषांसाठीच्या बनवल्या जाणाऱ्या त्वचा मलमांत याचा वापर केला जातो.
डी हायड्रो एपि	हा लठ्ठपणा कमी करणारा घटक आहे.
एन्डेस्टेरॉन (डीएचईए)	अशक्तपणा, मधुमेह या आजारात उपयोगी. स्तनाच्या कर्करोगात उपयोगी. हा घटक बोनमॅरोतील रक्तपेशी निर्माण करण्यास मदत करतो.
ग्लुकोरिनिक ॲसिड	पचनसंस्थेच्या कार्यात मदत करणारा महत्त्वपूर्ण घटक

भाग ९

शिवाम्बू उपवास

आंतरिक प्रयोग - २

यु (युरिन) एफ (फास्ट) टी (थेरपी)

ज्याच्याजवळ स्वास्थ्य आहे, त्याच्याजवळ आशा आहे
ज्याच्याजवळ आशा आहे, त्याच्याजवळ सगळे काही आहे.

गंभीर व खडतर आजारात शिवाम्बू उपवासाचे महत्त्व

डॉ. जे. डब्ल्यु. आर्मस्ट्राँग यांनी म्हटले आहे, की गंभीर आणि जुन्या रोगांसाठी शिवाम्बू उपवास करणे खूप गरजेचे आहे. आर्मस्ट्राँग अशा रोग्यांचा उपचार शिवाम्बू उपवासाने सुरू करत असत. त्यांची पद्धत पुढे दिलेल्या क्रमानुसार आपण समजावून घेऊ.

१) उपवासाची कालमर्यादा रोगाच्या स्थितीनुसार ठरवली जात असे.

२) उपवासात मुख्यत: स्वमूत्र प्यायले पाहिजे. पण ज्या माणसाला फक्त दिवसाचे शिवाम्बू प्यायचे आहे, त्याला उपवासाचा अवधी वाढवण्यास सांगितले जाते. ज्यामुळे रात्री शिवाम्बू न पिल्यामुळे त्याची कमतरता पूर्ण होईल.

३) अशा स्थितीत रात्रीचे शिवाम्बू मालिश करण्यासाठी वापरले पाहिजे.

४) आवश्यकतेनुसार उपवासात पाणीसुद्धा प्यायले पाहिजे. पिण्याचे पाणी शुद्ध, स्वच्छ असावे.

५) यात शिवाम्बू पिताना उलटीच्या संवेदना जाणवू शकतात. जर असे होत असेल

तर त्यानंतरचे दोन चार वेळचे शिवाम्बू पिऊ नये. मन शांत झाल्यावर पुन्हा शिवाम्बू पिण्यास सुरुवात करावी.

६) या प्रक्रियेबरोबरच उपवास करताना नियमितपणे शिवाम्बूने मालिश करावे. मालिश न केल्यास उपवास पाहिजे तेवढा लाभदायक होत नाही. मालिश करण्यासाठी जर स्वत:चे शिवाम्बू शिल्लक राहत नसेल तर कोणत्याही निरोगी मनुष्याचे शिवाम्बू उपयोगात आणले तरी चालेल.

७) शिवाम्बू पिऊन उपवास केल्याने हृदयाचे ठोके वाढतात आणि नाडी पण जोरात चालते. अशावेळी बिलकुल घाबरून जाऊ नये. हृदयाचे ठोके आणि नाडीचा वेग आपोआप पूर्ववत होतो.

८) मालिश जर दोषविरहित असेल तर हृदयाचे ठोके वाढत नाहीत.

९) शिवाम्बू उपवास केल्याने रुग्णाला अशक्तपणा जाणवत नाही. कारण आहारात असणाऱ्या मीठाने (लवण) जसे आपल्या शरीराचे पोषण होते, तसे लवण खऱ्या स्वरूपात शिवाम्बूत उपलब्ध असते. ज्यामुळे रुग्णाला नियमितपणे पोषण मिळत राहते आणि उपवासाच्या दरम्यान रुग्णाला आरोग्यसंपन्नता जाणवते.

१०) रोगी जितके जास्त शिवाम्बू घेईल तेवढे अधिक त्याला अन्न मिळेल. पण या उपवासाच्या वेळी रुग्णांनी सावध राहून आपला धीर खचू देऊ नये.

११) शरीरात जमा झालेला कचरा, हानिकारक द्रव्ये, आतड्यांना चिकटलेले हानिकारक पदार्थ, छाती, फुफ्फुस, पोट इत्यादी अवयवांमध्ये जमा झालेला कफ आणि मळ बाहेर काढण्याचे काम शिवाम्बूच करते.

१२) या उपवासाच्यावेळी जुलाब झाले तर घाबरून जाऊ नये. शरीरातील विकार बाहेर पडताहेत असे समजावे. कारण शरीराची स्वच्छता यामुळे होते. त्यावेळी शांत राहून सगळ्या क्रिया-प्रक्रियांचं निरीक्षण करावे. निसर्गाला आपले काम करू द्यावे.

१३) युरिन फास्ट थेरपी करताना व्याकुळतेने कोणत्याही प्रकारे आंतरिक किंवा बाह्य उपचार करू नये. याला दाबून टाकण्यासाठी किंवा घालवण्यासाठी कोणतेही औषध घेऊ नये. कोणतीही अवाजवी गोष्ट पोटात घेऊ नये. कोणत्याही कारणाने तुमची यावरची श्रद्धा उडाली किंवा विश्वास राहिला नाही तरी याचा प्रयोग, उपचार बंद करू नये.

१४) जास्त काळ चालणाऱ्या उपवासात जेवढी काळजी घ्यायची असते त्यापेक्षा अधिक काळजी उपवास सोडल्यानंतरच्या एक आठवड्यात घेणे गरजेचे आहे. आठ दहा दिवस किंवा वीस दिवस उपवास केल्यानंतर खूप काळजी घ्यावी लागते.

१५) जितके जास्त दिवस उपवास केला असेल, तितके जास्त दिवस आहार विहारात संयम ठेवणे आवश्यक आहे. साधारणपणे मोसंबी किंवा संत्र्याचा रस पिऊन उपवास सोडण्याची प्रथा आहे. मोसंबी थोडी जरी आंबट असेल तर रुग्णाला त्याचा रस देऊ नये. त्याच्याऐवजी पाच सात खजुर देऊ शकता किंवा बिया नसलेले काळे मनुके रात्री काचेच्या किंवा चिनीमातीच्या वाटीत एक पाव वाटी पाणी टाकून भिजवून ठेवावेत. सकाळी भिजवलेले मनुके चांगले कुस्करून, वाटून घेऊन त्याचा रस स्वच्छ कापडाने गाळून घ्यावा. हा रस रुग्णाला पिण्यास द्यावा. मधुमेह झालेल्या रुग्णाला हा रस चालत नाही. दुपारी फळांचा रस आणि संध्याकाळी पपई, चिक्कू इत्यादी रसदार फळं द्यायला हवीत.

या प्रक्रियेत दुसऱ्या दिवशीही फळांचा रस आणि रसदार फळं दिली पाहिजेत. तिसऱ्या दिवशी सकाळी मोसंबी किंवा संत्र्याचा रस, दुपारी अगदी कमी मीठ घातलेले मुगाचे पाणी द्यावे. याप्रमाणे चवीनुसार आणि शक्तीनुसार आहार वाढवत न्यावा.

याप्रमाणे जुन्या दीर्घ काळ चालणाऱ्या रोगांसाठी शिवाम्बू उपवास आश्चर्यकारकरित्या परिणाम करतो. कॅन्सर, क्षयरोग, हृदयरोग, मधुमेह, अल्सर, दमा, त्वचारोग, महारोग, कोड, गुप्तरोग, आतड्यांचे विकार, कान-नाक-घशाचे विकार इत्यादी जुन्या आणि दीर्घकालीन रोगांसाठी युरिन फास्ट थेरपी एक उपयुक्त, चांगला परिणाम करणारी उपचार पद्धत सिद्ध झाली आहे. आत्मविश्वास, सातत्य आणि सावधाता बाळगून यु.एफ.टी.च्या नियमांचे काटेकोर पालन करून उपचार केले गेले तर अत्यंत क्लिष्ट आणि खडतर रोगांपासून निश्चितपणे मुक्ती मिळू शकते.

या क्रियेत सुरुवातीला पाणी आणि शिवाम्बूच्या मिश्रणाचा एनिमा रुग्णाला दिला जातो. यासाठी सगळ्यात आधी आतड्यांची स्वच्छता करणे आवश्यक असते. आतून स्वच्छता केल्याने परिणाम लगेच जाणवतो. उपवास किती दिवस करायचा हे रोग आणि रुग्णाची शारीरिक अवस्था यानुसार निश्चित केले जाते. जुन्या रोगांमध्ये मोठ्या अवधीचा पूर्ण उपवास लाभदायक असतो. असे असले तरी पूर्ण उपवासाची सुरुवात लगेच करू नये. यात पहिले दोन दिवस जेवणाची मात्रा हळूहळू कमी करत करत ताज्या

फळांच्या रसाद्वारे उपवासाची सुरुवात करावी.

उपवासाचा विधी

- उपवास कमीतकमी ५ दिवस आणि जास्तीत जास्त २८ दिवसांपर्यंत केला पाहिजे.
- ८-९ दिवस कडक उपवास करण्यास काहीच हरकत नाही.
- ८ दिवसांपेक्षा जास्त उपवास करायचे असल्यास डॉक्टर किंवा अनुभवी शिवाम्बू चिकित्सकाचे मार्गदर्शन घेणे गरजेचे आहे.
- ५ ते ११ दिवसांचा उपवास केल्याने रोगांपासून बऱ्यापैकी मुक्ती मिळते.

मानवी मूत्रात आढळणाऱ्या काही घटकांचे औषधी गुणधर्म - २

युरियाफील	हे एक डायुरेटिक मूत्रल औषध आहे.
ह्यूमन युरिन डेरिवेटिव (एचयूडी)	शरीराची रोग प्रतिकारशक्ती वाढवणारा घटक
एच ११	कर्करोग पेशींची वाढ थांबवतो. गाठ, ट्युमरचा आकार कमी करतो.
त्रिमिथाईल ग्लाइसीन	कर्करोगाच्या पेशी नष्ट करतो.
प्रॉस्टाग्लॅन्डिन	रक्तदाब कमी करणारे हार्मोन्स, दमासाठी उपयुक्त या हार्मोन्समुळे प्रसूतीपण सहजतेने होते.
प्रोटिएज	ॲलर्जी आणि रिॲक्शनवर उपयोगी घटक
रेटीन	कर्करोग नाशक घटक
प्रोटीन ग्लोब्युलिन्स	ॲलर्जीत रोगप्रतिकार शक्तीचे काम करणारा घटक.

भाग १०

शिवाम्बू नस्य, नेति
आंतरिक प्रयोग - ३

लवकर झोपल्याने आणि लवकर उठल्यामुळे
मनुष्य स्वस्थ आणि यशस्वी बनतो.

आपल्या देशातील अनेक शहरं प्रदुषित झालेली आहेत. याचा परिणाम सर्दी, खोकला, दमा, अस्थमा, ब्राँकायटिस किंवा कोणताही श्वासाचा आजार जडणे ही सामान्य गोष्ट झाली आहे. याप्रकारे श्वसनासंबंधित आजारांसाठी शिवाम्बू नस्य किंवा शिवाम्बू नेति ही एक शीघ्र आराम देणारी उपचार पद्धत आहे. शिवाम्बू नस्य म्हणजे नाकाने ताजे शिवाम्बू पिणे. नियमिपणे सवय केल्याने, अभ्यासाने ही क्रिया खूपच सोपी होऊन जाते. शिवाम्बू नेति क्रियेत शिवाम्बू नेतिपात्रात भरून नाकाच्या एका छिद्रातून आत ओढून दुसऱ्या छिद्राने बाहेर काढायचे असते. ही क्रिया एखाद्या अनुभवी योगचिकित्सकाकडून शिकून त्यानंतर त्याचा उपयोग करावा.

सर्दी, खोकला, पडसं, नाकात मास वाढणे इत्यादी समस्यांसाठी शिवाम्बू उपचार

सर्दी, खोकला, पडसं यासारखे छोटे आणि साधारण आजार व्हायरल (विषाणू) किंवा बॅक्टेरीयल (जीवाणू) संसर्गाने होतात. काही लोकांना हे ॲलर्जीमुळे होते. काही लोकांना कफ, पित्त वाढल्यामुळे हा त्रास होतो.

सर्दी पडशाची नाकात खाज येणे, नाक बंद होणे, चोंदणे, नाकातून पाणी वाहणे, डोकेदुखी, ताप येणे इत्यादी लक्षणं दिसतात. सर्दी, खोकला झाल्यावर दिवसातून ३-४ वेळा शिवाम्बू घ्यावे. याबरोबर शिवाम्बू नेति आणि नस्य करणेसुद्धा खूप फायदेशीर ठरते. दिवसभर गरम, कोमट पाणी पीत राहावे. व्हिटॅमिन सी युक्त फळांचा, भाज्यांचा आहारात समावेश करावा. पूर्ण विश्रांती घ्यावी. शिवाम्बूने दिवसातून ३-४ वेळा गुळण्या कराव्यात. शिवाम्बूमध्ये व्हायरस आणि बॅक्टेरिया नष्ट करण्यासाठीचे खूप सगळे महत्त्वाचे घटक असतात. ज्यामुळे रुग्णाला आराम मिळतो.

काही लोकांच्या नाकात एका छिद्रात आतून मांस वाढल्याने त्यांची श्वसनक्रिया असंतुलित होते. नाकात मांस वाढण्याचे कारण अद्याप कोणालाही कळलेले नाही. साधारणपणे अनुवंशिकतेमुळे ही समस्या निर्माण होऊ शकते. संपूर्ण स्वास्थ्यासाठी दोन्ही नाकपुड्यातून संतुलितपणे श्वसनक्रिया चालू असणे आवश्यक आहे. नियमितपणे शिवाम्बू नस्यपान, शिवाम्बू नेति आणि सूत्रनेति केल्याने समस्या जाण्यास मदत होते.

शिवाम्बू चिकित्सकांच्या अनुभवानुसार ज्यांना नाकाचे ऑपरेशन करण्यास सांगितले होते, अशा लोकांना यु.एफ.टी. उपचाराने रोगमुक्ती मिळाली. ज्यांना दोनदा ऑपरेशन करूनसुद्धा पुन्हा ही समस्या उद्भवली होती, अशा लोकांनाही या उपचारामुळे फायदा मिळाला आहे. जुन्या सर्दीमध्ये नियमितपणे स्वमूत्र पिल्याने, आठवड्यातून एक दिवस उपवास करून, उपवासाच्या दिवशी सगळे शिवाम्बू आणि सकाळी एक कप ताजे गोमूत्र प्यायल्याने खूपच फायदा होतो.

भाग ११

शिवाम्बू एनिमा (बस्ती)

आंतरिक प्रयोग - ४

तुम्ही आजारी नाही, याचा अर्थ असा होत नाही, की
तुम्ही पूर्ण स्वस्थ आहात

यु.एफ.टी. उपवासाच्या काळातील शिवाम्बू एनिमा ही एक योगिक क्रिया आहे. या क्रियेत २५० ते ५०० मि.ली. शिवाम्बू एनिमा पात्रात भरून गुदद्वारातून शरीरात म्हणजे मलाशयात रबर कॅथेटरच्या सहाय्याने सोडले जाते. यामुळे मोठ्या आतड्यातील आणि मलाशयातील जमा झालेला मळ सहजतेने बाहेर येण्यास मदत मिळते.

जेव्हा कधी पोट साफ झाले नाही आणि पोट जड किंवा अस्वस्थ वाटत असेल, पित्त झालेले असेल तेव्हा शिवाम्बू एनिमा घेतला पाहिजे. एनिमा घेण्यापूर्वी लघवी करून आणि शौचास जाऊन यावे. एनिमा देण्यासाठीच्या नळीवर आणि गुदद्वाराला एखादे तेल किंवा मलम (जसे, एरंडेल तेल) लावावे. नंतर उजव्या कुशीवर झोपावे, डाव्या हाताने नोजल गुदद्वाराच्या आत थोडेसे सरकवावे. एनिमा देण्यासाठीचे भांडे ३-४ फुट उंचीवर कोणाच्यातरी मदतीने लटकवावे किंवा आधीच टांगून ठेवून विधी सुरू करावा. एनिमा उपवासाच्या दिवसांमध्ये जरूर घेतला पाहिजे. एनिमा घेतल्यानंतर जर आतड्यात दुखले तर एनिमा घेणे बंद करावे. दुखणे कमी झाल्यावर पुन्हा एनिमा घेतल्यास चालतो. एनिमा घेताना जेवढा वेळ शौच थांबवता येईल तेवढे थांबले पाहिजे.

रक्तदाब असलेले रुग्ण सोडून अन्य कोणीही एनिमा घेताना उशी न घेता पाठीवर झोपून एनिमा घ्यावा. गुडघ्यांवर बसून एनिमा घेतल्यास अधिक फायदेशीर ठरतो. एनिमा उपवासाच्या काळात घेतल्यास जास्त सुरक्षित असतो. एनिमा पूर्ण घेऊन झाल्यावर झोपल्या झोपल्याच शरीराची इकडून तिकडे हालचाल करावी.

एनिमा कधी घ्यावा – जेव्हा शौचास साफ होत नाही किंवा तुम्ही किडनी, रक्तकॅन्सर यासारख्या रोगांनी पिडीत असाल तर एनिमा घेण्यासाठीचा दिवस निश्चित करावा. रात्री झोपण्यापूर्वी एनिमा घेणे खूपच लाभदायक ठरते.

आवश्यक सूचना – ताप, खोकला, पडसं, जुलाब किंवा इतर दुखणे, गॅस इत्यादी आजारांमध्ये एनिमा घेतल्यास चटकन लाभ मिळतो. एनिमा घेतल्यानंतर कमीत कमी एक तास काहीही खाऊ नये. एनिमा घेतल्यानंतर आवश्यकतेनुसार गरम पाण्यात लिंबाचा रस, भाज्यांचा, फळांचा रस घेतल्यास चालतो. निरोगी लोकांनी आठवड्यातून एकदा एनिमा घ्यावा. यामुळे ते आजारी पडणार नाहीत. जर कुटुंबातील सगळ्या सदस्यांनी आजारी किंवा निरोगी, स्त्री किंवा पुरुष कोणीही नियमानुसार एनिमा घेतला आणि सकाळ, संध्याकाळ स्वमूत्रपान केले तर ते नेहमीसाठी निरोगी, आरोग्यसंपन्न राहतील.

शंका समाधान – एनिमाबद्दल अनेक गैरसमज पसरलेले आहेत, उदाहरणार्थ, जर सतत एनिमा घेतला तर त्याची सवय होते. पण हे पूर्णत: चुकीचे आहे. वाचकांनी अशा गोष्टींवर विश्वास ठेवू नये. आपल्या कुटुंबासाठी एनिमा हे एक वरदान आहे असे समजावे आणि याचा उपयोग करून घेऊन फायदा घेत राहावा.

एनिमा यंत्र कुठे मिळेल? – स्थानिक योग केंद्र किंवा वैद्यकीय उपकरण विकणाऱ्या दुकानात हे यंत्र अगदी सहजतेने उपलब्ध असते. औषधांच्या दुकानातही एनिमा पात्र मिळते.

भाग १२

डोळे आणि कान शिवाम्बू योगदान

आंतरिक प्रयोग - ५

डॉक्टरांना भेटल्यानंतर प्रत्येक रुग्णाला थोडेसे तरी बरे वाटले पाहिजे; भले मग आजार कोणताही असो.

डोळे म्हणजे मानवी शरीराच्या खिडक्याच असतात, उघडले की मन बाहेर पळते आणि बंद करताच आत येते. डोळ्यांमुळे मानवी शरीर सुंदर दिसते. निसर्गाचे सौंदर्य पाहणे, अनुभवणे डोळ्यांमुळेच शक्य आहे. मनुष्य डोळ्यांमार्फत शरीर आणि मनाच्या साहाय्याने बाहेरच्या जगातील सगळी माहिती प्राप्त करतो. नैसर्गिक जीवन जगत असताना नियमितपणे ताजे शिवाम्बू प्राशन केल्यास डोळे, कान निरोगी राहण्यास मदत मिळते.

दररोज ताज्या शिवाम्बूचा डोळे धुण्यासाठी वापर केल्यास डोळ्यांचे सगळे विकार बरे होतात. औषधांच्या दुकानात डोळे धुण्यासाठी 'आयवॉश कप' मिळतो. त्याच्या सहाय्याने डोळे धुतल्यास डोळे निरोगी राहतात, डोळ्यांची चमक, दृष्टी वाढते.

आजच्या काळात डोळ्यांच्या समस्या वाढलेल्या आहेत. धावपळीचे आयुष्य, कामाचे ओझे, तणाव आणि इतर बऱ्याच कारणांचा परिणाम डोळ्यांवर होतो. त्यामुळे जवळचे किंवा दूरचे नीट न दिसणे, त्यासाठी चष्मा किंवा लेन्स लावणे ही सामान्य समस्या झालेली आहे. खूप लोकांना लहानपणापासूनच या समस्यांना सामोरे जावे

लागते. साधारणपणे डोळ्यांच्या गोलाईचा एक विशिष्ट आकार, माप आणि आतील घटकांचे एक प्रमाण असते. जेव्हा हे संतुलन बिघडते तेव्हा डोळ्याच्या दृष्टीमध्ये बिघाड होण्यास सुरुवात होते, जी आपण चश्मा लावून दुरुस्त करण्याचा प्रयत्न करतो. डोळ्यांच्या आरोग्यासाठी आतील आणि बाहेरील सूक्ष्म स्नायूंची भूमिका महत्त्वाची असते.

योगशास्त्रात डोळ्यांच्या आरोग्यासाठी काही व्यायाम प्रकार सांगितलेले आहेत. उदाहरणार्थ, डोळ्यांची बुबुळं वर खाली, उजवीकडे डावीकडे व गोलाकार फिरवणे. हे व्यायाम चांगल्या प्रकारे विकसित केलेले आहेत. डोळे तेज:पुंज करण्यासाठी त्राटकविधी सांगितलेला आहे, ज्यात ज्योती त्राटक, बिंदू त्राटक, जर्तु त्राटक इत्यादी प्रकार प्रसिद्ध आहेत. त्राटकामुळे मनाची एकाग्रता आणि स्मरणशक्ती वाढते. डोळ्यांचे व्यायाम आणि त्राटक केल्यानंतर ताज्या शिवाम्बूने डोळे धुतल्यास दृष्टी सुधारते आणि डोळ्यांचे सगळे विकार कमी होण्यास मदत होते.

काचबिंदू, मोतीबिंदू (ग्लुकोना) सारख्या डोळ्यांच्या विकारांसाठी शिवाम्बू फायदेशीर ठरले आहे. शिवाम्बूने नियमित डोळे धुतल्यास डोळे स्वच्छ होतात, पोषण मिळते, आराम मिळतो. डोळ्यांचे स्नायू मजबूत होतात आणि डोळ्यांच्या आतला दाब संतुलित राहतो.

कानासाठी शिवाम्बूचा वापर – ताजे शिवाम्बू कानात टाकल्याने अनेक समस्या दूर होतात. कधीही कोणत्याही कानाच्या समस्येसाठी शिवाम्बूचा वापर फायदेशीर ठरतो. शिवाम्बूचे तीन चार थेंब दिवसातून दोन वेळा कानात टाकल्याने कानाचे सगळे विकार बरे होतात. कानदुखी असेल तर शिवाम्बू कोमट करून कानात टाकल्यास दुखणे थांबते. शिवाम्बू कानात टाकल्यानंतर अर्ध्या तासाने दोन्ही कान कापसाने आतून कोरडे करण्याची आणि आत ओलसरपणा न राहू देण्याची खबरदारी घ्यावी.

भाग १३

शिवाम्बूच्या पट्ट्या युरीन पॅक्स
बाह्यप्रयोग - १

प्रत्येक मनुष्य स्वतःच्या शरीररूपी मंदिराचा निर्माता आहे.

शरीरावर कुठेही जखम असेल, आत कुठेही गाठ असेल तर त्यावर ताज्या शिवाम्बूच्या पट्ट्या ठेवल्याने हे त्रास कमी होतात. इंग्लंडच्या डॉ. जॉन डब्ल्यू. आर्मस्ट्राँग यांनी अनेक आजारांवर युरीन पट्ट्यांचा वापर केलेला आहे. त्यांच्या 'द वॉटर ऑफ लाइफ' नावाच्या पुस्तकात बऱ्याच ठिकाणी या पद्धतीचा उल्लेख केलेला आहे.

शिवाम्बू पट्टी – जुन्या शिवाम्बूत भिजवलेल्या सुती कापडाच्या पट्ट्या सांध्यावर ठेवल्यास सांधेदुखी, सूज जाण्यास मदत होते. या पट्ट्या दर तासाला बदलाव्यात. यामुळे हाडी ताप आणि दुखणे कमी होते.

शरीराच्या कोणत्याही भागाला जखम झाली असेल किंवा फोड आला असेल तर त्याला मालिश करता येत नाही. त्यावर ताज्या शिवाम्बूच्या पट्ट्या ठेवाव्यात किंवा जखमेवर सतत शिवाम्बू टाकत रहावे.

- शिवाम्बूत पट्टी भिजवून जखमेवर ठेवावी. यासाठी सुती किंवा खादीची पट्टी वापरावी.
- सांधेदुखीसाठी शिवाम्बूपट्टी वापरणे चांगला परिणाम करते.
- शिवाम्बूत भिजवलेल्या पट्टीवर गरम कापड ठेवून त्यावर उन्हात वाळलेले कोरडे कापड बांधावे.
- फोड, पुरळ, जखम इत्यादीसाठी जुने शिवाम्बू उकळून, त्यात पट्टी भिजवून लावावी. (प्रमाण - १ ग्लास शिवाम्बू उकळून अर्धा ग्लास करावे.)
- मूळव्याधीसाठी शिवाम्बूच्या पट्टीचा उपयोग होतो.
- पट्टी बदलताना चांगली पिळून घ्यावी. परत शिवाम्बूत पट्टी भिजवून पुन्हा ठेवावी.
- सूज, अल्सर किंवा भाजल्यामुळे झालेल्या जखमेवर आणि तापातही शिवाम्बूच्या पट्ट्या लाभदायक ठरतात.

गरम मातीच्या पट्ट्या – रात्री झोपताना गरम मातीच्या पट्ट्या सांध्यांवर बांधून त्यावर गरम कापड बांधावे. सकाळी काढून घ्यावे. यामुळे सांध्यांची सूज कमी होते. निसर्गातील पंचमहाभुतांमध्ये पृथ्वी तत्त्वाचे संतुलन मातीमुळे होते.

भाग १४

शिवाम्बू लेपन

बाह्यप्रयोग - २

चंचल मन रोगी मन, मंद मन स्वस्थ मन, स्थिर मन दैवी मन.

जगात प्रत्येकाला आपण सुंदर दिसावे असे वाटते. पण मनुष्याचे बाह्य सौंदर्य, आंतरिक स्वास्थ्यावर अवलंबून असते. नियमित ताजे शिवाम्बू प्यायल्याने आणि शिवाम्बू लेपन केल्याने त्वचेवरील डाग व जखमा पूर्णपणे जातात. नियमित शिवाम्बू लेपन केल्याने त्वचेवरील कोणत्याही जखमेमुळे झालेले डाग आपोआप कमी होतात.

त्वचेचे सौंदर्य वाढवण्यासाठी स्त्रिया अनेक प्रकारची सौंदर्य प्रसाधने वापरतात परंतु आश्चर्याची गोष्ट म्हणजे बऱ्याचशा सौंदर्य प्रसाधनांमध्ये युरियाचा वापर केलेला असतो, कारण युरियामुळे त्वचेचा कोरडेपणा दूर होतो.

'नियमित शिवाम्बू लेपन केल्याने त्वचा चमकते, तेज:पुंज आणि कांतीमय दिसते' असा हजारो लोकांचा अनुभव आहे.

भाग १५

शिवाम्बू मसाज - महत्त्व
बाह्यप्रयोग - ३

श्रेष्ठ डॉक्टर रोग होण्यापासून थांबवतो,
सामान्य डॉक्टर होणाऱ्या रोगावर उपचार करतो आणि
सजग नसलेला डॉक्टर झालेल्या रोगावर उपचार करतो.

शिवाम्बू मसाज ही बाह्यप्रयोगातील एक महत्त्वाची उपचार पद्धत आहे. यात जुन्या साठवून ठेवलेल्या शिवाम्बूचा वापर केला जातो. दिवसभर कधीही झालेल्या शिवाम्बूला काचेच्या बाटलीत भरून ८-१० दिवस उन्हात ठेवावे, म्हणजे मालिश करण्यासाठी हे शिवाम्बू योग्य होते. ८-१० दिवस उन्हात ठेवल्याने शिवाम्बूचा रंग काळा किंवा तपकिरी होतो. ताज्या शिवाम्बूतील युरियाच्या काही अंशाचे ८ दिवसात उन्हात राहिल्याने अमोनियात रूपांतर होते. याने संपूर्ण शरीराला डोक्यापासून पायापर्यंत हृदयाच्या दिशेने मालिश करावी.

नियमितपणे शिवाम्बूने मालिश केल्याने वृद्धापकाळातही शरीरावर सुरकुत्या पडत नाहीत. या मालिशमुळे रक्तप्रवाहात सुधारणा होते. यकृताची (लिव्हर) कार्यक्षमता वाढल्याने रक्तशुद्धी होते. शरीराचे सगळे अवयव शुद्ध होतात आणि स्नायूंची ताकद वाढते. त्वचेला पोषकद्रव्य मिळाल्याने त्यावर एक प्रकारची चकाकी येते. याप्रमाणे दररोज शिवाम्बू मालिश केल्याने आजारातून मुक्ती मिळवणे सहज शक्य आहे.

शरीरावरची सूज, जखम आणि भाजलेली त्वचा सोडून इतर आजारांवरील

उपचारांची सुरुवात शिवाम्बू मालिशने करण्यास हरकत नाही. मालिश करण्यासाठी आठ दहा दिवस जुने शिवाम्बू जास्त फायदेशीर असते. शिळे झाल्यावर त्यातील अमोनिया द्रव्य वाढते. अमोनियामुळे शिवाम्बू त्वचेमार्फत लाखो छिद्रांतून लगेच शरीरात प्रवेश करते. म्हणूनच हे जास्त परिणामकारक आहे. शरीराच्या एक घनफूट भागात जवळ जवळ दहा लाख छिद्रे असतात आणि शरीरात साडेतीन कोटींपेक्षा जास्त केसकोष असतात.

शिवाम्बू शिळे (जुन) करण्याची पद्धत पुढीलप्रमाणे –

- प्रत्येकाला दररोज मसाजसाठी २५० मि.ली. शिवाम्बूची गरज असते.
- सात दिवसांचे शिवाम्बू मोठ्या सात बाटल्यांमध्ये क्रमाने भरून ठेवावे.
- बाटल्यांचे झाकण घट्ट बंद करावे. बाहेरील कोणत्याही गोष्टीच्या संपर्कात शिवाम्बू येऊ देऊ नये.
- मानवी मूत्र किटाणूरहित असल्याने त्याला कोणतीही कीड लागत नाही.
- दररोजची बाटली क्रमाने ठेवावी. एखादी बाटली रिकामी झाल्यास लगेच त्याच दिवशी ती भरून ठेवावी.
- उन्हात बाटली आडवी करून ठेवावी. ८-१० दिवस उन्हात ठेवून शिळे झालेले शिवाम्बू जास्त प्रभावशाली असते.
- शिळे शिवाम्बू उपलब्ध नसेल तर ताजे शिवाम्बू गरम करून तीनपट कमी होईपर्यंत उकळावे. पण उकळलेल्या शिवाम्बूपेक्षा शिळे शिवाम्बू जास्त परिणाम कारक असते. थंडीच्या दिवसात आणि रुग्णाच्या प्रकृतीनुसार मालिश करताना शिवाम्बू गरम करून घेतल्यास चालते.

शिवाम्बू मसाज प्रक्रियेचा क्रम खालीलप्रमाणे –

- शिळे शिवाम्बू एका भांड्यात घेऊन त्यात दोन चमचे मोहरीचे किंवा तिळाचे तेल चांगले मिसळावे. डोक्यापासून पायापर्यंत हृदयाच्या दिशेने मालिश करावे.
- मसाज हळूहळू करावा. रुग्णाला त्रास होणार नाही याची काळजी घ्यावी. हात वर खाली करावेत. कोणत्या अवयवाला किती मालिश करावी हे गरजेनुसार ठरवावे.

- मालिशसाठी स्वत:चे शिवाम्बू पाहिजे. त्या मात्रेत जर उपलब्ध नसेल तर आपल्यासारखाच आहार घेणाऱ्या निरोगी व्यक्तीचे शिवाम्बू घेण्यास हरकत नाही.

- कोणत्याही आजारात शिवाम्बू मालिशने सुरुवात केली तर पहिल्या आठवड्यातच फायदा मिळायला सुरुवात होते.

- काही रुग्णांमध्ये चार पाच दिवस मालिश केल्यानंतर शरीरावर लाल किंवा पांढरे पुरळ येतात तर काहींना पुरळावर खाज सुटते. खाजवल्यास पुरळ वाढते. पण यात घाबरण्यासारखे काही नाही. यावर बाहेरून कोणतीही मालिश करू नये. या पुरळांद्वारे शरीरातील छोटे छोटे विषारी द्रव्य बाहेर पडतात.

शिवाम्बू जेवढे जुने तेवढे क्षारयुक्त असते. कारण शिवाम्बूतील युरियाचे अमोनियात रूपांतर होते. म्हणून जुन्या शिवाम्बूचा वास उग्र येतो. शिवाम्बू जुने होते वेळी त्यात बॅक्टेरीयल फरमन्टेशन होते म्हणून क्लिनिंग एजंटच्या रूपात त्याची तीव्रता वाढते. युरिक ॲसिडचे रूपांतर अलेनटोनमध्ये होते, खाज येणे यासारखे सामान्य रोग १०-१५ दिवस मालिश केल्याने जातात. पण गंभीर आणि जुन्या आजारात शिवाम्बू आणि शुद्ध स्वच्छ पाणी पिऊन उपवास केला पाहिजे. मालिश केल्यानंतर अर्ध्या ते एक तासाने थंड किंवा कोमट पाण्याने आंघोळ करावी. आंघोळीसाठी कोणताही साबण वापरू नये. मालिश केल्यानंतर उन्हात झोपून सूर्यस्नान घेतल्यास चालते.

शिवाम्बू मालिशचे फायदे –

- रक्ताभिसरण वाढते.
- यकृत शुद्ध होऊन रक्तशुद्धी होते.
- शरीराचे सगळे अवयव पुष्ट बनतात.
- स्नायू बलवान होतात. पोषणामुळे त्वचा तेजस्वी, स्निग्ध आणि सुरकुत्या विरहित होते.
- ज्ञानतंतुंना शक्ती आणि स्फूर्ती मिळते.
- पायांच्या फुगलेल्या नसा बऱ्या होतात.
- लहान मुलांचे आरोग्य चांगले राहते.

- पेशींच्या विकृती जातात.
- वात, पित्त, कफ रूपातील मळ त्वचेद्वारे शरीरातून बाहेर फेकला जातो.
- आजारात उपवासाच्यावेळी मालिश करणे अनिवार्य आहे. यावेळी शरीराला पोषण मिळते. हृदय आणि मूत्रपिंडावर दाब पडत नाही. यामुळे उपवास करण्यास सोपे जाते.

शिवाम्बू मालीशमुळे होणाऱ्या प्रतिक्रिया

शिवाम्बू मालिशमुळे शरीरावर पुढील प्रतिक्रिया होऊ शकतात. उदाहरणार्थ, खाज, पुरळ, उलटी, जुलाब, ताप, सर्दी, कफ यापैकी काहीही होऊ शकते. पण अशा प्रतिक्रिया प्रत्येकालाच अनुभवास येतील असेही नाही. या प्रतिक्रिया शरीरात जमलेले विषारी तत्त्व बाहेर काढण्यासाठी होतात. म्हणून घाबरण्याचे काहीही कारण नाही. दोनचार दिवसांतच हे आपोआप बरे होते. या दरम्यान मालिश चालू ठेवायला हवी. फक्त फोड, पुरळ, जखम यावर मालिश करू नये. शिवाम्बूत भिजवलेल्या कापडाच्या पट्ट्या यावर ठेवाव्या. बरे झाल्यावर या ठिकाणी मालीश करावी. मालिश सुरू करण्यापूर्वी एखाद्या तज्ज्ञ मार्गदर्शकाचे मार्गदर्शन घेणे इष्ट होईल.

सूर्यस्नान आणि शिवाम्बू मालीश

सूर्यापासूनच पृथ्वीची उत्पत्ती झालेली आहे आणि आपण सगळे पृथ्वीपासून तयार झालेलो आहोत. सूर्य आपले उगम स्थान आहे. आपल्या शरीरातील अग्नितत्व संतुलित राहण्यासाठी सकाळच्या उन्हात डोक्यावर कापड बांधून झोपून सूर्यस्नान घ्यावे. यानंतर ८-१० दिवस उन्हात ठेवलेल्या शिवांम्बूने संपूर्ण शरीराला मालिश करावे.

प्रत्येक रोगावर फक्त निसर्गच उपचार करू शकतो. डॉक्टर तर फक्त रुग्णांना आरोग्याच्या वाटेवर पुन्हा एकदा चालण्याच्या मार्गाने घेऊन जाऊ शकतात. निसर्गच सृजन करू शकते आणि उपचारसुद्धा सृजनच आहे.

खंड ३ वेगवेगळ्या आजारात यु.एफ.टी.ची उपयोगिता

भाग १६

रेबिस आणि पोलिओ

गुणकारी युरिया

सन १९३६ मध्ये डॉ. इक्टॉन मॅक्के आणि डॉ. चार्ल्स स्यारॉईडर नावाच्या दोन वैज्ञानिकांनी रोग निर्माण करणाऱ्या तत्त्वांच्या संसर्गाने होणाऱ्या आजारात युरियाच्या गुणकारी तत्त्वांसंबंधी शोध लावला. तो पुढे 'प्रोसेडिंग्ज ऑफ अमेरिकन सोसायटी ऑफ एक्सपेरीमेंटल बायोलॉजी' मासिकात प्रसिद्ध झाला.

रोग निर्माण करणाऱ्या तत्त्वांमुळे होणारा संसर्ग बराच घातक असतो. म्हणून विषाणू नष्ट करणाऱ्या युरियाच्या क्षमतेचा हा रिपोर्ट महत्त्वपूर्ण मानला जातो. कारण हा रिपोर्ट प्रसिद्ध होऊन साठ वर्षे पूर्ण झाल्यावरसुद्धा मेडिकल सायन्सकडे वायरल इन्फेक्शन (विषाणुयुक्त आजार) साठी कोणतेही प्रभावी उपचार उपलब्ध नाहीत.

डॉ. मक्के आणि स्यारॉईडर यांनी अनेक प्रयोग केल्यानंतर पोलिओ, रेबिज आणि युरियाच्या संपृक्त द्रावणाचे (सॅच्युरेशन) अनेक प्रयोग केल्यानंतर आपल्या रिपोर्टमध्ये सांगितले की, युरिया लिक्वीडमध्ये प्रोटीन्स शोषण्याची विशिष्ट क्षमता असते.

या विषाणुंना युरिया अशक्त बनवतो. त्याचबरोबर पूर्णपणे नष्ट करण्याचे कामही

करतो. तसे पाहिल्यास युरिया या विषाणूंना मारणाऱ्या औषधांसारखे प्रोटोप्लाजमिक विष नसूनसुद्धा चमत्कारिक रीतीने रेबिज आणि पोलिओच्या विषाणूंना नष्ट करते. युरिया हा न्युट्रल (तटस्थ, उदासीन) इनएक्टिव (प्रभावहीन) आणि अल्कली (क्षार, खार) गुणधर्माचा पदार्थ प्रोटीन्सने बनलेल्या वायरस (विषाणूला)ला नष्ट करतो हे सत्य आहे.

आज आपल्यासमोर एच.आय.व्ही.सारख्या विषाणूंचे संकट उभे आहे. त्यामुळे हा रिपोर्ट आजही तेवढाच महत्त्वपूर्ण आहे. युरियाचे संपृक्त द्रावण (सॅच्युरेशन) तोंडाद्वारे शरीरात गेल्यानंतर कोणताही अपायकारक परिणाम झाला नाही तर उलट विषाणू नष्ट झाले. मानवी मूत्रामध्ये युरियाबरोबरच अनेक रोगप्रतिकारक ॲन्टीबॉडीज आणि रोगप्रतिरोधक शक्तीला मदत करणारे घटक उपस्थित असतात.

एच.आय.व्ही. वर काम करणारा कोणताही मनुष्य आज या महत्त्वपूर्ण रिपोर्टकडे दुर्लक्ष करू शकत नाही. ए.झेड.टी.सारख्या एड्स ट्रिटमेंटची घातकता आणि अकार्यक्षमता पाहिल्यास या सगळ्या तथ्यांकडे कानाडोळा करणे म्हणजे बालिशपणाचे होईल. खाली दिलेल्या गोष्टींसाठी सहा महिन्याच्या काळात युरिया पावडरच्या उपचार पद्धतीमुळे झालेले परिणाम पुढीलप्रमाणे आहेत :

१) एब्सेस होणे (वरच्यावर आणि आतून होणाऱ्या गाठी)
२) लहान मोठ्या घावाने झालेली जखम
३) इन्फेक्टेट हेमाटोमा (रक्तात जमलेल्या गाठी आणि जखमा)
४) सेल्युलायटिस (त्वचेच्या आत प्रवेश केलेली जखम)
५) दुसऱ्या, तिसऱ्या आणि चौथ्या डिग्रीची भाजलेली सेप्टीक जखम
६) वेरीकोज अल्सर
७) अपघातात झालेल्या स्नायूंच्या जखमा

जे रुग्ण ॲन्टीसेप्टीक औषधं घेऊनसुद्धा बरे झालेले नाहीत ते युरियाच्या उपयोगानंतर लवकरच बरे होताना दिसतात.

युरियाच्या उपचाराने विषारी परिणाम, कोणतीही ॲलर्जी किंवा रिॲक्शन, त्वचेवर कोणत्या प्रकारची रॅश (व्रण) झालेले दिसत नाही.

युरिया उपचाराचे फायदे –

१) ही उपचारापद्धत अतिशय सोपी आणि स्वस्त असल्याने कोणत्याही आर्थिक स्तरातील लोक याचा फायदा घेऊ शकतात.

२) याचा कोणताही दुष्परिणाम नाही.

३) जखमेतून येणारी दुर्गंधी बंद होते.

४) याच्यामुळे जखमेतील मृत पेशी आणि इतर घाण स्वच्छ होते, जखम बरी होण्यास मदत मिळते.

५) जखमेला होणाऱ्या सगळ्या संसर्गाचा नाश करते.

६) जखमेचे रक्ताभिसरण (ब्लड सरक्युलेशन) क्रिया नीट करते, ज्यामुळे नवीन पेशी निर्माण होण्याची शक्यता बळावते.

७) नवनिर्मित पेशींवर याचा कोणताही दुष्परिणाम होत नाही. इतर ॲन्टीसेप्टीक औषधांप्रमाणे हे शरीरातील रोगप्रतिकारक व्यवस्थेचा भाग असलेले ल्युकोसायटीक बॅरीअर नष्ट करत नाही.

८) युरिया उपचार जिथे अन्य कुठलेही उपचार निष्फळ ठरले आहेत अशा ठिकाणी सफल झालेले आहेत.

भाग १७

पेप्टिक अल्सर

शिवाम्बू अर्क प्रयोग

रोगाचा उपचार डॉक्टर किंवा औषध करत नाही, शरीर स्वत: करते.

डॉ. डेव्हीड सॅन्डविस आणि त्यांच्या सहकाऱ्यांनी मिळून अल्सरवर मूत्राच्या अर्काचा उपयोग करून उपचार केले. या संशोधनासाठी त्यांना बऱ्याच फार्मास्युटिकल कंपन्यांकडून आर्थिक मदत मिळाली. त्यांनी मूत्र अर्क गर्भवती स्त्रिया आणि सर्वसामान्य निरोगी लोकांच्या मूत्रापासून बनवले होते. या अर्काचा छोट्या आतड्यांसाठी आणि जठराच्या अल्सरसाठी सलाइन आणि इंजेक्शनद्वारा उपयोग केल्यावर अल्सर वेगात नाहीसा झाला. सगळ्यात आधी या अर्काचा प्रयोग त्यांनी प्राण्यांच्या जठरात झालेल्या अल्सरसाठी केला. या सगळ्या प्रयोगानंतर खालीलप्रमाणे निष्कर्ष निघाले :

- मूत्रात युरोगॅस्ट्रॉन नामक एक घटक असतो, जो जठरातील अतिरिक्त स्रवलेल्या आम्लाचे प्रमाण कमी करतो, जठरातील श्लेष्मल अंतरत्वचेचे संरक्षण करतो.
- जुन्या अल्सरमध्ये नवीन पेशी आणि सूक्ष्म रक्तवाहिन्या निर्माण होण्यासाठी हे प्रेरणादायी आहे, याचा शोध मूत्रअर्काचा उपचार केल्या नंतर लागला. यामुळे अल्सर वेगात संपुष्टात येतो.

या रिपोर्टमध्ये गर्भवती स्त्रियांच्या मूत्रातील अर्काबद्दल माहिती मिळते. याला अॅन्ट्यूट्रिन (antuitrins) या नावाने ओळखले जाते. अल्सरसाठी याचे सकारात्मक आणि प्रभावी परिणाम दिसले आहेत. या रिपोर्टमध्ये सन १९४१च्या पूर्वी १३ अन्य एक्स्ट्रॅक्टर वर झालेल्या संशोधनात्मक अभ्यासाचे उल्लेख आणि संदर्भ मिळाले आहेत.

मानवी मूत्रात आढळणाऱ्या काही घटकांचे औषधी गुणधर्म – ३

युरियाफील	हे एक डायुरेटिक मूत्रल औषध आहे.
युरिक अॅसिड	मानव मूत्रातील प्रमुख घटक, सगळ्या संसर्गजन्य जीवाणूंचा नाश करणारे प्रतिजैविक घटक.
युरिया	मानवमुत्रातील प्रमुख घटक. सगळ्या संसर्गजन्य जीवाणूंचा नाश करणारे प्रतिजैविक घटक.
मूत्रात सापडणारा नायट्रेट	त्वचा मुलायम बनवणारा घटक, त्वचेच्या फंगल इन्फेक्शनवर उपयुक्त घटक
कॉर्टिसोन	त्वचारोग, अॅलर्ज, सूज कमी करण्यास मदत करणारा घटक
मॅलोटोनिन	ताण कमी करणारा, हृदयविकाराची शक्यता कमी करणारा आणि शरीरातील स्फुर्ती वाढवणारा घटक.
युरोकायनेज	रक्तवाहिन्यांमधील अडथळे दूर करतो. रक्तसंचारात सुधारणा करतो. हृदयविकार कमी करण्यास मदत करणारा घटक.
इपिलिथियल ग्रोथ फॅक्टर	जखमी झालेल्या त्वचापेशी आणि शरीरातील इतर अवयव बरे करण्यात मदत करणारा घटक.

भाग १८

दात-हिरड्या, तोंडाच्या समस्या
यु.एफ.टी.चा प्रभावी उपचार

रोगमुक्त होण्याची एखाद्या मनुष्यामध्ये इच्छाशक्ती निर्माण करणे ही चिकित्सेची सर्वोच्च कला आहे.

पचनसंस्थेचे प्रवेशद्वार म्हणजे आपले तोंड. योग-आयुर्वेदानुसार पचनसंस्था ही आरोग्याचे केंद्र आहे म्हणून तोंड हे पचनसंस्थेचा आरसा आहे.

दात हलणे, दातदुखी, हिरड्या सडणे, सुजणे, पू होणे आणि या रोगांमुळे तोंडाला दुर्गंध येणे. ही सगळी दुखणी आपल्या चुकीच्या खाण्यापिण्याच्या सवयी किंवा तोंडाची अस्वच्छता या कारणांमुळे सुरू होतात. यासाठी दिवसातून दोन वेळा ताजे शिवाम्बू प्यावे. दिवसांतून तीन चार वेळा तोंडात शिवाम्बू घेऊन हाताच्या बोटांनी हिरड्यांना मालिश करावी. यामुळे खूपच फायदा झालेला दिसतो.

बऱ्याच लोकांना तोंडाची दुर्गंधी येण्याचा त्रास होतो. तसे पाहता तोंडापासून ते गुद्द्वारापर्यंत पचनसंस्था ही एक लांबलचक नलिका आहे. यात कुठेही कोणतीही निर्माण झालेली समस्या दुर्गंधीच्या रूपाने तोंडातून बाहेर येते. अन्नाचे नीट पचन न झाल्यामुळे पित्त, गॅस, ढेकर येणे यासारख्या समस्या निर्माण होतात. ज्यामुळे तोंडाचा घाण वास येतो. याशिवाय कमी पाणी पिणे हेही एक कारण असू शकते.

सकाळी शिवाम्बू प्यायल्यानंतर पंधरावीस मिनिटांनी दीड ते दोन लीटर कोमट

पाणी प्यायल्याने हा त्रास बऱ्याच प्रमाणात कमी होण्यास मदत मिळते. आठवड्यातून एक दिवस उपवास ठेवून त्यादिवशी भरपूर प्रमाणात पाणी पिणे आणि दिवसभर होणारे शिवाम्बू पिणे उपयुक्त ठरते. याव्यतिरिक्त त्यादिवशी ताजे गोमूत्र १०० ते २०० मि.ली. मात्रेत प्यायल्याने पचनसंस्थेची चांगल्यारितीने शुद्धी होते.

बऱ्याच लोकांना तोंड येण्याचा त्रास असतो. मानसिक ताण, बद्धकोष्ठ, पित्त आणि खाण्यापिण्यात नैसर्गिक जीवनसत्त्वांची कमतरता या सगळ्या कारणांनी शरीरात उष्णता वाढते. तोंड येणे याचेच एक लक्षण आहे. आहारात नैसर्गिक पौष्टिकता, नियमित शिवाम्बू सेवन, नियमित जीवनमान आणि चांगली, पुरेशी झोप घेणे हा या समस्येसाठीचा तोडगा आहे. तोंड आल्यानंतर दिवसातून ३-४ वेळा ताज्या शिवाम्बूने गुळण्या केल्याने बराच आराम मिळतो.

मानवी मूत्रात आढळणाऱ्या काही घटकांचे औषधी गुणधर्म - ४

कॉलोनी स्टिम्यूलेटिंग फॅक्टर (एल.एस.एफ.)	नवीन पेशींच्या निर्मितीस सहाय्यक घटक
ग्रोथ हार्मोन्स (जी.एच.)	शरीरातील प्रोटीन्सचे संतुलन, कार्टिलेजची वृद्धी आणि चरबीचे संतुलन करणारा घटक.
इरिथ्रोपॉटिन	लाल रक्तपेशींची संख्या वाढवण्यास मदत करणारा घटक
गोनेडोट्रोफिन	मासिक पाळी नियमित करतो. शुक्राणू वाढवण्यास मदत करतो.
कॅलीक्रीन	हातापायाच्या रक्तवाहिन्या सक्रीय करून रक्तदाब कमी करणारा महत्त्वपूर्ण घटक.
ट्रिप्सीन इन्हिबीटर	ग्लुकोज गाठ होण्यास अटकाव करतो.
एलन्टीन	जखम आणि गाठ (ट्युमर) बरा करतो.
थायरोट्रोपीन (टी.एस.एच.)	थायरॉईड ग्रंथींना उत्तेजीत करून शरीरातील ऊर्जेचे संतुलन राखणारा घटक

भाग १९

पचनसंस्था आणि आम्लपित्त

आम्लपित्तासाठी यु.एफ.टी.

निसर्गात बक्षीस नसते, दंडही नसतो - फक्त परिणाम असतात.

दोषानुसार आम्लपित्ताचे प्रकार

वातप्रधान आम्लपित्त – कश्यपमुनींच्या म्हणण्यानुसार वात(वायू) संतुलन बिघडल्यामुळे चक्कर येणे, भ्रम, शरीर सैल वाटणे, कारण नसताना शहारे येणे आणि अंधारी येणे, अंधुक दिसणे यासारखी लक्षणे दिसतात.

कफप्रधान आम्लपित्त – कफप्रधान आम्लपित्तात शरीर जड वाटणे, खाण्यात रस न वाटणे, गळाल्यासारखे वाटणे, ग्लानी येणे, उलटीची भावना होणे, सर्दी, मानसिक ताण, तोंडात कफ येणे, अग्निमांद्य (असंतुलित भूक), खाज येणे, झोप येणे इ. लक्षणे दिसतात.

पित्तप्रधान आम्लपित्त – पित्तप्रधान आम्लपित्तात भ्रम होणे, तोंड कडू पडणे, छातीत आणि घशात तीव्र जळजळ होणे इत्यादी लक्षणे दिसतात.

आम्लपित्त रोगाची चिकित्सा

कोणत्याही रोगाची तपासणी जेवढ्या लवकर केली जाईल तेवढ्या लवकर रोग बरा करण्यात यश मिळते. आम्लपित्तात मुख्यत: पित्त वाढून आम्ल तयार होऊन जुने

होते. म्हणून चिकित्सकांनी सगळ्यात आधी आम्लाच्या प्रकाराची तपासणी करून घ्यायला हवी. यात सुरुवातीला पित्तदुषीत, जास्त पित्त, कफ किंवा पित्त वाढवणाऱ्या लक्षणांना अटकाव केला पाहिजे.

आम्लपित्तात पित्ताची उत्पत्ती आमाशयात (मोठे आतडे) जास्त होते. म्हणून सर्वप्रथम वमन* (उलटी) क्रियेला महत्त्व दिले जाते. आम्लपित्त चिकित्सेत वमनक्रियेमुळे जास्त फायदा होतो. वमन केल्यानंतर विरेचन* देणे असा नियम आहे. म्हणून वमनानंतर एक कप शिवाम्बू पिणे आवश्यक आहे. शिवाम्बू विरेचनाचे काम चांगल्या प्रकारे करते.

शरीर स्वच्छ ठेवणे हे शिवाम्बूचे वैशिष्ट्य आहे. आम्लपित्तात शिवाम्बू रामबाण उपाय सिद्ध झाला आहे.

▸ आम्लपित्ताच्या रुग्णांनी आठवड्यातून तीन वेळा सकाळी उपाशी पोटी मिठाचे कोमट पाणी पिऊन वमनक्रिया केली पाहिजे.

▸ दिवसातून ३ ते ४ वेळा शिवाम्बू प्राशन करावे. दिवसभर भरपूर पाणी पित राहावे.

▸ आठवड्यातून एक दिवस पूर्ण शिवाम्बू उपवास करावा. त्यादिवशीचे सगळे शिवाम्बू प्यावे.

▸ जर बद्धकोष्ठतेचा त्रास असेल तर शिवाम्बूचा एनिमा घ्यावा.

▸ आम्लपित्ताचा त्रास जर जास्त वाढलेला असेल तर ३-४ दिवस उपवास करून ताजे शिवाम्बू प्राशन करावे.

▸ नेहमी भुकेच्या ७५ टक्के आहार घ्यावा. म्हणजे २५ टक्के उपाशी राहावे.

▸ आम्लपित्ताच्या रुग्णांनी मोकळ्या हवेत स्नान करायला हवे. प्रसिद्ध निसर्गोपचार तज्ज्ञ एडॉल्फ जस्ट यांनी शरीराला थंडगार हवा खूप आवश्यक असते असे आपल्या अनेक पुस्तकात सांगितलेले आहे.

▸ ज्याप्रकारे कार्बोरेटर, सायलेन्सर, स्पार्कप्लग स्वच्छ केल्याने गाडी खराब होणे बंद होते, त्याप्रकारे शिवाम्बू उपवास आणि शिवाम्बू पानामुळे शरीरशुद्धी झाल्याने आम्लपित्त, करपट ढेकर आणि जळजळणे कायमचे बंद होते.

वमन, विरेचन या शब्दांचे अर्थ सुरुवातीला पान नं. ४ वर दिलेले आहेत.

भाग २०

गॅसेस संबंधित आजार

पवनमुक्त आसन

ज्याने आजारी पडेपर्यंत खाल्ले आहे,
त्याने निरोगी होईपर्यंत उपवास केला पाहिजे.

आधुनिक जीवन पद्धतीत चार भिंतींच्या आड खोल्यांमध्ये तासन्‌तास एकाच जागेवर बसून बैठे काम करणाऱ्यांची संख्या वाढलेली आहे. यामुळे शारीरिक हालचाल, व्यायामाचे प्रमाण खूपच कमी झालेले आहे. याचा परिणाम म्हणजेच पचनक्रियेचे अनेक विकार. यात गॅसेस किंवा अपानवायूची (गुद्‌मार्गातून बाहेर येणारा वायू) समस्या साधारण असली तरी त्रासदायक असते.

अपानवायूचा त्रास जास्त असेल तर दूध, लॅक्टोज आणि दुग्धजन्य पदार्थ वर्ज्य करावेत. याला पर्याय दह्याचा आहे. दुधाऐवजी दही घेणे चांगले.

तुम्ही कोणताही पदार्थ खाण्याआधी त्याचे निरीक्षण करा. यामुळे काय खाल्ल्यामुळे गॅसेसचा त्रास होतो हे तुमचे तुम्हालाच लक्षात येईल.

- हिरवे मूग, मटकी इत्यादी मोड आलेले धान्य अशा प्रकारे शिजवावे, ज्यामुळे त्यातील गॅस निर्माण करणारे घटक कमी होतील.

- ज्या पदार्थांमुळे गॅसेसचा त्रास होतो, ते शिजवताना आलं-लसणाचा वापर करावा.
- अपानवायू वाढवणारे पदार्थ वर्ज्य करावेत.
- नियमित शिवाम्बूपान करावे आणि खूप पाणी प्यावे. यामुळे पोट साफ होऊन गॅसेस होत नाहीत. याशिवाय शिवाम्बू एनिमा घ्यावा.
- सकाळचे पहिले ताजे शिवाम्बू पिताना आवळा, हळद, सुंठ यांची पावडर एक चिमुटभर तोंडात टाकावी.
- आठवड्यातून एक दिवस संपूर्ण शिवाम्बू पिऊन उपवास करावा. शिळ्या शिवाम्बूने पोट, पाठ आणि सर्वांगाला मालिश करावे. जुने बद्धकोष्ठ असेल तर सकाळी एक कप ताजे गोमूत्र प्यावे. दररोज संध्याकाळी वीस मिनिटे थंड पाण्याने कटिस्नान करावे.
- दररोज दुपारचे जेवण झाल्यावर एक कप ताजे ताक, एक चमचा हिंग्वाष्टक चूर्ण टाकून प्यावे.
- जेवणानंतर एक ते अर्धा चमचा मेथीदाणे तोंडात टाकून थोडा वेळ न चावता चघळावेत, पाण्याबरोबर गिळून टाकावेत.
- नियमितपणे 'पवनमुक्तासन' करावे. आसन करण्याची कृती पुढीलप्रमाणे:

पवनमुक्तासन

पवन म्हणजे हवा आणि मुक्ती म्हणजे सोडणे, मोकळे होणे. या आसनात पोटावर दाब पडल्यामुळे पोटात अडकून राहिलेली हवा निघून जाते. म्हणून याला पवनमुक्तासन म्हणतात.

कृती –

१) जमिनीवर जाडसर सतरंजी टाकावी. त्यावर पाठीवर सरळ झोपावे.
२) श्वास घेत उजवा पाय गुडघ्यात वाकवून पोटाजवळ घ्यावा.
३) श्वास धरून ठेवून दोन्ही हाताने उजवा पाय गुडघ्याजवळ धरून पोटावर दाबावा.
४) या आसनात पोटावर दाब पडणे आवश्यक आहे.

५) या स्थितीत काही सेकंद थांबावे.

६) श्वास सोडत हळूहळू पूर्वस्थितीत परत यावे.

७) हीच क्रिया डाव्या पायाला पोटावर दाबून करावी.

८) हे आसन ३ ते ४ वेळा करावे.

फायदा –

१) या आसनामुळे पोटात साठलेला गॅस निघून जातो. पोटाचे विकार कमी होतात.

२) पचनशक्ती तीव्र होते. ज्यामुळे अन्न नीटपणे पचते आणि शरीराला ऊर्जा मिळते.

३) कमरेखालील अंगाचा संपूर्ण व्यायाम होतो. हे अंग मजबूत होण्यास मदत मिळते.

४) हातावर ताण पडल्यामुळे तेही मजबूत बनतात.

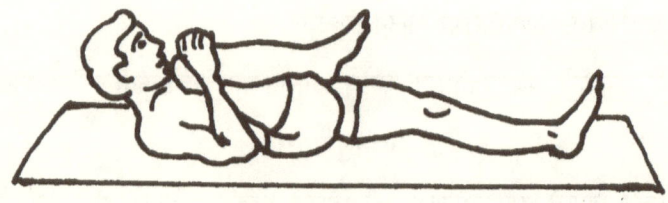

पवनमुक्तासन

भाग २१

तापात यु.एफ.टी.

काय करावे, काय करू नये

रोगाचा जनक कोणताही असो, सदोष खाणे-पिणे त्याची जननी आहे.

मनुष्याला आयुष्यात एकदा तरी तापाची ओळख होतेच. तापाला लहान-सहान आजार समजून लोक त्याच्याकडे नेहमी दुर्लक्ष करतात. कधी कधी ताप प्राणघातकसुद्धा ठरू शकतो. म्हणून त्याच्याकडे दुर्लक्ष्य करू नये.

ताप येण्याची अनेक कारणं असतात. जास्ती करून शरीरात जीव-जंतूंनी प्रवेश केल्यावर ताप येतो. यात साधारणपणे विषाणू संसर्गाने होणारा (व्हायल फिवर) ताप येतो. हा एक गंभीर आजार आहे. हा आजार किती दिवसात बरा होईल, हे सांगणे कठीण आहे. कधीकधी हा ताप ३ ते ७ दिवसांपर्यंत राहतो. तापाबरोबरच अंगदुखी, कफ, थंडी वाजणे, अशक्तपणा यांची जाणीव होते. यावर आपण नेहमी घरगुती उपचार करत राहतो. याचे कधी कधी गंभीर परिणाम होतात. आपल्या शरीराचे तापमान ३७ अंश म्हणजेच ९८.६ फॅरेनहाइट एवढे असते. यापेक्षा जास्त शरीराचे तापमान वाढले तर ताबडतोब डॉक्टरांचा सल्ला घ्यावा. कारण टायफॉइड, मलेरिया किंवा इतर कोणत्याही प्रकारचा हा ताप असू शकतो, याची लक्षणं एकसारखीच असतात.

तापात काय करावे, काय करू नये –

- घरात असलेले थर्मामीटर धुऊन, व्हॅसलीन किंवा क्रिम लावून ॲन्टीसेप्टीक मिश्रणात ठेवावा.
- सावधगिरी म्हणून रुग्णाचे कपडे, भांडे चांगल्या प्रकारे एन्टीसेप्टीकमध्ये धुऊन वापरावेत. इतर लोकांनी ते न वापरलेलेच बरे.
- लहान मुलांना ताप आल्यास विशेष लक्ष द्यावे. नाहीतर ही समस्या गंभीर रूप घेऊ शकते.
- तापामुळे रुग्ण चिडचिड करतो. अशावेळी त्याच्याशी प्रेमाने वागावे.

उपचार –

- रुग्णाला दररोज शिवाम्बू एनिमा द्यावा.
- सकाळ, संध्याकाळ जुन्या शिवाम्बूने स्पंजबाथ देऊन कपडे बदलावेत.
- उकळून गार केलेले पाणी पिण्यासाठी वापरावे. थोड्या थोड्या वेळाने एक एक घोट पाणी पिण्यास देत राहावे.
- दिवसातून चार वेळा ताजे शिवाम्बूपान करावे.
- शरीराला नैसर्गिक आणि भरपूर ताजी हवा मिळेल अशा ठिकाणी जावे.
- भूक लागल्यावर हलकाच आहार घ्यावा.
- तापात शिवाम्बूत भिजवलेल्या पट्ट्या कपाळावर ठेवाव्यात.
- अंथरुण दररोज बदलावे आणि दिवसा ते उन्हात टाकावे.

भाग २२

अर्धशिशीसाठी यु.एफ.टी.

तणाव आणि बद्धकोष्ठता यापासून बचाव

जेवण ही एक गरज आहे पण समजून-उमजून जेवणे ही एक कला आहे.

आजच्या धावपळीच्या आयुष्यामुळे वाढता मानसिक ताण डोकेदुखीच्या रूपाने समोर येतो. 'मायग्रेन' हा याच प्रकारचा डोकेदुखीचा आजार आहे. याला अर्धशिशी सुद्धा म्हणतात कारण यात डोक्याचा फक्त अर्धा भागच दुखतो.

अर्धशिशित डोक्याच्या एका बाजूच्या रक्तवाहिन्या अचानक आकुंचन पावतात आणि काही वेळानंतर त्या अचानकपणे प्रसरण पावतात. याचा परिणाम म्हणजे डोक्याला होणाऱ्या रक्तपुरवठ्यात आणि प्राणवायूच्या उपलब्धतेत गडबड होते. यात एका क्षणात रक्तपुरवठा अचानक थांबतो आणि दुसऱ्या क्षणी अचानक रक्तपुरवठा जोरात कार्यरत होतो.

रक्तपुरवठा कमी झाल्यामुळे डोळ्यांसमोर तारे चमकणे, रंगीबेरंगी रेषा, आकृत्या दिसणे, काळे दिसणे, अंधारी येणे, शरीराचा अवयव बधीर होणे, नीट न दिसणे, डोळ्यासमोर बिंदू, ठिपके दिसणे यासारखी लक्षणे पाहायला मिळतात.

अशी स्थिती पंधरा मिनिटांपासून ते एक तासापर्यंत राहू शकते. नंतर डोक्याचा

रक्तप्रवाह एकदम वाढण्यास सुरुवात होते. त्यावेळी डोक्यात कोणीतरी हातोडीने प्रहार केल्यासारखे जाणवते. ही डोकेदुखी एकदम तीव्र असते. यामुळे डोकेदुखी असताना रुग्णाचा चेहरा पिवळा पडतो आणि जीव घाबरा होतो. बऱ्याचदा उलटीसुद्धा होते.

अर्धशिशीचे (मायग्रेन) कारण आणि सावधानता

मानसिक ताण – अतिमहत्त्वाकांक्षी, आदर्शवादी किंवा संवेदनशील लोक, जे रजोगुणी असतात अशांना हा आजार साधारणपणे होतो. असे लोक काहीना काही कारणांनी ताण घेतात, हे अर्धशिशीचे एक मुख्य कारण आहे. म्हणून ताण कमी करणे आवश्यक आहे.

प्रकाशकिरण – अर्धशिशिने ग्रस्त मनुष्य प्रकाशकिरण सहन करू शकत नाही. अतितीव्र प्रकाशकिरणांपासून दूर राहिले तर अर्धशिशीमुळे येणारे झटके कमी प्रमाणात येतात. म्हणून दिवसा गडद रंगाचा चष्मा वापरावा. याशिवाय स्टीलच्या भांड्यावर पडणारे प्रकाशाचे परिवर्तन, वेल्डींग करताना चमकणाऱ्या प्रकाशाकडे पाहू नये. लिहिताना किंवा वाचताना प्रकाश परिवर्तीत होणार नाही याची काळजी घ्यावी.

व्यायाम – गरजेपेक्षा जास्त व्यायाम केल्यानेसुद्धा अर्धशिशीचा त्रास होतो. व्यायामामुळे डोक्याचा रक्तपुरवठा एकदम वाढतो. त्यामुळे खूप दमवणारे, श्वासाला त्रास होणारे कोणतेही व्यायाम करू नयेत.

सायनस आणि डोकेदुखी – या आजारात स्नायूंच्या मज्जातंतूवर खूप ताण निर्माण होतो, त्यामुळे डोकेदुखी सुरू होते. यावर वेळेत उपचार केले नाही तर या डोकेदुखीचे रूपांतर अर्धशिशित होते. म्हणून सायनस या आजारावर त्वरित यु.एफ. टी. उपचार आणि योगोपचार करावे. योगिक क्रियांमध्ये जलनेति* आणि सूत्रनेति* प्रभावशाली ठरते.

मंददृष्टी, डोळ्यांवर ताण – डोळ्यांनी नीट दिसत नसेल तर त्वरित डोळे तपासून घ्यावेत. चष्मा वापरणे, खूप वेळ वाचणे, रात्री उशिरापर्यंत टी.व्ही. पाहणे, सिनेमा पाहणे या सगळ्या गोष्टींमुळे डोळे थकतात आणि डोकेदुखी सुरू हाते. डोळ्यांचा थकवा घालवण्यासाठी डोळ्यांवर गार पाणी मारावे आणि ताज्या शिवांबुने डोळे धुवावेत.

आहार – तेलकट, मसालेदार अन्न म्हणजे अर्धशिशीला आमंत्रणच. पनीर, चॉकलेट, व्हिनेगर, रेडवाईन, चायनीज, मांसाहार, लोणचे, जॅम, चहा, कॉफी यासारखे पदार्थ हानीकारक आहेत. चहा, कॉफीत टायरामीन नावाचे रसायन तर चायनीज पदार्थांत

ग्लुटामिन नावाचे ॲसिड असते जे अर्धशीशीचे कारण ठरू शकते.

पचनक्रिया चांगली आणि सहज राहावी म्हणून हलके, कमी तेलकट पदार्थ खावेत. तेलकट पदार्थांपासून दूर राहावे आणि भूक लागल्यावरच खावे. जेवल्यानंतर लगेच आडवे होऊ नये, झोपू नये. झोपण्यापूर्वी दोन तास आधी खावे. यामुळे झोपण्याच्या वेळेपर्यंत अन्नपचन नीटपणे झालेले असते.

रक्तदाब (ब्लडप्रेशर) – रक्तदाब कमी जास्त झाल्यावरसुद्धा अर्धशिशिचा त्रास होऊ शकतो. म्हणून रक्तदाब नियंत्रित ठेवावा. रक्तदाब कमी जास्त होऊ देऊ नये.

मासिक पाळी – मासिक पाळीच्या आधी हार्मोन्स बदलामुळे अर्धशिशिचा त्रास होऊ शकतो. मासिक पाळी सुरू झाल्यावर हा त्रास लगेच थांबतो. यासाठी कोणताही ठोस उपाय उपलब्ध नाही. पण डोकेदुखी कमी करण्यासाठी प्रयत्न केला जाऊ शकतो. ज्यांना अर्धशिशिचा त्रास आहे त्या स्त्रियांनी गर्भनिरोधक गोळ्या घेऊ नयेत. या गोळ्यांमुळे हार्मोन्स असंतुलित होतात. ज्या स्त्रियांना असंतुलित मासिक पाळीचा त्रास आहे, त्यांनी थंड पाण्याने कटिस्नान करणे फायदेशीर ठरते.

बद्धकोष्ठता – पोट साफ न झाल्यामुळे अर्धशिशिचा त्रास होतो. म्हणून जेवणात दूध, मैदा, साखर, मीठ यांचा उपयोग कमीत कमी करावा.

उपचार –

- दररोज ताजे गोमूत्र प्यावे.
- रोज शिवाम्बू नेति करावी.
- दिवसभर वीस मिनिटांनी तोंड भरून पाणी प्यावे.
- दररोज प्राणायाम करावा.
- सकाळी शुद्ध हवेत फेरफटका मारावा.
- शिळ्या शिवाम्बूने संपूर्ण शरीराला मालिश करावे.
- डोके रुमालाने झाकून, झोपून सूर्यस्नान घ्यावे.
- भुकेनुसार फक्त ७५ ते ८० टक्के नैसर्गिक आहार घ्यावा.
- कोंड्यासहीत कणकेच्या पोळ्या आणि हातसडीचा तांदूळ खावा. तंतुमय पदार्थ

- जास्तीत जास्त खावेत. भाज्या जास्त शिजवू नयेत. नियमीतपणे ताक प्यावे.
- हात आणि अंगठ्याने ॲक्युप्रेशर बिंदू दाबावेत.
- आठवड्यातून एक दिवस शिवाम्बू उपवास करावा.
- अर्धकटी चक्रासन, पादहस्तासन, त्रिकोणासन, भुजंगासन, शलभासन, वक्रासन, उष्ट्रासन, शवासन इत्यादी आसनं अर्धशिशीसाठी उपयुक्त आहेत. या आसनांचा फायदा होतो. नाडी शुद्धी प्राणायाम, विभागीय शितली प्राणायाम आणि भ्रामरी नादानुसंधान हेही याकरिता लाभदायक आहेत.
- आठवड्यातून दोनदा वमन करावे.
- सायनसचा त्रास असणाऱ्यांनी जलनेति*, सूत्रनेति* करावी.
- मंददृष्टीमुळे अर्धशिशीचा त्रास होतो म्हणून त्राटक ध्यान करावे.

कुपथ्य –

- चहा, कॉफी, मद्यपान, तंबाखू, तळलेले पदार्थ खाणे बंद करावे.
- कधीही पोटभर खाऊ नये. नेहमी अर्धपोटी राहावे.

---

* जलनेति ही एक योगिक क्रिया आहे. यात एका नाकपुडीतून मिठाचे कोमट पाणी आत टाकून दुसऱ्या नाकपुडीने बाहेर काढले जाते.

* सूत्रनेति ही पण एक योगिक क्रिया आहे. यात एक रबराची पातळ नळी एका नाकपुडीतून आत घश्यापर्यंत नेऊन तोंडातून बाहेर काढली जाते.

या दोन्ही क्रिया श्वसनासंबंधित आजारात केल्या जातात.

भाग २३

मधुमेह आणि यु.एफ.टी.

उपचार संहिता

आनंदाचा मूळ सिद्धान्त स्वास्थ्य आहे आणि स्वास्थ्याचा व्यायाम

मधुमेहाच्या रुग्णांनी नियमीत व्यायाम करणे आवश्यक आहे. इंजेक्शनपेक्षा व्यायामाचा परिणाम अधिक होतो. इंजेक्शनमुळे रक्तातील वाढलेली साखर जशी कमी होते तशीच शारीरिक श्रमानेसुद्धा तिचे प्रमाण कमी होते.

युरीन हेल्थ रिसर्च इंस्टिट्यूटने हजारो मधुमेही रुग्णांवर प्रयोग करून पुढील निष्कर्ष काढले आहेत. खाली दिल्याप्रमाणे दिनक्रमाचे काटेकोरपणे पालन केल्यास औषध न घेता, इंजेक्शन न घेता मधुमेहाचा रुग्ण बरा होऊ शकतो.

उपचार संहिता

- दररोज पहाटे पाच वाजता उठावे.
- रात्री आठ ते सकाळी आठ वाजेपर्यंत होणारे ताजे शिवाम्बू प्यावे. दिवसभरात झालेले शिवाम्बू प्लास्टीक किंवा काचेच्या बाटलीत भरून उन्हात ठेवावे.
- सकाळच्या वेळी आवळा, सुंठ, हळद पावडर एक चिमुटभर तोंडात टाकून शिवाम्बू प्यावे.

- दररोज रात्री तांब्याच्या भांड्यात पाणी ठेवून सकाळी ते गरम करून प्यावे.

- रोज एक कप गावरान गायीचे मूत्र प्यावे.

- रोज सकाळी एक तास चालावे. दर दिवशी थोडे थोडे अंतर वाढवून चालावे. याहीपेक्षा पोहणे फायदेशीर आहे.

- दररोज बारा सूर्यनमस्कार घालावेत. डॉक्टरांच्या सल्ल्यानुसार योग आणि प्राणायाम करावे.

- दररोज सूर्यस्नान घ्यावे. डोक्याला रुमाल बांधावा. कमीत कमी कपडे घालून हे करावे.

- दररोज सहा ते आठ दिवस जुन्या शिवाम्बूने संपूर्ण शरीराला मालिश करावे.

- रोज सकाळी प्रसन्न मनाने डोळे बंद करून प्रार्थना करावी, 'मी केलेली आरोग्याची दुरवस्था, अवहेलना संपण्यास सुरुवात झालेली आहे. मला चांगला मार्ग सापडलेला आहे. मला परमशांतीसाठीची दिशा मिळालेली आहे.' डोळे मिटून आपल्या अंतर्मनाचे साक्षीभावाने परीक्षण करावे आणि संपूर्ण ताण विसरून जावा.

- सकाळी आणि रात्री मफलरसारखे एखादे कापड गार पाण्यात भिजवून थोड्याशा हवेत अजून गार करून ही थंडगार पट्टी ओटी पोटावर ठेवावी. तासाभराने काढून घ्यावी.

- बेल, उंबर, तुळशी, कडुलिंब इत्यादी वनस्पतींची पाच पाने दररोज चावून खावीत आणि त्याचा रस काढून प्यावा.

- दररोज सकाळी दहा ते एक वाजेच्या दरम्यान एक ग्लास ताकात एक चमचा मेथी पावडर टाकून प्यावी.

- दिवसभर दर दहा मिनिटांनी तोंड भरून पाणी प्यावे. तहान लागलेली नसेल तरी पाणी पित राहावे.

- सगळे पदार्थ खूप चावून, न बोलता (मौन ठेवून) खावेत. कच्चे पदार्थ जेवणात खाऊ नयेत. शिजवलेले पदार्थ जास्तीत जास्त खावेत. गोड फळं आहारात नसावीत.

- रात्री झोपण्याच्या तीन तास आधी जेवावे. आहारात वनस्पतींच्या पाचही अंगांचा समावेश करावा (मूळ, खोड, पानं, फुलं आणि फळं)

भाग २४

यु.एफ.टी.ने बायपासला बायपास करावे

जो स्वतःच्या पोटाच्या स्वास्थ्याकडे लक्ष देत नाही.
तो क्वचितच दुसऱ्या गोष्टींकडे लक्ष देत असेल.

हृदयविकारात होणारे प्राथमिक उपचार – एखाद्या मनुष्याला अचानक खूप घाम आला, हृदयाची धडधड वाढली किंवा श्वास घ्यायला त्रास होत असेल तर अशा वेळी हृदयविकाराचा झटका येण्याची शक्यता जास्त असते. अशा वेळी रुग्णाच्या नातेवाईकांनी घाबरून न जाता, गडबड न करता सगळ्यात आधी रुग्णाला डोक्याखाली उंच उशी देऊन डोक्याकडील बाजू उंच करून मोकळ्या हवेत झोपवावे. कपडे सैल करावेत. कमरेचा पट्टा, पॅन्टचे हुक, मोजे, बुट, नेकटाय, शर्टचे बटन इत्यादी काढून टाकावे. हातापायावरील ॲक्युप्रेशरचे बिंदू दाबावेत. यानंतर वैद्यकीय तज्ज्ञांचे मार्गदर्शन घ्यावे.

हृदयविकार, मूत्र आणि निसर्गोपचार – आजच्या युगात यांत्रिकीकरणामुळे आणि आधुनिक जीवनशैलीमुळे शारीरिक श्रम कमी झालेले आहेत. आपले जास्तीतजास्त काम यंत्र करते. तरीही मनुष्याचा मानसिक ताण सतत वाढतोय. कारण आज लोक व्यायाम करण्याचा आळस करतात. म्हणूनच प्राणायाम, योगासनं, चिंतन, ध्यान करण्याची गरज जास्त वाढलेली आहे. याचबरोबर शिवाम्बू चिकित्सा आणि

निसर्गोपचार हृदयविकारासाठी अत्यंत प्रभावशाली आणि गुणकारी आहेत.

हृदयविकारात नैसर्गिक जीवनपद्धत (शैली) अंगीकारणे सगळ्यात उत्तम उपाय आहे. बायपास सर्जरी, एन्जिओप्लास्टी हे कृत्रिम उपचार आहेत. युरीन थेरपीमुळे सर्वप्रथम रक्तशुद्धी होते. शिवाम्बू उपवासामुळे रक्तातील घटकांचे संतुलन होते. म्हणूनच यु.एफ.टी. हृदयविकारासाठी प्रभावी सिद्ध होते. आधुनिक उपचारात युरोकायनेजसारखी औषधं वापरली जातात. या औषधांमुळे रक्तवाहिन्यांतून रक्तप्रवाह सुरळीत होण्यास मदत होते. हे औषध मानवी मुत्रापासूनच तयार केले जाते.

शिवाम्बू आणि नैसर्गिक जीवनशैलीमुळे हृदयविकार संपूर्णपणे बरा होऊ शकतो. यासंबंधीचे संशोधन युरीन हेल्थ रिसर्च इंन्स्टिट्युटमध्ये चालू आहे. हृदयविकार असलेल्या रुग्णांनी तज्ज्ञांच्या मार्गदर्शनाखाली शिवाम्बू उपवास करून शरीरशुद्धी करून घेतली पाहिजे. यानंतर उपयुक्त आणि संतुलित आहार-विहार, आचार-विचारांबरोबर नियमित ताजे शिवाम्बू पिणे, आठवड्यातून एक दिवसाचा उपवास, शिळ्या शिवाम्बूने मालीश, स्वमूत्र एनिमा इत्यादी क्रिया सहा ते सात महिने सतत योग्य रीतीने केल्यास सर्जरीशिवाय हृदयाच्या रक्तवाहिन्या पूर्णपणे स्वच्छ होऊन त्यातील अडथळे संपून रुग्ण बरा होतो.

मानवी मूत्रात आढळणाऱ्या काही घटकांचे औषधी गुणधर्म - ५

ल्युटीनायजिंग हार्मोन्स	सेक्स हार्मोन्स वाढवतो.
पॅराथायराईड हार्मोन्स	सेक्स हार्मोन्स वाढवतो.
पॅराथायराईड हार्मोन्स	कॅल्शियम मेटॉबॉलिजम नियंत्रित करतो. लघवीत आढळणारे खनिज शरीर आणि इतर अवयवांची शुद्धीक्रियेस उत्तेजीत करतो. शरीराच्या विजातीय द्रव्यांना बाहेर काढून टाकतो. खनिज आणि पेशींच्या निर्मितीत सहाय्यक घटक आहे.
एडिनोकॉरटीको ट्रोफिक हार्मोन्स (ए.सी.टी.एच)	कोर्टिसोन तयार करण्यात एड्रिनल ग्रंथीची मदत करतो.

भाग २५

कोलेस्ट्रॉल कमी करणे यु.एफ.टी.संगे

श्वास जीवनाची जननी आहे. व्यवस्थितपणे श्वास घेतल्यास पृथ्वीवर दीर्घकाळ जीवन जगाल.

आपले कोलेस्ट्रॉल कमी असेल तर जास्त दिवस जगाल. रक्तात कोलेस्ट्रॉल किंवा तेलकट पदार्थ वाढले तर रक्तवाहिन्या छोट्या होण्याची शक्यता असते. मधुमेही रुग्णांत याचे प्रमाण जास्त असते. वाढलेले कोलेस्ट्रॉल रक्तवाहिन्यात जमा होते. याचा एक थर तयार होतो. त्यामुळे रक्तवाहिन्या आकसतात. वैद्यकीय शास्त्रानुसार रक्तातील कोलेस्ट्रॉलचे प्रमाण १५० ते २४० मि.ग्रॅ. पर्यंत सामान्य समजले जाते.

दूध, तूप, मिठाई, आईस्क्रीम, चॉकलेट्स, नारळाचे तेल यात कॉलेस्ट्रॉलचे प्रमाण जास्त असते. या पदार्थांबरोबरच मांसाहारही वर्ज्य केला पाहिजे.

एल.डी.एल. कोलेस्ट्रॉल घातक तर एच.डी.एल. कोलेस्ट्रॉल पोषक असते.

शिवाम्बू प्यायल्याने घातक एल.डी.एल. कोलेस्ट्रॉलचे प्रमाण कमी होते. युरीन फास्ट थेरपीने पोषक (एच.डी.एल.) कोलेस्ट्रॉल प्रभावी पद्धतीने नियंत्रित ठेवले जाऊ शकते.

नियमितपणे दिवसातून दोनदा शिवाम्बू प्यावे, सात्त्विक-नैसर्गिक आहार घ्यावा, आठवड्यातून एक दिवस शिवाम्बू उपवास करावा आणि त्यादिवशी सकाळी २०० मि.ली. गोमूत्रपान करावे. शिळ्या शिवाम्बूने मालिश करावी. नियमित सूर्यस्नान केल्याने कोलेस्ट्रॉल आणि हृदयविकाराचा त्रास पूर्णपणे बरा होतो.

भाग २६

कॅन्सर आणि एच.आय.व्ही. रोगप्रतिकारकशक्ती वाढवणे

मनमोकळे हास्य आणि लांबलचक गाढ झोप
सगळ्यात चांगला उपचार आहे.

युरीन थेरपी दरम्यानच्या महत्त्वपूर्ण गोष्टी

खाण्यापिण्याच्या सवयींबद्दलचे अज्ञान हे आपल्या आजारांचे एक महत्त्वपूर्ण कारण आहे. खाद्यपदार्थ पोटात गेल्यानंतर त्याचे परिणाम दिसतात. वेगवेगळ्या परिस्थितीत वेगवेगळा परिणाम होऊ शकतो. आपले शरीर आहारामुळेच जिवंत असते आणि चुकीच्या आहारामुळेच आजारही निर्माण होतात. ही गोष्ट समजणे गरजेचे आहे. यामुळे युरीन थेरपी घेताना आहारावर विशेष लक्ष दिले पाहिजे.

आपल्या स्वयंपाकघराचा आणि कॅन्सरचा अगदी जवळचा संबंध आहे. अन्न जास्त शिजवल्याने त्यातील पौष्टिक द्रव्य, जीवनसत्त्व आणि खनिज द्रव्य नष्ट होतात. प्राथमिक रोग होऊ नयेत म्हणून आहारात 'क' जीवनसत्त्व असणे, विशेष महत्त्वाचे आहे. अन्न शिजवल्याने हे जीवनसत्त्व नष्ट होते. शिजवलेले अन्न खाल्ल्यास ते पचवण्यासाठी खूप उर्जा खर्च होते हे सिद्ध झालेले आहे. कॅन्सरचे रुग्ण स्वत:ची सगळी ऊर्जा रोगाशी लढण्यासाठी वापरतात, म्हणून त्यांनी पूर्णपणे कच्चा नैसर्गिक आहार घेणे आवश्यक आहे.

तज्ज्ञांच्या म्हणण्यानुसार आहारात मीठ नसेल तर कॅन्सर होत नाही. मीठ म्हणजे सोडियम क्लोराइड, हे एक हळूहळू परिणाम करणारे विष आहे. जेवणात मीठ आणि साखर वापरणे चुकीचे आहे. मनुष्य आपल्या आहारात या गोष्टी चुकीच्या घेतो.

तेल, वनस्पती तूप, कृत्रिम तुपासारखे शरीरात चरबी वाढवणारे पदार्थ कर्करोगाला आमंत्रण देतात. चरबीयुक्त पदार्थांमुळे रक्तपेशींना कॅन्सरच्या पेशींबरोबर लढण्यास शक्ती राहात नाही. त्यांची प्रतिकार शक्ती संपून जाते. परिणामी शरीरातील कॅन्सरचे प्रमाण वाढते.

आजकाल मैद्याच्या पदार्थांचा आहारात जास्त वापर होतो. बेकरीच्या पदार्थांत मैद्याबरोबर बेकिंग पावडरचाही वापर केला जातो. हा सोडा बायकार्बन नावाचा पदार्थ असतो. तो एक असा क्षार आहे ज्याच्यामुळे डोळे आणि प्रजनन क्षमतेवर विपरीत परिणाम होतो. या पदार्थांमुळे आतडे प्रथिने शोषू शकत नाहीत आणि कॅन्सर होतो.

कॅन्सरसाठी युरीन थेरपीचा वापर कसा करावा?

▶ दररोज तीन वेळा २०० मि.ली. ताजे शिवाम्बू प्यावे.
▶ दररोज गावरान गायीचे ताजे गोमूत्र प्यावे.
▶ दररोज शिळ्या आणि ताज्या शिवाम्बूने संपूर्ण शरीराची मालीश करावी.
▶ दररोज सूर्यस्नान घ्यावे.
▶ सुती कापडाची पट्टी ताज्या शिवाम्बूत बुडवून पिळून घ्यावी. कॅन्सरग्रस्त भागावर ठेवावी. वाळल्यावर पुन्हा शिवाम्बूत भिजवून ठेवावी.
▶ नैसर्गिक आणि सात्त्विक आहार जास्त घ्यावा. जाड दळलेले (कोंड्यासहित) पीठ आणि फळांचा वापर जास्त करावा.
▶ मलमूत्र विसर्जनाकडे लक्ष द्यावे. कोणत्याही आवेगाला थांबवू नये.
▶ आठवड्यातून एक दिवस शिवाम्बू उपवास करावा. त्यादिवशी फक्त शिवाम्बू आणि पाणी प्यावे. बाकी काहीही खाऊ पिऊ नये.
▶ चहा, कॉफी, तंबाखू, मैद्याचे पदार्थ, ब्रेड, लोणी, बिस्कीट, साखर, मीठ, मांसाहार, मसालेदार, तळलेले पदार्थ, भाजलेले पदार्थ, हॉटेलचे जेवण, मद्यपान वर्ज्य करावे.

रोगप्रतिकार शक्ती वाढवण्यास मूत्राचा उपयोग

प्रतिकार शक्ती म्हणजेच विरोध करणारी शक्ती. विरोध करणे म्हणजे सामना करणे. मुकाबला करणे, सामोरे जाणे. ही शक्ती मुंगीपासून हत्तीपर्यंत सगळ्या प्राण्यांमध्ये जन्मतःच असते. आयुष्यात येणाऱ्या कोणत्याही समस्येला योग्य पद्धतीने तोंड देणे, त्यातून सहीसलामत बाहेर पडणे, अशा शक्तीला प्रतिकार शक्ती म्हणतात. शत्रू म्हणजेच एखादे संकट. यावर तुटून पडणे, त्यासाठी लागणारी जैविक उर्जा म्हणजे प्रतिकाराक्ती. ही शक्ती बाह्यशत्रूंबरोबरच अंतर्गत शत्रूंना सामोरे जाण्यासाठी मदत करते. अंतर्गत शत्रू म्हणजे संसर्गजन्य रोग.

सगळे जीवजंतू प्रतिकारक्षम आहेत. प्रत्येकाकडे जगण्याची प्रेरणा असतेच. तशी व्यवस्थाही असते. यंत्र बिघडले, त्याचा एखादा भाग नादुरुस्त झाला तर ते दुरुस्त करण्याची क्षमता यंत्रात नसते. पण जीवजंतूमध्ये ही शक्तीक्षमता असते. छोट्या-मोठ्या धक्क्यांनी जखमी झालेला मनुष्य काही दिवसांनी बरा होऊन चालू शकतो. यावेळी सरळ चालण्यासाठीची जी यंत्रणा काम करते तीच प्रतिकारशक्ती असते. सजीव प्राणी जेवढा सुदृढ, तेवढी प्रतिकारशक्ती बलवान असते.

आवश्यकतेनुसार श्रम आणि विश्रांती या दोन्ही गोष्टी यासाठी महत्त्वाच्या आहेत. दररोजच्या दिनक्रमात गरजेनुसार झोप, भूक, तहान, मलमूत्र विसर्जन आणि मैथून यासारख्या नैसर्गिक गरजांची पूर्ती करतेवेळी श्रम होतात. प्रत्येक सजीव प्राणी श्रमानंतर लगेच विश्रांती घेतो. पुष्कळदा लोक डोळे मिटून शवासनात झोपतात. अशी विश्रांती पुढील श्रमासाठी प्रेरणादायी ठरते.

शरीर, मन आणि बुद्धीच्या कणाकणाला विश्रांती कशी द्यावी ही कला शिकणे म्हणजेच प्रतिकारशक्तीला विकसित करण्याची कला आहे. विश्रांतीनंतर केलेले श्रम प्रतिकारशक्ती वाढवण्यासाठी गरजेचे आणि सहाय्यक ठरतात. त्याने स्थिती सुदृढतेने कार्यरत राहते. शरीरातील आळस जाऊन त्यात नवचेतनेचा संचार होतो. शरीरातील कणाकणापर्यंत श्रम आणि विश्रांती पोहोचवणारे उपाय म्हणजेच 'उपचार'. यालाच 'जीवन' सुद्धा म्हणता येईल. उपचारात असेच काहीसे केले जाते.

मानवी देहात आजूबाजूला असलेले, चिटकून राहणारे अवयव जर चांगल्या स्थितीत असतील तर अस्थिंमध्ये होणारी चयापचयाची क्रिया व्यवस्थितपणे होते.

शरीरातील रोगप्रतिकारशक्ती पूर्णतः आहारावर अवलंबून असते. पेट्रोलवर

चालणाऱ्या गाडीत जर डिझेल टाकले तर काय होईल? गाडी खराब होईल. याप्रमाणेच आपण चुकीचा आहार, खाद्यपदार्थ शरीराला दिले तर आरोग्य बिघडेल. म्हणून योग्य आहार घेणे गरजेचे आहे, त्यामुळे आरोग्य सदैव टिकून राहील. चांगल्या आरोग्यामुळे आपले शरीर सतत सक्रिय राहून रोग प्रतिकारशक्ती वाढण्यास मदत मिळेल.

सगळे प्राणी निसर्गाचा आदर करतात. फक्त मानवप्राणी निसर्गाचा नाश करण्यावर टपलेला आहे. प्रकृती नष्ट करण्यात त्याला सुख वाटते. पण प्रकृती नष्ट करणे म्हणजेच स्वतःला नष्ट करण्यासारखे आहे याचा मनुष्याला अंदाज नाही.

निसर्गाने प्राण्यांना जीवनाबरोबरच प्रतिकारशक्तीपण दिलेली आहे. परंतु विविध सुविधांमुळे प्रकृती दुर्बळ बनत चालली आहे. वास्तविक पाहता प्रतिकारशक्ती सबळ बनली पाहिजे. पण मनुष्याच्या अनैसर्गिक वागण्याने आपण विनाशाकडे चाललो आहोत.

आपल्या शरीरात असलेल्या घाणीमुळे आणि अस्वच्छतेमुळे सगळे रोग होतात. योग्य आहार, विहार आणि विश्रांती यामुळेच आपल्याला आरोग्य मिळू शकते.

एखाद्या श्रीमंत माणसापेक्षा जास्त प्रतिकारशक्ती सामान्य शेतकऱ्याकडे असते. याहीपेक्षा जास्त प्रतिकारशक्ती मेंढ्या बकऱ्या पाळणाऱ्या धनगरांकडे असते आणि त्यांच्यापेक्षाही जास्त त्यांच्या मेंढ्या बकऱ्यांकडे असते.

यातून जो जास्तीत जास्त निसर्गाच्या सान्निध्यात राहतो, त्याच्याकडे प्रतिकाराक्ती जास्त असते असे समजते. एका पोस्टमनकडे पोस्टमास्टरपेक्षा जास्त प्रतिकारशक्ती असते.

आजारपणात चुकीचे औषध घेणे, आळस, बदला घेण्याची तसेच दुसऱ्यांना शिक्षा करण्याची प्रवृत्ती यामुळे प्रतिकारशक्तीत अडथळे निर्माण होतात. याव्यतिरिक्त प्रतिकारशक्ती खुंटण्यास आणि नष्ट करण्यासाठी इंग्रजांनी आपल्याला दोन गोष्टी दिलेल्या आहेत. एक चहा आणि दुसरी न समजता, विचार न करता औषधं वापरणे. आज आपण या दोन्ही गोष्टींवर खूप जास्त निर्भर आहोत.

प्रसिद्ध शास्त्रज्ञ डॉ. चार्ल्स डार्विनचा सिद्धान्त म्हणजे ज्या अवयवाचा आपण उपयोग करत नाही, तो अवयव हळूहळू आपल्या शरीरापासून दूर जातो, नष्ट होतो. मनुष्याने शेपटीचा उपयोग करणे बंद केले आणि शेपूट नाहीसे झाले अथवा आपण असेही म्हणू शकतो, की 'शेपूट नसल्यामुळे माकडाचे मानवात रूपांतर झाले'. ज्याची

प्रतिकारशक्ती कमी झालेली आहे, त्याला एच.आय.व्ही.ग्रस्त म्हटले जाऊ शकते.

शरीर जितके शुद्ध आणि पारदर्शक असेल, तितकी प्रतिकारशक्ती प्रबळ असते. मूत्राने शरीराची शुद्धी करणे खूपच सोपे आहे. नियमित शिवाम्बूपान केल्याने शरीर शुद्ध राहते. सप्तधातुंचे संतुलन होऊन भरण पोषण होते. त्याने शरीराची रोग प्रतिकारशक्ती वाढते.

युरीन फास्ट थेरेपी बरोबरच सात्त्विक आहार, नियमित व्यायाम, योगाभ्यास, आरोग्यदायी आचरण आणि सकारात्मक विचार ठेवले तर एच.आय.व्ही. ग्रस्त लोक वर्षानुवर्षे तंदुरुस्त आणि सशक्त जीवन जगू शकतात.

रोगप्रतिकारशक्ती कार्यक्षम आणि बलशाली होण्यासाठी मनुष्याच्या मानसिक आनंदाची भूमिका खूप मोठी असते. निसर्गावर संपूर्ण विश्वास, निसर्ग नियमांनुसार जीवनशैली आणि सकारात्मक मानसिक अवस्था ठेवल्याने कॅन्सर, एच.आय.व्ही. सारखे असाध्य रोग सुद्धा बरे होऊ शकतात.

भाग २७

त्वचाविकार

असंतुलित आहार आणि अस्वच्छता हटवा

त्वचेची रचना

मानवी शरीरात त्वचा ही खूप महत्त्वपूर्ण अंग आहे. संपूर्ण शरीराच्या अवयवांवर त्वचेचे एक आवरण असते. संपूर्ण शरीरावर जी त्वचा असते, तिची जाडी शरीराच्या अवयवांनुसार ०.०३ मि.मि. ते १.४ मि.मि.पर्यंत असते. त्वचेचा बाह्यभाग पातळ असतो आणि आतील भाग शरीराच्या दृष्टीने कार्यरत असतो.

त्वचा आपल्या शरीराचे सगळ्यात बाहेरचे आवरण असते. आपले संरक्षण करणारी आणि सौंदर्य वाढवणारी, शरीराला बाह्य वातावरणापासून सुरक्षित ठेवणारी ती भिंत आहे. त्वचा शरीराचे संरक्षण करण्याबरोबरच आपल्याला स्पर्श सुखाचा आनंदही देते. त्वचा शरीरातील पाणी आणि तापमान नियंत्रित करते. त्वचा सूर्यकिरणांच्या मदतीने शरीरासाठी आवश्यक असलेले व्हिटॅमिन डी तयार करते.

त्वचा मुळात नाजूक असते. डोळ्यांच्या पापण्यांची त्वचा फक्त अर्धा मि.मी. जाड असते, तर पायाच्या टाचेची त्वचा एक सें.मी. पेक्षा जास्त जाड असते. हाताच्या तळव्यांची त्वचा थोडी जास्त जाड असते. लहानपणी त्वचा कोवळी, कोमल, तारुण्यात तजेलदार, चमकदार असते. वाढत्या वयानुसार त्वचेचा तजेला, चमक कमी होत जाते.

म्हातार वयात त्वचेचा ओलावा आणि चमक शाबूत ठेवण्याची क्षमता कमी होते त्यावर सुरकुत्या पडायला लागतात.

वृद्धापकाळातील त्वचेचे विकार

साधारणपणे पन्नासाव्या वर्षानंतर त्वचारोगांची सुरुवात होते. यात त्वचेची जाडी कमी होणे, सुरकुत्या पडणे, त्वचा सैल होणे, त्वचा रूक्ष होणे इत्यादी विकार होतात.

वृद्धापकाळात केसांच्या मुळांशी जंतुचा संसर्ग झाल्याने त्या जागी गाठी होतात आणि त्याचे रूपांतर मुरुमासारख्या फोडामध्ये होते. या सगळ्या गोष्टी शरीरातील प्रतिकारशक्ती कमी झाल्यामुळे निर्माण होतात. मधुमेहासारख्या आजारात याचा प्रभाव आणखीन वाढतो.

त्वचा रूक्ष, कोरडी झाल्याने पांढरे डाग, त्वचेच्या पेशींची हानी होणे, कापसासारखा पांढरा थर जमा होणे, केस गळणे, कोरड्या त्वचेवर वरचेवर जंतुसंसर्ग होणे इत्यादी समस्या निर्माण होतात. योग्य रितीने स्वच्छता न झाल्याने गजकर्ण, खाज, खरुज यासारखे रोग होतात.

वृद्धापकाळात त्वचेचे सौंदर्य टिकवून ठेवायचे असेल तर मांसाहार पूर्णपणे बंद केला पाहिजे. मैद्याच्या पदार्थांचा आहारात कमीत कमी वापर करावा. आहारात लाल तांदूळ, मूग, ज्वारी जास्तीत जास्त असावी. दुधी भोपळा, भेंडी सारख्या फळभाज्या जास्त खाव्यात. औषधी वनस्पतींमध्ये ब्राह्मी, कडुलिंब, अडुळसा इत्यादींच्या पानांची भाजी खाल्याने त्वचाविकारात आश्चर्यकारक सुधारणा होते. आठ ते दहा दिवस शिवाम्बूने नियमितपणे संपूर्ण शरीराला मालीश केल्याने वृद्धापकाळात येणाऱ्या सुरकुत्या कमी होतात, त्वचा अगदी चमकदार दिसायला लागते. माजी पंतप्रधान स्वर्गीय मोरारजीभाई देसाई यांची त्वचा ९९व्या वर्षीसुद्धा तजेलदार, तारुण्यपूर्ण दिसत असे.

त्वचेची ॲलर्जी

आजकाल ॲलर्जी हा शब्द सारखा ऐकायला मिळतो. खोकला, सर्दी, घसादुखी, डोळे सुजणे, त्वचेवर पित्त उठणे, तीव्र खाज सुटणे इत्यादी लक्षणे ॲलर्जीची असू शकतात.

खरे तर ॲलर्जीसारखे काहीच नसते. शरीर जेव्हा बाह्य वातावरणातील एखादी गोष्ट सहन करू शकत नाही तेव्हा त्याला ॲलर्जी म्हटले जाते. बऱ्याच जणांना

सूर्यप्रकाशाचीसुद्धा ॲलर्जी असते. साधारणपणे कृत्रिम द्रव्य, औषधं, रसायनं, खाद्यपदार्थ, कपडे, चप्पल, सौंदर्यप्रसाधने, खाद्यपेयं यासारख्या गोष्टींची ॲलर्जी असते. आयुर्वेदात ॲलर्जीला असात्म्य म्हणतात. बऱ्याचवेळा ज्या गोष्टींमुळे ॲलर्जी होते, वास्तविक त्या गोष्टींविरुद्ध शरीराची प्रतिकारशक्ती कमी झालेली असते. ॲलर्जी बाहेरील वातावरणातील गोष्टींमुळे होत नाही, तर शरीरात विजातीय विषारी द्रव्य (टॉकसिन्स) जमा झाल्याने रोगप्रतिकार शक्ती कमी होते. म्हणून ॲलर्जीसाठी शरीरशुद्धी करणे हा एक महत्त्वाचा उपाय आहे. आयुर्वेदातही ॲलर्जी किंवा त्वचेच्या रोगाचे कारण अशुद्ध रक्त मानले जाते. रक्त अशुद्ध होण्याचे कारण शोधून त्यावर उपचार होऊ शकतो.

मानसिक ताण आणि त्वचाविकार

रुग्णाची मानसिक अवस्था, आसपासचे पारिवारिक वातावरण, भावनात्मक संबंध याबरोबरच बाह्य कारणं महत्वाची असतात. अशा वेळी फक्त बाह्य कारणांवर उपचार करणे म्हणजे रोग मुळापासून बरा करणे नव्हे तर थोड्या वेळापुरता बरा होणे असे आहे. हळूहळू रोग अतिशय महत्त्वाच्या अवयवांपर्यंत पसरू शकतो. मानसिक ताणामुळे अनेक भयानक त्वचारोग निर्माण होऊ शकतात. काम, क्रोध, लोभ, मद, मोह आणि मत्सर या षड्रिपुंवर नियंत्रण ठेवणे त्वचा रुग्णांसाठी महत्त्वाचे असते. भय मनुष्याची सहज प्रवृत्ती असते. चिंता, भय, शोक, असमाधान जर नियंत्रणात ठेवले नाहीत तर सोरायसिस, एर्टिकॅरीया (पित्तामुळे होणारा त्वचाविकार), पांढरे डाग, ॲलर्जिक डर्मटायटीस यासारखे आजार होतात. ताणामुळे होणाऱ्या त्वचारोगावर आनंदी जीवन जगणे हाच एक उपाय आहे. याबरोबर आहारात तामसी गोष्टी, दही, लोणचे, मीठ बंद करावे. रात्री उशिरापर्यंत जागणे, दिवसा झोपणे बंद करावे. पोट साफ असणे अत्यंत महत्त्वाचे आहे.

त्वचा रोग आणि मन

त्वचारोग जुना झाल्यामुळे रुग्णाचा मृत्यू होत नाही. पण सामाजिक दृष्टीने त्वचारोग समाजात सगळ्यात हीन मानला जातो. योगशास्त्र आणि आयुर्वेदात पूर्वजन्मात घडलेल्या घटना आणि पापांचा संबंध त्वचारोगाशी जोडला आहे. यात गुरु-संत, साधूंचा अपमान, निंदा, अपहरण, द्वेश, व्यभिचार इत्यादी गोष्टींचा उल्लेख केलेला आहे. वैज्ञानिक दृष्टीने या गोष्टी सिद्ध करणे सोप्या नाहीत. पण कधी कधी कोणतेही व्यसन नसणे, आहार-विहार, चांगले विचार असूनही काही लोक असाध्य आजाराने घेरले

जातात आणि कोणत्याही उपचाराने बरे होत नाहीत. अशा स्थितीत मानसिक कारणच आजाराचे मूळ असते.

प्रदुषण आणि त्वचाविकार

एखादा रासायनिक पदार्थ पोटात गेल्याने सुद्धा त्वचाविकार होऊ शकतो. जागतिक आरोग्य संघटनेनुसार भारतातील रासायनिक खाद्य, कीटकनाशकांचा जास्त वापर केल्याने जमीन आणि पाणी दोन्हीही आर्सेनिक सारख्या विषारी, घातक रसायनांच्या तावडीत सापडले आहे. यामुळेही त्वचाविकार होतात.

त्वचाविकार आणि परस्परसंबंध

त्वचाविकार आणि आई वडिलांशी मिळत्याजुळत्या वंशपरंपरेचा अगदी जवळचा संबंध आहे. बऱ्याचदा आई-वडील किंवा जवळच्या नातेवाईकांकडून प्रत्यक्ष किंवा अप्रत्यक्ष पद्धतीने त्वचारोग निर्माण होतात. बरेचसे त्वचारोग संसर्गजन्य असतात. एका माणसाकडून दुसऱ्याकडे जातात. काही त्वचारोग लैंगिक संबंधामुळे सुद्धा होतात.

कृमी आणि त्वचाविकार

कृमी म्हणजे वेगवेगळे प्रकारचे जंतु. याचा आणि त्वचा रोगांचा जवळचा संबंध आहे. प्रचलित वैद्यकशास्त्रात त्वचाविकारांवर उपाय करण्यासाठी बॅक्टेरियांचा उपचार महिनोन्महिने करतात. पांढरे डाग आणि कृमींचा जवळचा संबंध असतो. म्हणून त्वचारोगात सगळ्यात महत्त्वाचे म्हणजे रोगाचे मूळ कारण शोधून त्यावर उपचार करणे.

अस्वच्छता : मूळ कारण

त्वचेची काळजी घेताना आहार संतुलित ठेवण्याबरोबरच त्वचा स्वच्छ ठेवणेही तितकेच महत्त्वाचे आहे. आंघोळीनंतर शरीर पूर्णपणे कोरडे करावे. ओले कपडे घातल्याने किंवा शरीर कुठेही ओले राहिल्यामुळे जांघेत, बगलेत खाज येणे, जळजळणे, फोड येणे असे प्रकार घडतात. त्वचा काळी पडून त्यावर लाल डाग पडायला सुरुवात होते. लाजेखातर असे आजार लपवून ठेवणे धोकादायक आहे. बऱ्याचदा डॉक्टरांचा सल्ला न घेता जाहिराती पाहून, वाचून वेगवेगळे मलम किंवा पावडरी वापरल्या जातात. त्याचा उपयोग तर होतच नाही पण नुकसान जरुर होते. कोणत्याही असाध्य त्वचारोगासाठी यु.एफ. टी. एक सरळ आणि सोपा उपाय आहे. सतत शिवाम्बूने रोगग्रस्त जागा धुतल्याने आराम मिळतो, फायदा होतो. अशी त्वचा डेटॉल मिश्रित पाण्याने धुवावी.

दमटपणामुळे, ओलसरपणामुळे उत्पन्न होणारे त्वचारोगासाठी 'जालीम लोशन' हेही एक उपयुक्त औषध आहे.

पित्ताचे फोड

पित्ताचे फोड येणे ही समस्या वृद्ध लोकांबरोबरच लहान मुलांमध्येही असते. या विकाराचा संबंध पित्ताशी जोडला जातो परंतु पित्त हे कारण नसते. पित्त शरीरात विजातीय विषारी द्रव्याचे (टॉकसिन्स) प्रमाण वाढल्यामुळे उत्पन्न होते. अशा वेळी फक्त पित्तासाठीचे औषध घेऊन त्यावर उपचार होत नाही. पित्ताचे फोड आल्यावर एक लिटर ताजे गोमूत्र घेऊन त्यात तेवढेच गरम पाणी घेऊन याचा एनिमा घेतल्यास चांगला परिणाम झालेला दिसतो. अर्धा ते दोन कप गोमूत्र काही दिवस प्यायल्यानंतर पित्ताच्या फोडांचे दुखणे पूर्णपणे जाते.

सोरायसिस – एक भयानक त्वचा रोग

सोरायसिस ही एक दीर्घकालीन व्याधी आहे. यात त्वचा रूक्ष पडून वाळते आणि त्याचा वरचा थर कापसासारख्या तंतुंप्रमाणे निघण्यास सुरुवात होते. यात त्वचेच्या वरच्या थरात पेशींची निर्मिती जास्त होते आणि दररोज मृत झालेल्या निर्जीव पेशी तंतुरूपात झडतात. यात सुरुवातीला शरीराला जागोजागी दाण्यांसारखे डाग पडतात. याला खाज सुटते. नंतर यातून कापसाच्या तंतुंच्या रूपात काही कण बाहेर पडतात आणि हळूहळू संपूर्ण शरीरावर याचा प्रसार होतो. स्त्रियांमध्ये या रोगाची सुरुवात डोक्यापासून होते. सोरायसिस रोगात त्वचेला खाज सुटते, आग होते आणि शरीर गरम राहते. जास्त खाजवल्यामुळे डाग दिसायला लागतात. सोरायसिसचे डाग मुख्यत: सांध्यांमध्ये होतात.

जसजसा रोग जुना होतो तसतसे अंतिम अवस्थेत डागातून रक्तमिश्रित पू बाहेर येतो. हातापायाच्या नखांच्या मुळाशी डाग झाल्याने नखं निघून जातात. सोरायसिस लवकर बरा होत नाही. यावर दीर्घकाळ उपचार करावा लागतो. तरच हा रोग मुळापासून नष्ट होतो. यात रुग्णाकडे संयम आणि धीर असणे गरजेचे आहे.

यु.एफ.टी.मुळे हा रोग पूर्णपणे बरा होऊ शकतो. यासाठी नियमितपणे शिवाम्बू उपवास करणे आवश्यक आहे. उपवास रुग्णाच्या प्रकृती आणि रोगाच्या स्वरूपावर अवलंबून असतो. शिवाम्बू उपवास केल्यानंतर आहारपण महत्त्वाचा असतो. शिवाम्बूच्या अंतर्गत उपयोगाबरोबरच बाह्य उपचारही अत्यंत आवश्यक असतात.

संपूर्ण शरीराला शिळ्या शिवाम्बूने मालिश केल्याने किंवा शिवाम्बू स्प्रे करून त्वचा उन्हात वाळवावी. यामुळे चांगला परिणाम झालेला दिसतो. रोगग्रस्त त्वचेवर मातीची पट्टी लावल्याने सोरायसीस बरा होतो.

कोड आणि पांढरे डाग

पांढऱ्या डागांबद्दल समाजात अनेक गैरसमज आहेत. या आजाराकडे भीती आणि संशयाने पाहिले जाते. त्वचेवर येणारा प्रत्येक पांढरा डाग फक्त ल्युकोडर्मा (कोड) असत नाही. त्वचेखालील आवरणात असणाऱ्या पेशींमुळे त्वचेचा नैसर्गिक रंग पांढरा होतो. जेव्हा या पेशी (सेलॉनॉसिट्स) काम करत नाहीत तेव्हा दूषित होऊन आणि उत्तेजित होऊन त्वचा पांढरी व्हायला लागते. त्वचेला नैसर्गिक रंगात परत आणण्यासाठी मेलॅनिन रंगद्रव्याची निर्मितीप्रक्रिया मुख्यत: आतड्यांपासून सुरू होते. पांढऱ्या डागांत बाह्य उपचारांबरोबरच अंतर्गत शरीरशुद्धीची प्रक्रिया होणे गरजेचे असते. युरीन हेल्थ रिसर्च इन्स्टिट्युटच्या दीर्घकालीन अनुभवांनी कळले आहे, की गवारीच्या बिया गोमुत्रात ४८ तास भिजवून ठेवून त्याची पेस्ट करून सावलीत वाळवावी. याचे खडू तयार करून दररोज शिवाम्बूत उगाळून डागांवर त्याचा लेप लावावा. हा प्रयोग कमीत कमी दीड वर्षांपर्यंत केल्यास पांढरे डाग बरे होण्यास सुरुवात होते.

तारुण्यपिटीका किंवा मुरुम

तारुण्यात पाऊल ठेवणाऱ्या तरुण-तरुणींच्या चेहऱ्यावर फोड-पुळ्या येण्यास सुरुवात होते. याला तारुण्यपिटीका किंवा मुरुम म्हणतात. यामुळे चेहऱ्याचे सौंदर्य बिघडते. १२ ते २५ वर्षे वयाचे ९०% पेक्षा जास्त तरुण-तरुणींना ही समस्या असते. साधारणपणे चेहरा, छाती, पाठ, खांदे इत्यादी ठिकाणी पिटीका येतात. तैलग्रंथींतून नैसर्गिक तेलाचा स्राव होतो. हे तेल त्वचा मऊ, मुलायम ठेवण्यास मदत करते. शारीरिक बदलांबरोबर टेस्टोस्टेरॉन हार्मोन वाढते. त्याचा परिणाम तैलग्रंथींवर होतो, ज्याने त्या वाढतात आणि जास्त सिबम तयार होते.

या फोडांव्यतिरिक्त दुसऱ्या काही कारणांनी वेगळ्या प्रकारचे फोड चेहऱ्यावर किंवा शरीराच्या इतर भागांवर येऊ शकतात. उदाहरणार्थ, रसायनांशी संपर्क आल्याने खांद्यांवर फोड येऊ शकतात. गर्भनिरोधक गोळ्या, स्टीरॉइड, टी.बी.ची औषधं घेतल्याने, ऑईल किंवा रसायनांच्या संपर्कात आल्यानेसुद्धा फोड येऊ शकतात.

मानसिक ताण, जागरण, विश्रांती न घेणे या कारणांनीसुद्धा फोड वाढू शकतात.

दिवसभर उन्हात, धुळीत आणि प्रदूषित हवेत राहिल्यामुळे त्वचा खराब होऊ शकते. म्हणून थंड पाण्याने चेहरा नियमितपणे धुवावा, त्याने त्वचा मुलायम होते. चेहऱ्यावर काळे डाग पडल्यास शिळ्या स्वमूत्राने मालिश केल्यास चेहरा स्वच्छ होतो. ज्या लोकांच्या चेहऱ्यावर फोड असतात, त्यांनी थंड कटीस्नान घ्यावे. मूत्राला चांगले क्लिंझिंग एजंट मानले जाते. यात उपलब्ध असलेला युरिया नामक घटक प्रभावी ॲन्टीसेप्टीक मानला जातो. नियमितपणे ताज्या आणि शिळ्या शिवाम्बूने चेहऱ्यावर मालिश केल्याने फोड येत नाहीत.

भाग २७

व्यसनांपासून मुक्ती मिळवण्यासाठी युरीन थेरपी

तुम्ही जर डॉक्टरांना फी देऊ इच्छित नसाल तर खूपच चांगली गोष्ट आहे, पण यासाठी तुम्ही इतके चतुर बनायला हवे, की कधीही आजारी पडूच नये

शरीरासाठी खूपच घातक ठरणाऱ्या चहा, कॉफी, तंबाखूचे सेवन, पान खाणे, मांसाहार, अतिमद्यपान, सिगरेट, कॅफिन इत्यादी गोष्टी व्यसन श्रेणीत येतात. या सगळ्या गोष्टींमुळेच शरीरात खूप घाण तयार होऊन तऱ्हेतऱ्हेचे आजार व्हायला लागतात. व्यसनग्रस्त माणसाने जर ही व्यसनं सोडली नाहीत तर लवकरच शरीर त्याला सोडून जाईल.

निसर्गनियमानुसार जी गोष्ट अतिप्रमाणात सेवन केली जाते ती शरीराला हानीकारक असते. कोणत्याही गोष्टीच्या अतिसेवनाने विनाश होणे अटळ आहे. यातून रुग्णांस कोणताही डॉक्टर वाचवू शकत नाही.

चहाला अमृत समजून प्यायल्यास, त्याने होणारी हानी खालील प्रमाणे आहे -

टॅनिन – चहात १८% पर्यंत मात्रेत असते. याने पोटात जखम आणि गॅस निर्माण होतो.

घीन – चहात १०% पर्यंत मात्रेत असते. याने फुफ्फुसात आग होणे, मस्तिष्कात स्थूलपणा येणे, असे विकार होतात.

कॅफीन – चहात २.७५% पर्यंत मात्रेत असते. यामुळे स्वभाव कडक, तापट होतो. अशक्तपणा येतो. डोकेदुखी होते. गाठी निर्माण होण्याची समस्या होऊ शकते.

वोलेटाइल – याने डोळे खराब होतात.

कार्बनिक ॲसिड – याने आम्लपित्त वाढते (ॲसिडीटी)

पॅमिन – पचनक्रिया अशक्त बनते.

ऐरोमौलिक – याच्याने आतड्यांत खाज येते.

सायनोफेन – लखवा आणि झोप न येण्यासारखे आजार होतात.

आवजीलिक – जेवढे ॲसिड एका संपूर्ण दिवसात निर्माण होते त्याच्या चारपट जास्त ॲसिड एक कप चहाने निर्माण होते.

सिटनायल – याने रक्तातील दोष विकार आणि नपुंसकता वाढते.

चहात एवढे सगळे विषारी पदार्थ असतात. मानवाचे शरीर संपूर्णपणे शाकाहारी असते. म्हणून मांसाहार करणे हेही एक प्रकारचे व्यसन आहे. आपल्या शरीरात मांसाहार पचवण्याची स्वाभाविक क्षमता नसते. म्हणून मांसाहाराने शरीरात विषारी द्रव्य निर्माण होतात.

शरीरासाठी ही सगळी व्यसने हानिकारक सिद्ध होतात. या व्यसनांपासून मुक्ती मिळवणे आवश्यक आहे. शिवाम्बू प्यायल्याने ही सगळी व्यसने सुटतात. शिवाम्बू शरीरशुद्धीचे काम करते. म्हणून ज्यांना या व्यसनांनी जखडलेले आहे, त्यांनी ताबडतोब शिवाम्बू पिण्यास सुरुवात करावी. शिवाम्बूने एकदा तुमचे शरीर शुद्ध झाले आणि पुन्हा तुम्ही व्यसनाधीन झालात तर शिवाम्बू त्यावर लगाम घालण्याचे काम करते.

शिवाम्बू प्यायचे असेल तर चहा, तंबाखू, मद्यपान, मांसाहार, सिगारेट इत्यादी सवयी सोडाव्या लागतील. तरच तुम्ही यु.एफ.टी.चा संपूर्ण फायदा घेऊ शकाल. एकीकडे शिवाम्बूरूपी अमृत प्यायले आणि दुसरीकडे व्यसने केली तर जेवढा फायदा मिळायला हवा तेवढा मिळत नाही.

उदाहरणार्थ, आपण ज्यावेळी स्वच्छ धुतलेले कपडे घालतो त्यावेळी अस्वच्छ जागी जाऊन बसत नाही. आपण बसण्यापूर्वी जागा स्वच्छ आहे की नाही हे पाहतो. पण जर कपडेच मळलेले घातले असतील तर अस्वच्छ जागी बसण्यास आपल्याला

काहीच वाटत नाही. अशाप्रकारे यु.एफ.टी.मुळे शरीर शुद्ध आणि सात्त्विक बनते. शुद्ध, सात्त्विक शरीर कोणत्याही प्रकारच्या तामसी गोष्टी सहज स्वीकारत नाही. म्हणून आपले शरीर इतके शुद्ध आणि सात्त्विक असावे, की कोणत्याही प्रकारचे व्यसन त्याच्याकडे आकर्षित होणार नाही.

आपल्या दातांची आणि नखांची रचना पूर्णपणे शाकाहारी प्राण्यांसारखी केलेली आहे. शाकाहारी प्राण्यांचे डोळे जन्मतःच उघडे असतात. मांसाहारी प्राण्यांचे डोळे जन्मानंतर बऱ्याच दिवसांनी उघडतात. शाकाहारी प्राण्यांच्या आतड्यांची लांबी त्यांच्या मज्जारज्जूपेक्षा १२ पट जास्त असते. यामुळे मनुष्य हा एक नैसर्गिकपणे शाकाहारी प्राणी आहे हे सिद्ध हाते. मांसाहार केल्याने शरीरात ॲसिड, ब्लड युरिया आणि ब्लडशुगर वाढते, यकृत (हॅपेटाइटिस) सक्रिय राहात नाही, नेत्रज्योती आणि स्मरणशक्ती कमी होते, झोप कमी येते, चक्कर येते, बद्धकोष्ठतेसारखे आजार होतात.

भाग २९

पॅरालिसिस किंवा स्नायू दुर्बलता

कारण, लक्षण, प्रकार आणि बचाव

अधिकांश लोकांना ज्या गोष्टीविषयी आस्था असते,
तीच सगळ्यात अधिक उपचार करते.

शरीराच्या स्नायू प्रणालीतील (पेशींतील) एक किंवा अनेक तंतुच्या कार्यशक्तीचा नाश होण्याला लकवा म्हणतात. ज्या अंगाला लकवा होतो, ते अशक्त होते, काम करू शकत नाही, हालचाल करू शकत नाही.

मस्तिष्क, पाठीचा कणा आणि स्नायूंचे आजार यामुळे वेगवेगळ्या प्रकारचा लकवा होतो. एखाद्या रोगामुळे सर्व स्नायूंची केंद्रं आजारी होतात आणि त्यांच्या संबंधित अवयवांमध्ये जडत्व निर्माण होते, ज्याला आपण लकवा म्हणतो.

लकवा होण्याची कारणे

- अत्यधिक मानसिक श्रम, चिंता
- धातुक्षीणता, रक्ताची कमी, डोक्याला जबरदस्त मार लागणे.
- नेहमी भयंकर डोकेदुखी असणे. मस्तिष्कावरण-दाह (मॅनेजिअल इरिटेशन)

- शरीरात विजातीय टॉक्सिन्सचा (विषारी द्रव्ये) प्रकोप होणे किंवा विषारी द्रव्यांचा प्रवेश होणे
- निसर्गाच्या विरुद्ध आहार-विहार, अतिव्यायाम, उच्च रक्तदाब
- पेशी-क्षय होणे, मेंदूचे आणि पाठीच्या कण्याचे वेगवेगळे आजार
- स्नायूरोग, रक्तवाहिन्या कडक होणे, डिप्थीरिया, वातविकार
- अधिक मद्यपान, जुना हृदयरोग
- रक्ताच्या गाठी झाल्याने मेंदूत रक्तप्रवाह व्यवस्थित न होणे

लक्षणे

- ज्या अवयवांना लकवा होण्याची शक्यता असते, त्याचे स्नायू सैल पडतात.
- पायऱ्या चढताना त्रास होतो, कष्ट होतात.
- रक्तदाब कमी होतो.
- मन निरुत्साही होते.
- ज्या बाजूला लकवा होणार असतो त्या बाजूचे नाकाचे छिद्र विशेष रूपात मोकळे होते (उघडे पडते).
- ज्या बाजूला लकवा होणार असतो त्या बाजूची स्पर्श शक्ती कमी होते किंवा अचानक वाढते.
- मासपेशींची शक्ती क्षीण होते आणि हालचाली मंद होत जातात.
- गाठी, वातविकार होतो.
- स्नायूवाताचे विकार वाढतात.
- अंगात शून्यत्व आणि गतिहीनता येते.

साध्य लकव्याची लक्षणे

- रोग नवीन असेल आणि रोगाचा प्रभाव सौम्य असेल
- रुग्णाचे वय कमी असेल आणि जीवनशक्ती जास्त असेल

- इतर कोणतेही आजार नसतील
- लकवा फक्त हात पाय आणि बोटांपर्यंतच मर्यादित असेल

असाध्य लकव्याची लक्षणे

- गर्भार स्त्री, प्रसूती झालेली स्त्री, लहान मुले, वृद्ध, अत्यंत अशक्त आणि दुबळे लोक यांना होणारा लकवा
- रुग्णाचे रक्त आणि वायू अचानक नष्ट झाला असेल
- मासपेशी पूर्णपणे तुटल्या असतील
- सुई टोचल्यानंतर रुग्णास कोणतीही संवेदना नसेल
- रुग्णात ज्ञान आणि क्रियाशक्ती दोघांचा अभाव असणे
- उपचार केल्यानंतरही रुग्ण शुद्धीवर येत नसेल
- अपानवायू (गुदद्वारातून बाहेर येणारा वायू) बंद असेल आणि तोंड, नाक आणि डोळ्यातून सतत स्राव पाझरत असेल
- रुग्णाचा रक्तदाब २०० च्या वर असेल आणि वय ६० पेक्षा जास्त असेल
- जीवनशक्ती कमी असेल, हृदयरोग असेल
- लकवा खूप तीव्रतेने आला असेल

लकव्याचे २० प्रकार

- अर्धांगाचा लकवा (Hemiplegia)
- एकांगाचा लकवा (Monoplegia)
- पूर्णांगाचा लकवा (Quadriplegia, Oiplegia)
- निम्नांगाचा लकवा (Paraplegia)
- सकल्प लकवा (Parkinson's Disease)
- मेरुमज्जा प्रहारजन्य लकवा (Myelitis)
- काललकवा (Infantile Paralysis)

- स्वरयंत्राचा लकवा (Vocal Cords Paralysis)
- जीभेचा लकवा (Bulbar Paralysis or Aphasia)
- मुखमंडलाचा लकवा (Facial Paralysis)
- बोटांचा लकवा (Writer's Paralysis)
- पेशी क्षयजन्य लकवा (Wasting of Muscles Paralysis)
- डिप्थीरीयाजन्य लकवा (Post Diptheric Praralysis)
- हिस्टीरियाजन्य लकवा (Hysterical Praralysis)
- पारददोषजन्य लकवा (Mercurious Praralysis)
- शिसेजन्य लकवा (Lead Praralysis)
- गाठीजन्य लकवा (Rheumatic Praralysis)
- आंशिकत्वक शुन्यता (Partial Praralysis)
- हाताच्या वरच्या भागाचा लकवा (Erb's Praralysis)
- रक्तदाबाधिक्य जन्य लकवा (Hypertension Haemorrhage Praralysis)

लकव्यापासून बचाव

लकवा हा शरीराचे स्नायू आणि स्नायूकेंद्र, मेंदूचा आजार आहे. ज्यांचे शरीराचे स्नायूमंडळ, स्नायूकेंद्र आणि मेंदू चांगला, स्वाभाविक स्थितीत असतो, त्यांना लकवा कधीही होत नाही.

अगदी सुरुवातीपासूनच जर नैसर्गिक जीवनपद्धत अवलंबली, संयम ठेवला, नियमानुसार काम केले, स्वास्थ्यवर्धक आणि उपयुक्त आहार-विहाराचा आधार घेतला आणि सगळ्या प्रकारच्या मानसिक ताणापासून, चिंतापासून दूर राहीले तर लकवा होण्याचा संभव खूपच कमी असतो.

लकवा होण्याच्या बऱ्याच आधीपासून मेंदू अशक्त झालेला असतो. शरीरातील स्नायू जागोजागी अशक्त आणि शक्तिहीन झालेले असतात. यामुळे डोळे आणि कान इत्यादी इंद्रियांची कार्यक्षमता मंद होते. थोडेसे काम केले तरी किंवा बोलल्यानंतरही

थकवा जाणवतो. याप्रकारचे लक्षण दिसल्यास लकवा होण्याची शक्यता असू शकते, हे लक्षात घ्यावे. अशावेळी पटकन सावध होऊन आवश्यक उपचार सुरू करावे. सगळी कामे थांबवून शारीरिक आणि मनसिक आराम करावा. नैसर्गिक आहार-विहार अंगीकारावा. कमी बोलावे, कमी परिश्रम करावेत आणि पित्तासाठी नैसर्गिक उपाय करावेत. ईश्वरी प्रार्थनेत मन रमवावे, सत्ग्रंथ वाचावेत आणि कटिस्नान करावे.

उपवास – शरीरातील आम्लविष काढण्यासाठी उपवासाएवढा उपयुक्त दुसरा कोणताही उपाय नाही. तीन दिवसांचा शिवाम्बू उपवास कोणत्याही अनुभवी चिकित्सकाच्या देखरेखीखाली करणे कधीही चांगले.

व्यायाम – रोज नियमितपणे हलका व्यायाम केला पाहिजे. सकाळ संध्याकाळ चालावे, फिरावे. व्यायाम करण्यापूर्वी योगाचार्यांचा सल्ला अवश्य घ्यावा.

प्राणायाम – योगिक प्राणायाम करणे सगळ्यात उत्तम.

झोप, विश्रांती आणि शिथिलीकरण – शरीरासाठी विश्रांती अत्यावश्यक असल्यामुळे कमीतकमी आठ तासाची झोप घ्यावी. शवासन हे शिथिलीकरणासाठी उपयोगी आसन आहे.

भरपूर पाणी पिणे – लकव्याच्या रुग्णांनी लिंबूपाणी थोडे थोडे पित राहावे. थोड्या वेळाने हे पाणी पित राहून भरपूर प्रमाणात ते घ्यावे. दीर्घकाळ एनिमा घेऊन पोट साफ ठेवावे. यामुळे संपूर्ण शरीर साफ, स्वच्छ होते.

मालिश – लकव्याच्या रुग्णासाठी आठ दिवसांची शिळी लघवी संपूर्ण अंगाला मालिश करण्यासाठी उपयुक्त असते. मालिश हळुवारपणे करावी. स्नायूंवर हलक्या हाताने थोडा वेळ मालिश करावा.

सूर्यस्नान – दररोज रुग्णाने १० ते ४० मिनिटांपर्यंत सूर्यस्नान करावे. सूर्यस्नान घेताना कधी उजव्या तर कधी डाव्या अंगावर झोपून घ्यावे. डोळे आणि डोके सूर्यस्नान घेतेवेळी कापडाने झाकावे.

रंगचिकित्सा – दररोज पिवळ्या रंगाच्या बाटलीत पाणी भरून ती बारा तास सूर्यप्रकाशात ठेवावी आणि त्यानंतर अर्ध्या तासाने हे पाणी प्यावे. शरीराच्या रोगग्रस्त भागावर सुरुवातीला एक तास लाल रंगाचा प्रकाश आणि नंतर दोन तास निळा प्रकाश टाकावा.

जेवण–फळं आणि भाजी – फळं आणि भाज्या सोडल्यास इतर खाद्यपदार्थ आम्ल–उत्पादक असतात. फळं आणि भाज्या क्षार–उत्पादक असतात. लकव्याच्या रुग्णाच्या आहारात, जेवणात फळं आणि भाज्या या दोन्ही गोष्टींचा प्राधान्याने समावेश असावा. स्वास्थ्यासाठी हे जास्त गरजेचे आहे. याच्या मदतीने हा रोग घालवला जाऊ शकतो.

लकव्यासाठी पुढील तीन फळं खूपच लाभदायक आहेत. ज्याच्याने आजाराचा संपूर्ण उपचारसुद्धा होऊ शकतो. ही तीन फळं म्हणजे सफरचंद, द्राक्षं आणि नास्पती. या तिन्ही फळांनी किंवा त्याच्या रसांमुळे लकव्यात आश्चर्यकारक सुधारणा झालेली दिसते.

लखव्याच्या रुग्णांनी विटॅमीन 'बी' असलेले खाद्यपदार्थ खाल्ले पाहिजेत. जसे, दही, मठ्ठा, लोणी, लसूण, पडवळ, कारले, पिकलेला आंबा, पपई, कच्चे नारळ (खोबरे), सुकामेवा, मध, मेथी, कांदा, दोडके, दुधीभोपळा, बीटरूट, अंजीर, खजूर आणि मुगाच्या डाळीचे सूप इत्यादी.

कुपथ्य – या आजारात खाण्यामध्ये मीठाचे प्रमाण कमीत कमी असावे. चहा, साखर, तेलकट पदार्थ, मादक पदार्थ आणि मसालेदार पदार्थ खाऊ नयेत. कोमट पाणी प्यायले पाहिजे. भय, चिंता, क्रोध इत्यादी गोष्टी टाळल्या पाहिजे. आंघोळही कोमट पाण्याने केली पाहिजे. लकव्याच्या रुग्णाने नवीन तांदूळ, म्हशीचे दूध, उडद डाळ, भेंडी, टरबुज, शिळे अन्न, रात्रीचे जागरण, बर्फ इत्यादी गोष्टी खाऊ नयेत.

खंड ४ — प्रश्न-उत्तरं आणि समज-गैरसमज

भाग ३०

युरीन फास्ट थेरपी

प्रश्न - उत्तरं

१) शिवाम्बू पिण्यास सुरुवात करण्यापूर्वी प्रयोगशाळेत त्याची तपासणी करणे आवश्यक आहे का?

– साधारणपणे शिवाम्बू पिण्यास सुरुवात करण्यापूर्वी कोणत्याही प्रयोगशाळेत जाऊन लघवीची तपासणी करण्याची गरज नाही.

लघवीमध्ये ब्लडसेल्स, पस सेल्स, अल्ब्युमीन या प्रकारचे तत्त्व जरी असली तरीही शिवाम्बू पिण्यात कोणतीही अडचण नाही. आतापर्यंतच्या अनुभवाने असे दिसते, जरी या सगळ्या गोष्टी असताना शिवाम्बूपान केले तरी शिवाम्बू प्यायल्या नंतरची जी लघवी होते त्यात या सगळ्या गोष्टींचे प्रमाण कमी व्हायला लागते.

किडनीचे काम नीट होत नसल्याने यामुळे रक्तात जर युरिया किंवा क्रिएटिनाइनचे प्रमाण वाढलेले असेल तर शिवाम्बूपान करण्यापूर्वी तज्ज्ञांचा सल्ला घेणे आवश्यक आहे. फक्त किडनी फेल्युअर या रोगासाठी खूप काळजी घेणे, सजगता बाळगणे गरजेचे असते. हातावर, पायावर, चेहऱ्यावर जास्त प्रमाणात सूज असेल तर रक्तातील युरिया,

क्रिएटिनाइनचे प्रमाण तपासून घेणे गरजेचे आहे. शिवाम्बू पिण्यास सुरुवात करण्यापूर्वी हे करावे.

किडनी खराब होणे, हा आजार सोडता बाकी कोणत्याही आजारात स्वमूत्र तपासणी न करताही शिवाम्बूपान केल्यास चालते.

२) लघवीने औषधं बनवतात का? लघवीत औषधं तयार करण्यासाठीचे कोणकोणती तत्त्वे असतात? बऱ्याचशा वैज्ञानिक शोधांनी हे सिद्ध झाले आहे, की लघवीपासून औषधं बनवली जातात, तर ही माहिती सामान्य लोकांपर्यंत दिली का जात नाही?

– लघवीत महत्त्वपूर्ण बायोॲक्टिव घटक असतात ज्यांना शरीराच्या प्रत्येक भागाची, प्रत्येक कार्याची माहिती असते. या कारणामुळे त्यांची शरीरात एक महत्त्वाची भूमिका असते. आज आधुनिक विज्ञानाच्या आविष्कारामुळे लघवीतील सूक्ष्म, अतिसूक्ष्म बायोॲक्टिव घटकांचा अभ्यास होत आहे. या बायोॲक्टिव घटकांत सर्वश्रुत घटक म्हणजे युरोकायनेज हा आहे. हे एक असे एन्झाइम आहे, ज्याचा उपयोग आज सगळे आधुनिक डॉक्टर्स हृदयविकारात किंवा ब्रेनहॅमरेज या आजारात रक्तवाहिन्यांतील रक्तप्रवाहात आलेले अडथळे दूर करण्यासाठी करतात.

युरोकायनेज – एक इंजेक्शन

एखादा रुग्ण अंगदुखी किंवा अन्जायना सारख्या आजारामुळे हृदयरोग तज्ज्ञाकडे गेल्यावर त्याला युरोकायनेज नामक इंजेक्शन दिले जाते. इंजेक्शनची किंमत साडेतीन हजारापासून तीस हजारापर्यंत असते. जर तुम्ही हृदयरोग तज्ज्ञास विचारले, 'हे इंजेक्शन कशापासून बनवले आहे' तर 'हे इंजेक्शन पूर्णपणे मानवी मूत्रापासून तयार केलेले आहे' असं ते सांगतील. अमेरिका युरोपातील मोठमोठ्या मल्टिनॅशनल फार्मास्युटिकल कंपन्या हजारो लोकांचे मूत्र गोळा करतात आणि त्यापासून इंजेक्शन तयार करतात. आपण सगळे जण खूप महाग किंमतीत ते विकत घेऊन सरळ आपल्या रक्तात ते इंजेक्शन घेतो. आपण याचा विचारही करत नाही की हे कोणाचे मूत्र असेल? आपल्या शरीरातून वाहणाऱ्या पाण्याची, जे अतिशय शुद्ध आहे, आपल्याला किळस वाटते ही अत्यंत खेदजनक बाब आहे.

एन्टीनिओप्लास्टीन –कॅन्सरचा वैरी

केवळ एक इंजेक्शनच नाही तर बरेचशी औषधे आज मानवी मूत्रापासून बनवली

जातात. एन्टीनिओप्लास्टिन नामक एक इंजेक्शन कॅन्सरच्या उपचारात वापरले जाते. या एका इंजेक्शनची किंमत दीड लाखापेक्षाही जास्त असते आणि उपचारा दरम्यान अश्या वीस इंजेक्शन्सचा पूर्ण कोर्स घ्यावा लागतो. सामान्य माणसांसाठी एवढा महाग उपचार घेणे असंभव आहे. परंतु शिवाम्बू पिणे हा अगदी स्वस्त आणि सहजशक्य उपाय आहे.

प्रोफेसी – एक औषध

हार्मोनल संतुलन बिघडल्यामुळे बऱ्याच स्त्रियांमध्ये प्रजनन क्षमता समाप्त झालेली असते. या आजारासाठी प्रोफेसी नावाचे औषध वापरले जाते. हे औषधसुद्धा मानवमूत्रापासून बनवले जाते, ज्याची किंमत हजारो रुपये असते.

अशा प्रकारे वेगवेगळ्या प्रकारच्या त्वचारोगांसाठी वापरल्या जाणाऱ्या मलमांतही युरियाचा वापर करतात. यातील युरिया मूत्रातून वेगळा करून वापरला जातो. मूत्रात सापडणारे युरीया हे एक चांगले अॅन्टीसेप्टीक असते, ज्याने कोणतीही जुनी जखम किंवा त्वचेशी संबंधित सगळे रोग अगदी प्रभावीपणे बरे होतात. मानवमूत्रापासून तयार होणारी बरीचशी औषधं आहेत. आता तुम्ही विचार कराल, आधुनिक वैद्यकशास्त्रात मूत्राचा उपयोग एवढी औषधं तयार करण्यासाठी केलेला आहे, मग ही माहिती सामान्य लोकांना का सांगितली जात नाही? याचे खरे कारण म्हणजे औषधं तयार करण्याचा व्यवसाय करोडो डॉलर्सचा असतो. जर तुम्हाला हे कळले, की आपल्या मूत्रातच आपले औषध लपलेले आहे तर या करोडो डॉलर्सच्या व्यवसायाचे काय होईल?

३) मूत्रात अपायकारक, रोगकारक बॅक्टेरिया (जीवघटक) असतात का?

– मानवशरीराचे अंतरंग पूर्णपणे निर्जंतुक असते. यामुळे ९५% पेक्षाही जास्त लोकांचे मूत्र निर्जंतुक आणि बॅक्टेरियारहित असते. वैद्यकीय शास्त्रातील सगळे तज्ज्ञ आणि मान्यवर ही गोष्ट मान्य करतात. ही गोष्ट मान्य करण्याचे कारण म्हणजे लघवी रक्ताच्या माध्यमातून किडनीत तयार होते आणि ती बाहेर येईपर्यंत कोणत्याही बाह्य गोष्टींच्या संपर्कात येत नाही. त्यामुळे कोणताही संसर्ग होण्याचे कारण उरत नाही. लघवीत असेही काही घटक असतात जे जंतुंना नष्ट करतात.

बाकी पाच टक्के लोकांच्या लघवीत जंतू (बॅक्टेरिया) असू शकतात. मूत्रनलिका, मूत्राशय किंवा किडनीत रोग पसरल्यामुळे, स्वमूत्रात जंतू किंवा कधी कधी मृतपेशी (पससेल्स) असू शकतात.

साधारणपणे जंतुयुक्त (बॅक्टेरीया युक्त) स्वमूत्रपान केल्यावरही कोणतेही नुकसान

होत नाही. पण जेव्हा एखादा मनुष्य असे स्वमूत्रपान करतो त्यावेळी ते लसीसारखे काम करते. त्यामुळे जंतू (बॅक्टेरीया) नष्ट होतात असे लक्षात आले आहे.

पूर्वीच्या काळापासूनच मानवी ताजे मूत्र शरीरावर झालेल्या बाह्य जखमा स्वच्छ करण्यासाठी वापरतात. ॲन्टिसेप्टीक द्रवासारखा याचा उपयोग केला जातो. याने मूत्र हे एक विश्वसनीय स्वयंचलित ॲन्टिबायोटीक, ॲन्टिसेप्टीक द्रव आहे हे सिद्ध होते.

शरीरातून मूत्राद्वारे बाहेर निघणारे द्रव्य, निरुपयोगी आणि शरीरासाठी हानीकारक असतात असे काही डॉक्टरांचे मानणे आहे. डॉक्टरांच्या या मानण्यात किती अज्ञान आहे हे मूत्रद्रव्यांच्या विश्लेषणानंतर समजते. मूत्रातील द्रव्ये शरीरासाठी अत्यंत लाभदायक आहेत. जर असे नसते तर डॉक्टरांनी या द्रव्यांना औषधात मिसळून पुन्हा शरीरासाठी का वापरले असते? बरेचसे डॉक्टर रासायनिक प्रक्रिया करून तयार केलेली खनिजद्रव्ये शरीरस्वास्थ्यासाठी उत्तम मानून रुग्णांना औषधाबरोबर देतात. निसर्ग अशीच द्रव्ये मानवी शरीरात तयार करत असतो. ही द्रव्ये शरीरासाठी हानीकारक समजणे यात कोणतेही चातुर्य किंवा बुद्धिमत्ता नाही. चिकित्साशास्त्रानुसार मूत्र ही निरुपयोगी वस्तू नसून एक सजीव रस आहे हे सिद्ध झालेले आहे. मूत्रातील असंख्य गुणकारी तत्त्वे मांस, रक्त आणि निर्जीव झालेले कोषतंतुजाल (टिशुज्) यांना मजबूत बनवून पुनर्निर्मित करतात.

४) यु.एफ.टी.चे चांगले गुणधर्म कोणते? तसेच यु.एफ.टी.च्या मार्गातील अडथळे कोणते?

– यु.एफ.टी.चे चांगले गुणधर्म–

- ▶ मूत्र ईश्वरीय देणगी आहे.
- ▶ शरीर स्वास्थ्याची कोणत्याही प्रकारची उणीव भरून काढण्यासाठी वैज्ञानिक दृष्टीने हे एक अद्‌भुत संपूर्ण औषध आहे.
- ▶ हे अर्थ आणि गुण दोन्ही दृष्टीने अमूल्य आहे. याच्या उपयोगासाठी पैशांची गरज नाही, फक्त समज आणि निष्ठेची गरज आहे.
- ▶ इतर कोणत्याही पदार्थापेक्षा हे अधिक प्रभावशाली आहे.
- ▶ आयुर्वेदात याला विषघ्न म्हणजे शरीरातील आंतरिक आणि बाह्यविषनाशक, रसायन म्हणजे वृद्धावस्थेला थांबवून रोगमुक्त यौवन देणारा म्हटलेले आहे.
- ▶ हे निर्दोष असल्याने याच्या वापरामुळे कोणत्याही प्रकारची हानी होत नाही.

अशा कल्याणकारी द्रव्याचे महत्त्व जनतेच्या हृदयापर्यंत पोहोचवणे म्हणजे जनतेची मोठी सेवा करण्यासारखे आहे.

यु.एफ.टी.च्या मार्गातील अडथळे

- साधारणपणे लघवीला समाजात वाईट समजले जाते आणि त्याच्या चवीबद्दल, वासाबद्दल खोटे भ्रम तयार झालेले आहेत.

- आपण असे समजतो, की लघवीद्वारे शरीरातील विष बाहेर टाकले जाते आणि या गैरसमजाचा प्रचारही खूप झालेला आहे.

- शेकडो वर्षांपासून युरीन थेरपीचा उपयोग मोठ्या प्रमाणात बंद आहे म्हणून लोकांना याच्या उपयोगाबद्दल शास्त्रीय माहिती नाही.

- युरिन थेरपी करताना पाहिजे तसे बंधन ठेवण्यास आपण टाळाटाळ करतो आणि आहार-विहारात संयम नसतो.

- आधुनिक समाजात मूत्रचिकित्सा उच्च आणि सांस्कृतिक जीवनाच्या विरुद्ध आहे असा समज आहे.

- अन्य चिकित्सा पद्धतींचे व्यावसायिक आपल्या स्वतःच्या स्वार्थासाठी स्वच्छतेचे, संस्कृतीचे आणि सभ्यतेचे दाखले देऊन यु.एफ.टी.चा सर्व शक्तीनिशी विरोध करतात, ज्याने अजूनच अडथळे निर्माण होतात. अनेक वैद्य मूत्रचिकित्सा आयुर्वेदाचे एक अंग मानतात. तरीही काही लोक यावर विश्वास ठेवत नाही.

- आपल्या समाजात नैतिक हिंमत कमी आहे. त्यामुळे आपण आपल्या कल्याणासाठी चुकीचे समज आणि कुविचारांना दूर करून सत्याचे आचरण करत नाही.

याप्रकारे अनेक अडथळे असूनही स्वास्थ्यावर प्रेम करणारे संपूर्ण विश्वासाने प्रयत्नपूर्वक यु.एफ.टी.द्वारे सामान्य जनतेला प्रत्येक आजारापासून मुक्त करू शकतात असा दृढविश्वास बाळगावा.

५) शिवाम्बूप्राशन करण्यापूर्वी शारीरिक गुणदोष जाणून घेणे आवश्यक आहे का?

– शिवाम्बू प्राशनाचा संपूर्ण लाभ घेण्यासाठी शारीरिक गुणदोष आणि त्यासंबंधीच्या अनेक गोष्टी समजून घेणे आवश्यक असते. यात खालील गोष्टी अवश्य समजून घ्याव्यात.

- शिवाम्बू हे उष्ण, क्षारीय, खारट, मधुर असल्यामुळे त्यात ऋतुनुसार बदल होतात. म्हणून वात, पित्त, कफ प्रकृतीच्या लोकांनी याचा विचारपूर्वक उपयोग करावा.
- कफ आणि वात प्रकृतीच्या लोकांचे मूत्र अनुकूल राहते. पित्त प्रकृती असणाऱ्यांचे कमी अनुकुल असते. त्यांनी सुरुवातीला कमी मात्रेत याचा उपयोग केला पाहिजे.
- थंड, पातळ, भारी आणि मधूर आहार घेणाऱ्यांसाठी शिवाम्बू अधिक अनुकूल असते. गरम, हलका , कोरडा, खारट आणि तिखट आहार घेणाऱ्यांसाठी हे कमी अनुकूल असते.
- रात्री जागरण, अधिक समागम, उष्ण वातावरणात राहणे, अतिपरिश्रम, राग इत्यादी आचरण करणाऱ्यांसाठी युरीन प्रतिकुल आहे.
- शांत, संयमी, सम्यक् स्वभाव असलेल्या लोकांसाठी हे अधिक फलदायी असते.

साधारण आजारात चालू असणाऱ्या औषधांबरोबर (जसे की रक्तदाब, मधुमेह, हृदयविकार) रुग्ण मूत्राचा उपयोग करू शकतात. पण काही विशेष आजारात बऱ्याचदा विशिष्ट औषधं दिली जातात. एखादा रुग्ण विशेष स्टीरॉइड किंवा हायर एन्टीबायोटीक किंवा केमोथेरपी घेत असेल तर त्याला शिवाम्बू पान करणे निषिद्ध आहे. कारण अशा औषधांचा नंतरचा परिणाम निश्चित असतो, त्याचे अनुपान (औषधांबरोबर किंवा नंतर दिली जाणारी गोष्ट) असते. याच्याबरोबर स्वमूत्रपान केल्यास ते शरीरात अधिक प्रमाणात जाण्याची शक्यता असते. यामुळे औषधांचा ओव्हर डोस झाल्यामुळे शरीराला हानी पोहोचू शकते. म्हणून ही औषधं सुरू असताना शिवाम्बूपान करू नये.

कोणतेही सामान्य ॲलोपॅथिक औषध, टॉनिक, व्हिटॅमीन सप्लीमेंटचे औषध, आयुर्वेदिक किंवा होमिओपॅथिक औषधांबरोबर शिवाम्बूपान केल्यास चालते.

६) फक्त स्वत:चेच शिवाम्बू पिणे गरजेचे आहे का?

– दुर्लभ परिस्थितीत रुग्ण स्वत:चे शिवाम्बू आवश्यक मात्रेत किंवा शुद्ध रूपात मिळवू शकत नाही, अशावेळी त्याच वयाच्या आणि लिंगाच्या स्वस्थ माणसाचे शिवाम्बू

वापरल्यास चालते. सात्त्विक, नैसर्गिक आहार घेणाऱ्या लहान मुलाचे शिवाम्बूसुद्धा उपयोगात आणले तर चालते.

बाह्य उपचारांसाठी (मालिश, एनिमा, पट्ट्या इत्यादी) दुसऱ्या निरोगी माणसांचे शिवाम्बू वापरले तरी चालते. लैंगिक आणि हार्मोन्ससंबंधित आजारात भिन्नलिंगी माणसांच्या शिवाम्बूचा उपयोग केला जातो. गर्भवती स्त्रियांच्या शिवाम्बूचा उपयोग वंध्यत्वाच्या समस्येसाठी केला जातो.

अधिकतर दोन सामान्य स्वस्थ माणसांच्या शिवाम्बूतील घटकांत जास्त फरक नसतो. पण आपल्या स्वत:च्या शिवाम्बूत शरीरातील जीवरासायनिक क्रियांचे सूक्ष्मतम प्रतिबिंब असते. प्रत्येकाचे शिवाम्बू आपल्या शरीराच्या दृष्टीने बरेचसे व्यक्तिगत, विशिष्ट आणि परिपूर्ण असते, ज्याच्या पुनरुपयोगामुळे रोग निवारणाचे कार्य अचूकपणे होऊ शकते. भारतात मानवी मुत्राबरोबरच अन्य शाकाहारी प्राण्यांच्या मूत्राचा उपयोग व्याधीनिवारणासाठी केला जातो. गाय, उंट, हत्ती, बकरी इत्यादी प्राण्यांच्या मूत्राचाही अभ्यास आणि विश्लेषण आयुर्वेद ग्रंथात उपलब्ध आहे.

७) यु.एफ.टी.मुळे जाडी, वजन कमी होते का? कृश व्यक्तीचे वजन याच्याने वाढते का?

– पृथ्वीवर भौतिक दृष्टीने सगळ्यात समृद्ध आणि श्रीमंत देश अमेरिका आहे. या देशात ४०% पेक्षा जास्त लोक स्थूल, लठ्ठ आहेत. हृदयविकार, उच्चरक्तदाब, मधुमेह इत्यादी व्याधींचा जन्म लठ्ठपणामुळे होतो असे मानले जाते. जेव्हा शरीराचे वजन प्रमाणापेक्षा जास्त वाढते तेव्हा त्याला लठ्ठपणा किंवा स्थूलता म्हणतात. लठ्ठपणा तंदुरुस्तीचे प्रतीक मानले जाऊ शकत नाही. शरीराचे वजन प्रमाणापेक्षा खूपच कमी झाले, त्यामुळे शारीरिक कार्यक्षमतेवर त्याचा परिणाम झाला, अशक्तपणा जाणवायला लागला तर त्यालाही आजार म्हटले गेले आहे.

निरोगी, स्वस्थ अवस्थेत आपल्या शरीराचे वजन आपल्या उंचीनुसार स्थिर आणि संतुलित राहते. जास्त करून आपले वजन आहार-विहार, शारीरिक मानसिक सवयींवर अवलंबून असते. आळशी, बेजबाबदार आणि अविचारी माणसांमध्ये स्थूलतेचे प्रमाण जास्त दिसते. कमी वजन असणे किंवा अशक्तपणाचा विकारही अशाच माणसांमध्ये पाहायला मिळतो.

ज्यांचे वजन जास्त आहे त्यांचे या उपचारांनी वजन कमी होते आणि ज्यांचे

वजन कमी असते, त्यांचे हळूहळू वजन वाढायला लागते. यु.एफ.टी.च्या उपचाराने मूत्र शरीराला संतुलित स्थितीत, अवस्थेत ठेवते.

दिवसातून तीनवेळा शिवाम्बू घेणे, आठवड्यातून एक दिवस शिवाम्बूकल्प करून उपवास करणे, रोज एक तास व्यायाम, जेवणात नैसर्गिक आहार घेणे या सगळ्या गोष्टींमुळे वजन कमी करण्यास मदत होते. लठ्ठपणा जर केंद्रिय असेल म्हणजे पोटावर आणि पार्श्वभागावर चरबी वाढलेली असेल तर त्यासाठी विशेष व्यायाम शिवाम्बू मालीश आणि गोमुत्रपान केल्यास कमी होण्यास मदत होते. वरील उपाय यासाठी परिणामकारक आहेत.

ज्यांचे वजन कमी आहे त्यांनी सुरुवातीला एक ते तीन दिवस शिवाम्बू उपवास करून आपल्या आतड्यांची स्वच्छता करावी. कार्यक्षमता वाढवावी. त्यानंतर दिवसातून एक ते दोन वेळा शिवाम्बूपान, नैसर्गिक पौष्टिक आहार, योग्य प्रमाणात करावा, ज्याने शरीराचा परिपूर्ण विकास होऊ शकेल.

८) शिवाम्बूमुळे उंची वाढवली जाऊ शकते का?

- प्रत्येक माणसाच्या शरीराची रचना, रंग, रूप त्या त्या माणसाच्या प्रकृतीनुसार वैशिष्ट्यपूर्ण असते. रंग, रूप, प्रकृती आणि उंची या सगळ्या गोष्टी आपल्याला अनुवंशिकपणे आपल्या आईवडिलांकडून मिळालेल्या असतात. पण शारीरिक रूपात आपल्या आई-वडिलांकडून मिळालेली ही देणगी, निसर्गाची अनमोल भेट विकसित करणे, त्याला सजवणे, निरोगी, तंदुरुस्त ठेवण्याचे काम जबाबदारी आपली स्वत:ची असते. म्हणून खूप मुलांना उंची वाढवण्याच्या प्रयत्नात यु.एफ.टी. करायचे असते.

वयाच्या अठरा ते वीस वर्षांपर्यंत शरीराचा संपूर्ण विकास होतो. या वयापर्यंत शारीरिक उंचीपण सतत वाढत असते. आपली उंची हाडांची लांबी आणि स्नायूंच्या विकासावर अवलंबून असते. उंची वाढण्यासाठी आणि त्याचा विकास नीट होण्यासाठी बाल्यावस्थेत आणि युवावस्थेत शरीरात खास ग्रोथ हार्मोन्स स्रवतात.

सकाळच्या पहिल्या शिवाम्बूत या हार्मोन्सची मात्रा सापडते. नियमित शिवाम्बूपान करणे आणि पौष्टिक आहार, योगिक व्यायाम, पळणे, पोहणे इत्यादी उपाय सतत एक ते दोन वर्ष केल्याने बऱ्याच मुलांची उंची वाढलेली दिसते. बऱ्याचदा लहानपणी असलेला लठ्ठपणा उंची वाढण्यात अडथळा ठरतो. आई वडिलांच्या लाडाने आणि आळसामुळे लहानपणी लठ्ठपणा उंची वाढण्याचा धोका असतो. आपल्या शरीराची रचना आणि

ठेवण, आपल्या आहारातील पोषक तत्त्वांनुसार होत असते. लहान मुलांच्या सर्वांगीण शारीरिक, मानसिक आणि बौद्धिक विकासासाठी सात्त्विक, नैसर्गिक आहाराचे खूप महत्त्व आहे. आहारात आवश्यक मात्रेत कार्बोहायड्रेट्स, प्रोटीन्स, लिपिड्स, मिनरल्स असणे गरजेचे असते.

९) शिवाम्बूमुळे एच.आय.व्ही. या रोगास अटकाव होऊ शकतो का?

– ॲक्वायर्ड इम्युनो डिफिसिएन्सी सिन्ड्रोम (AIDS) नावाचा हा रोग ह्युमन इम्युनो व्हायरस (HIV) नामक विशिष्ट रेटिरोजातीच्या विषाणूच्या संसर्गामुळे होतो. याचा संसर्ग झाल्यानंतर लगेच थोड्याच दिवसांत शरीरातील रोगप्रतिकार शक्तीवर याचा परिणाम होतो. या विषाणुंचा प्रसार किंवा संसर्ग रक्तसंपर्कामुळे किंवा लैंगिक संबंधांमुळे होतो.

हा आजार पहिल्यांदा दोन दशकाच्याही कितीतरी दिवस आधी शोधला गेलेला आहे. तरीही आजपर्यंत या रोगावर कोणताही प्रभावी उपचार नाही. आतापर्यंत याचा व्हायरस कसा असतो हेसुद्धा आपल्याला माहिती नाहीये. शरीरातील प्रतिकारशक्ती हा व्हायरस कशाप्रकारे अशक्त बनवतो तेही समजलेले नाही. याबद्दलच्या सगळ्या गोष्टींबद्दल तज्ज्ञांचे एकमत नाही.

तुम्हाला ऐकून आश्चर्य वाटेल, की ऑस्ट्रेलियातील शास्त्रज्ञांच्या एका समूहाने आपल्या वेबसाइटवर लोकांना सांगितले, 'एच.आय.व्ही.चे विषाणू वेगळे करून दाखवा आणि करोडो रुपये बक्षीस म्हणून मिळवा.' या समूहाचे नाव 'पर्थ ग्रुप' आहे. यातील बऱ्याच शास्त्रज्ञांचे म्हणणे होते, एच.आय.व्ही.चा विषाणू निर्माण करण्यामागे औषधं बनवणाऱ्या कंपन्यांचा हात आहे आणि यामागे गहन षड्यंत्र आहे. पण या विचाराला जगात फारशी मान्यता मिळाली नाही.

सन १९८१ ते २००३ पर्यंत जगात एड्सने मेलेल्या लोकांची संख्या दोन कोटीपेक्षाही जास्त आहे. आफ्रिकेत एड्समुळे अनाथ झालेल्या बालकांची संख्या २००३ मध्ये १ कोटी २० लाख होती. आज बऱ्याच एड्स संघटनांच्या संशोधनानुसार याचे प्रमाण ३९ कोटी चाळीस लाखपेक्षाही जास्त असेल.

भारतात एड्सचा पहिला किस्सा सन १९८६ साली प्रकाशात आला. त्यावेळेपासून आजपर्यंत हा रोग भारतभर सर्वत्र पसरलेला आहे. पश्चिमेकडे गुजरात, महाराष्ट्र, आंध्रप्रदेश, कर्नाटक, दक्षिणेत आणि पूर्वेकडील भागात मणिपूर, नागालँडमध्ये

याचे प्रमाण जास्त दिसून येते. इंडियन नॅशनल एड्स कंट्रोल ऑर्गनायझेशन (नॅको: NACO) च्या सर्वेक्षणानुसार २००४मध्ये भारतात १३ कोटी ४० लाखपेक्षा जास्त लोक एड्सने पिडित होते. भविष्यकाळात भारतासारख्या विकासशील देशात एड्सचा प्रसार सगळ्यात जास्त असेल.

एड्सवर झालेल्या संशोधनानुसार लक्षात येते की, बऱ्याच तपासण्या, प्रयत्न, वेळ आणि पैसे खर्च करूनसुद्धा यावर कोणताही ठोस उपचार मिळणे अशक्य आहे.

ताण, भय, मानसिक शंका, कमी पौष्टिक आहार आणि समाजाद्वारे अस्वीकार या कारणांमुळे हा रोग वाढण्यास मदत मिळाली आहे.

बऱ्याच देशात जिथे वैद्यकीय सुविधा उपलब्ध नाहीत, तिथे पौष्टिक आहार आणि सकारात्मक मानसिकता अंगीकारल्या नंतरही एच.आय.व्ही.ग्रस्त रुग्ण दीर्घकाळापर्यंत जगत नाहीत. भारतात केलेल्या संशोधनानुसार शुद्ध, स्वच्छ राहणीमान, सकारात्मक दृष्टिकोन, संतुलित आणि नियमित आहार, कमीत कमी औषधांचा वापर केल्याने रुग्णांची रोगप्रतिकारशक्ती सुदृढ राहिली.

अमेरिकेत आज एड्ससाठीच्या उपचारांत योग, प्राणायाम, ध्यान, नैसर्गिक आहार, विश्रांती (रिलॅक्सेशन), वनौषधींचा जास्तीत जास्त उपयोग केला जातो. बऱ्याचशा एड्स रिसर्च सेंटरमध्ये जीवनशैलीत बदल करण्याबरोबर स्वसंमोहन, बायोफीडबॅक, ॲक्युप्रेशर यासारख्या औषधे नसलेल्या उपचारपद्धती उपयोगात आणल्यानंतरही एच.आय.व्ही.ग्रस्त रुग्णांच्या रक्तात असलेल्या सी-४चे प्रमाण कमी झालेले नव्हते.

'एच.आय.व्ही.च्या संपर्कात येणे' आणि 'त्यानंतर काही काळाने शरीराची प्रतिकार क्षमता संपल्यावर अन्य जीवाणूंचा संसर्ग झाल्यानंतर' या अशा रोगाच्या दोन अवस्था आहेत. एच.आय.व्ही.ची तपासणी विषाणूंमुळे शरीरात तयार झालेल्या ॲन्टीबॉडी टेस्टद्वारे करता येते. एच.आय.व्ही.ची सुरुवात शरीरातील आंतरिक द्रव्यांच्या सरळ संपर्काने होते. या संपर्कांचे प्रकार वेगवेगळे असू शकतात. एच.आय.व्ही.ची लागण झाल्यानंतर शरीरातील रोगप्रतिकार शक्ती कमी होऊन जाते. याचे परीक्षण, तपासणी रक्तातील घटकांची मोजणी करून आणि इतर तपासण्या करून केले जाते.

गेल्या १० ते १५ वर्षांत शिवाम्बू भवनात एड्सवर झालेल्या उपचारांद्वारे असे लक्षात आले आहे, की एच.आय.व्ही.चे रूपांतर एड्समध्ये होणे किंवा न होणे हे

पूर्णपणे त्या माणसाच्या इच्छाशक्ती, ज्ञान आणि विवेकावर अवलंबून असते.

उपचार घेणाऱ्या रुग्णांच्या तपासणीवरून पुढील गोष्टी लक्षात आल्या आहेत.

- एच.आय.व्ही.ची लागण झालेली आहे, हे समजल्यानंतर त्याचे रूपांतर एड्समध्ये होण्यापासून थांबवले जाऊ शकते.
- बऱ्याच वेळा शरीरात गंभीर लक्षणं आढळल्यानंतर रुग्णाला एड्सबद्दल लक्षात येते. या रोगाचे नाव ऐकल्यानंतरच ८०% लोकांना घृणा वाटते. असे झाल्यानंतरही यु.एफ.टी.मुळे होणाऱ्या सुधारणेची बरीच उदाहरणे आहेत.
- हा रोग बरा व्हावा यासाठी लागणाऱ्या वेळेमागचे महत्त्वपूर्ण कारण म्हणजे भय, भीती. आज एड्स म्हणजे मृत्यु असे मानले जाते. एड्सची भीती रुग्णाला रोज तीळ-तीळ मारते. परंतु सावधगिरी बाळगल्यास एड्सचा धोका बऱ्याच प्रमाणात कमी केला जाऊ शकतो. या रुग्णांना भयमुक्त करण्यासाठी योग्य आरोग्य शिक्षण देण्याची गरज आहे. माणसाने जर प्रत्येक क्षण आणि स्थितीचा सहजतेने स्वीकार केला तर तो माणूस आपोआप रोगमुक्त होऊ शकतो. म्हणून एड्सच्या रुग्णांसाठी आपण रोगमुक्ती, ताणमुक्तीसाठीचे कार्यक्रम आयोजिले पाहिजे.
- समाजात एड्सबद्दल भीती असल्यामुळे रुग्णांस जेव्हा स्वत:च्या या रोगाबद्दल कळते त्यावेळी त्याचा संपूर्ण जीवनाचा आनंद नाहीसा होतो. रुग्ण निरुत्साही होऊन स्वत:च्या नशिबाला दोष देत बसतो, निराश होतो आणि नेहमी नकारात्मक विचार डोक्यात आणून स्वत:ची जगण्याची इच्छा संपुष्टात आणतो.
- संशोधनानुसार लक्षात आले आहे, की ज्यावेळी माणसाला आयुष्यात एखादे ध्येय, उद्देश प्राप्त करायचा असतो त्यावेळी ते प्राप्त करण्याच्या इच्छाशक्तीने मनुष्याच्या कोणत्याही शारीरिक अशक्तपणावर, रोगांवर तो विजय मिळवू शकतो.
- मनुष्यात जर आंतरिक प्रेरणा, उत्साही वातावरण, प्रोत्साहन आणि जगण्याची तीव्र महत्वाकांक्षा असेल तर त्याचे आयुष्य वाढते. म्हणून एड्सच्या रुग्णाच्या मनातली भीती दूर करून त्याला जीवनात एखादे ध्येय देऊन जगण्यासाठी ठोस कारण देणे महत्त्वाचे असते.

▶ मनुष्य हा एक सामाजिक प्राणी आहे. आदिकाळापासून आजपर्यंत तो समूहात राहात आला आहे. म्हणून तो एकटा राहू शकत नाही.

जर समूहात राहणाऱ्या प्राण्याला समूहातून बाहेर काढले तर तो प्राणी आजारी पडतो, अशक्त होतो असे एका प्रयोगात दिसले आहे. मनुष्यालाही सहजीवनाची गरज असते. त्याला सुखाची आणि दु:खाची दोन्ही गोष्टींची गरज असते. संकटात असताना मनुष्य समाजातील लोकांकडून सहकार्याची, मदतीची अपेक्षा करतो. पण एच.आय.व्ही.ग्रस्त रुग्णांना समाजात पसरलेल्या भ्रमांमुळे समाजातून दूर केले जातेच, त्याचबरोबर कुटुंबातील लोकांचे सहकार्यपण मिळत नाही. जर रुग्णाला समाजाने वाळीत टाकले तर त्याचा त्याच्या प्रतिकारशक्तीवर खूप वाईट परिणाम होतो.

अशा स्थितीत माणसांच्या मनात स्वत:बद्दल घृणा आणि तिरस्कार निर्माण होतो. म्हणून एच.आय.व्ही.ग्रस्त रुग्णांच्या राहण्याची व्यवस्था जिथे समजदार लोक असतील तिथेच असायला हवी, जिथे त्यांची व्यवस्थित काळजी घेतली जाईल. उपचाराच्या कार्यप्रणालीत या सगळ्या गोष्टींना महत्त्व देणे गरजेचे आहे.

आतापर्यंतच्या पाहणीतून असे निदर्शनास आले, एच.आय.व्ही. ग्रस्त माणसाच्या मनात भय आणि निराशा निर्माण होते त्यामुळे तो आपल्या आरोग्याकडे लक्ष देऊ शकत नाही. समाज आणि कुटुंबाकडून तिरस्काराची वागणूक मिळाल्यामुळे तो विचलित होतो. त्याचे स्वत:कडे लक्ष राहात नाही. मानसिक ताणामुळे झोप न येणे, तोंडाची चव बिघडणे, वजन कमी होणे, ताप येणे अशाप्रकारची लक्षणं दिसतात.

अशा रुग्णांसाठी पौष्टिक आहार, नियमित व्यायाम, संपूर्ण शरीराला मालिश, मानसिक आधार आणि प्रबोधन (कौन्सलिंग), योग्य विश्रांती, ध्यान इत्यादी गोष्टींची नियमितपणे व्यवस्था केली तर एच.आय.व्ही.ग्रस्त लोकांची प्रतिकारशक्ती वाढते.

वर दिलेल्या कार्यक्रमानुसार उपचार पद्धती युरीन हेल्थ रिसर्च इंस्टिट्यूटद्वारे बनवली जात आहे. म्हणून एड्सला न घाबरता त्याचा सहज स्विकार करून कायम स्वरूपी उपचार घेतले पाहिजे. तुम्ही जर जागृत आणि शिस्तबद्ध जीवन जगण्याची कला आत्मसात केली तर एड्स तुमचे काहीही बिघडवू शकत नाही.

१०) स्वमूत्र चिकित्सा सुरू केल्यानंतर शरीरात कोणकोणत्या क्रिया-प्रतिक्रिया दिसतात?

स्वमूत्र प्रयोगात असलेल्या क्रिया-प्रतिक्रिया सहजतेने आणि सुविधेच्या दृष्टीने

समजून घेणे गरजेचे आहे. अन्यथा रुग्ण विनाकारण भीती बाळगू शकतो. जसे,

- स्वमूत्राने पाच-सात दिवस मालिश केल्यानंतर रुग्णाच्या शरीराला खाज सुटल्यास घाबरू नये, खाज मालिश केल्यानेच जाते.
- बऱ्याचदा उष्णता बाहेर पडून पांढरे तोंड असणारे लाल रंगाचे फोड शरीरावर येतात. रक्तातली जास्तीची उष्णता, लघवीने मालिश केल्याने बाहेर पडते.
- फोड येणे शरीरशुद्धीचे लक्षण आहे. घाबरण्याचे काहीच कारण नाही. अशावेळी मालिश जोर लावून करावे, ज्याने फोड फुटून त्यात लघवी गेली पाहिजे. यानंतर एक ते दोन तासांनी साबण न लावता कोमट पाण्याने आंघोळ करावी.

ज्या विकारामुळे शरीरात रोग निर्माण झालेला आहे तो बाहेर पडतो. जसे, तोंडाद्वारे उलटीने, गुदद्वारावाटे जुलाबाने आणि शरीरावरील छिद्रांतून उष्णतेने म्हणजे फोडांच्या रूपात विकार बाहेर पडतात.

स्वमूत्र प्रयोगात पुढील तीन प्रतिक्रियांची संभावना असते.

- बऱ्याचदा खोकल्यामुळे कफ हळूहळू वेगळा होऊन बाहेर निघून जातो आणि उलटी होत नाही असेही होऊ शकते. बऱ्याचवेळा मलविसर्जन होऊन आतील विकार बाहेर पडतात. यात जुलाब न होताही असे होऊ शकते. अशाप्रकारे उलटी, जुलाब झाले नाही तर उपवास करताना त्या दिवसात उलटी आणि जुलाब होण्याची पूर्ण संभावना असते. असे झाल्यास बिलकूल घाबरू नये. निसर्गाला आपले काम करू द्यावे, त्यातच कल्याण आहे. कोणाच्याही सल्ल्यानुसार हे बंद करण्यासाठी कोणतेही औषध किंवा इंजेक्शन घेऊ नये. घेतल्यास नुकसान होईल. शिवाम्बूनेच या प्रतिक्रिया आपोआप थांबतात. एखाद्याची शरीराची रचना विशेष असेल किंवा प्रकृतीमुळे प्रतिक्रिया झाली नाही तरी काळजी करू नये. याव्यतिरिक्त खालील गोष्टी समजून घ्याव्यात.
- बऱ्याचदा मुख्य रोग समोर न येता, अन्य कुठला तरी दुसराच रोग समोर येतो. ज्यामुळे रुग्ण मुख्य रोगास कमी (गौण) समजून आवश्यक बंधने पाळत नाही. याचा परिणाम म्हणजे लपलेला मुख्य रोग भयंकर रूप घेतो. अशा स्थितीत विवेक आणि सावधगिरी बाळगणे अत्यंत गरजेचे आहे.
- रुग्णास आवश्यक तेवढी लघवी न झाल्याने त्याच्या शरीरावर सूज येते.

अशावेळी रुग्णाच्या पोटावर विधीपूर्वक मूत्रपट्ट्या ठेवल्यास लघवी वाढण्याची संपूर्ण शक्यता असते.

११) शिवाम्बू 'रोगी आणि निरोगी' दोघांसाठी कशाप्रकारे उपयोगी आहे?

शिवाम्बू 'रोगी आणि निरोगी' दोघांसाठी उपयोगी आहे.

- शिवाम्बू पाचक, पोषक, रेचक आहे.
- शिवाम्बू जंतुनाशक, विषनाशक रसायन आहे.
- शिवाम्बू रोगनाशक आणि आरोग्यरक्षक आहे.
- शिवाम्बू वात, पित्त, कफ शामक आहे.
- शिवाम्बू आबालवृद्धांसाठी सर्वस्वी कल्याणकारी आहे.
- शिवाम्बू प्रत्येक प्राण्याच्या शरीराचा वैद्य आहे.
- शिवाम्बू धर्मसंगत, आयुर्वेद संमत, निर्दोष आणि हानीविरहित आहे.
- शिवाम्बू अर्थ आणि गुणांच्या दृष्टीने अमूल्य आहे.
- शिवाम्बू स्वत: चिकित्सक, निदानकर्ता आणि औषधही आहे.
- शिवाम्बू सहज, प्राकृतिक आणि स्वाधीन साधन आहे.
- शिवाम्बू सहज आणि संयमी जीवनास साहाय्यक आहे.
- शिवाम्बूत शरीराची संतुलनशक्ती टिकवण्याची अपूर्व शक्ती आहे.
- शिवाम्बूत रोग प्रतिरोधकाची संपूर्ण क्षमता आहे.
- शिवाम्बू रक्तप्रवाहाला थांबवते, पांढऱ्या रक्तपेशी, हिमोग्लोबीनची कमतरता पूर्ण करते.
- शिवाम्बू सर्वात सुलभ, नि:शुल्क उत्पादन आहे.
- भगवान शंकरापासून भावप्रकाशापर्यंत सर्वांनी शिवाम्बूला भरपूर गुणांनी युक्त सांगितलेले आहे. आधुनिक शरीरविज्ञानतज्ज्ञ देखील शिवाम्बूला औषधी गुणांनी युक्त आणि निर्जंतुकच असल्याचे सांगतात.

- अथर्ववेद, ऋग्वेद, उपनिषद, योग, तंत्र महाभारत, बायबल, बौद्ध, जैन, आयुर्वेद आणि शिलालेखांत शिवाम्बूच्या गुणांची चर्चा केलेली आहे.

१२) शरीरात मूत्र कसे निर्माण होते?

- शरीरशास्त्रानुसार आपण जे काही अन्न खातो, ते आपल्या अन्ननलिकेवाटे पोटात (जठरात) जाते. जिथे अन्नात अनेक पाचक रस मिसळून अन्नाला वेगळे केले जाते. त्यानंतर अन्न छोट्या आतड्यात जाते. अन्नातले व्हिटॅमिन्स, मिनरल्स, प्रोटीन, कार्बोहायड्रेट्स या सगळ्यांचे शोषण होते. इतर कचरा मोठ्या आतड्यात मलाशयात जातो. तिथून गुदद्वारावाटे बाहेर टाकला जातो, ज्याला आपण मल म्हणतो. म्हणजेच तोंडापासून गुदद्वारापर्यंत एक नलिका असते, ज्याच्या आत अन्नाचा रक्ताशी कोणताही संपर्क येत नाही. या नलिकेत टाकलेल्या कोणत्याही अन्नाचा रस आतड्यात शोषला जातो. उरलेला कचरा बाहेर निघून जातो. म्हणून मल निरुपयोगी आहे. मूत्र तयार होण्याची प्रक्रिया वेगळी असते.

छोट्या आतड्यांत जे पोषक अन्नरस सामावलेले असतात, त्याचे रूपांतर फूड ग्लुकोजमध्ये होते. शरीरात सामावलेले सगळेच अन्नरस रक्तामध्ये एकत्रित होऊ शकत नाही. रक्तात ज्या प्रकारच्या रसाची आवश्यकता असते तेच रस फक्त एकत्रित होतात. अन्नरसाचे मूत्रात रूपांतर करून उर्वरित रस बाहेर टाकले जातात. अशा प्रकारे किडनी बाहेर फेकण्याचे नाही तर नियंत्रणाचे काम करते. शरीरातील रक्तात प्रत्येक घटकाचे संतुलन होते. शरीराच्या अंतर्गत विविध जैवरासायनिक घटकांच्या संतुलनाला शरीर कार्यशास्त्रात (फिजिऑलॉजीत) होमिओस्टेसिस म्हटले जाते. रक्तात सगळ्या जैवरासायनिक घटकांचे संतुलन असेल तर शरीर निरोगी, स्वस्थ राहते.

किडनी रक्तातील जैवरासायनिक घटकांच्या संतुलनाचे काम करते. रक्तात ज्याक्षणी काही घटकांची मात्रा जास्त होते, त्यावेळी किडनी त्या घटकांना लघवीच्या माध्यमातून बाहेर टाकते. याचाच अर्थ, हे घटक निरुपयोगी किंवा हानीकारक आहेत असा नाही. त्याक्षणी असलेले घटक शरीरात अधिक मात्रेत असल्यामुळे लघवीद्वारे बाहेर फेकण्याची स्वाभाविक प्रक्रिया सुरू होते. जर आपण ही लघवी पुन्हा आपल्या शरीरात टाकली तर ती पचनसंस्थेत जाते आणि या पद्धतीने त्यातील उपयुक्त घटक परत शरीरात समाविष्ट होतात.

एका उदाहरणाद्वारे हे समजून घेऊया. जेव्हा प्रेशरकुकरची शिट्टी वाजते तेव्हा

काही प्रमाणात वाफ बाहेर टाकली जाते. म्हणजे शिट्टीद्वारे बाहेर टाकली जाणारी वाफ ही काही निरुपयोगी नसते. तीही एक ऊर्जा आहे पण त्याक्षणी प्रेशर कुकरमध्ये त्या उर्जेची गरज नाही, ती जास्त झालेली आहे म्हणून शिट्टी बाहेर टाकली जाते. जर ही वाफ बाहेर पडली नाही किंवा आपण शिट्टी बंद केल्यास जास्तीची ऊर्जा बाहेर पडू न शकल्यामुळे कुकर फुटण्याची शक्यता आणि धोका निर्माण होतो.

अगदी अशाच प्रकारे शरीरातून बाहेर पडणारी लघवीपण एक उर्जाशक्ती आहे. जेव्हा शरीरात याची मात्रा जास्त होते तेव्हा ती शरीरातून बाहेर टाकली जाते. लघवीमध्ये ९५% पाणी असते, १०% इतर व्हिटॅमिन्स, हार्मोन्स, ॲन्टीबॉडीज, युरिया, कार्बोहायड्रेट्स आणि दोन हजार प्रकारचे एन्झाइम्ससारखी जीवनसत्व, रोगनिरोधक तत्त्व असतात. संशोधकांना यातील दोन हजार तत्त्वांपैकी फक्त दोनशे घटक शोधण्यात यश मिळाले आहे.

ज्यावेळी एखाद्या रुग्णाला डिहायड्रेशनचा त्रास होतो त्यावेळी त्याच्या शरीरातून लघवी बाहेर पडत नाही. कारण डिहायड्रेशन झाल्यामुळे रक्तातील पाणी आणि शरीरातील जीवनावश्यक तत्त्व कमी झालेली असतात. अशा वेळी शरीर या तत्त्वांना बाहेर टाकत नाही. म्हणजेच लघवी हा असा एक द्रव आहे, जो रक्तातील जास्तीच्या घटकांनी बनलेला असतो.

समजण्यासाठी एक उदाहरण पाहूया. इमारतीत पाणी भरण्यासाठी पंपाचा वापर केला जातो. टाकी वरच्या बाजूला असते. जेव्हा टाकी पूर्णपणे भरते, त्यातील जास्तीचे पाणी खाली पडायला लागते. खाली पडणारे हे पाणी खराब किंवा निरुपयोगी नसते. फक्त ते जास्त मात्रेत उपलब्ध झालेले असते. हे पाणी टाकीतीलच आहे, त्याचाच एक भाग आहे. काहीवेळाने टाकी रिकामी झाल्यास त्याच पाण्याने भरली जाईल. या सिद्धान्ताच्या आधारानुसार रक्तात उपलब्ध असलेले घटक जेव्हा जास्त मात्रेत असतात तेव्हा ते लघवीद्वारे बाहेर टाकले जातात.

तुम्ही कधी 'बी व्हिटॅमीन'ची कॅप्सूल खाल्ली आहे? कॅप्सूल खाल्ल्यानंतर लघवीला कॅप्सूलचा वास येतो. कॅप्सूलच्या रूपात घेतलेले भरपूर बी व्हिटॅमीन एकाचवेळी शरीराच्या उपयोगात येत नाही. जास्त झालेले व्हिटॅमीन लघवीतून बाहेर निघून जाते.

विचार करा, तुम्ही मित्रांबरोबर गप्पा मारत असताना एक किलो मिठाई फस्त

केली आणि मिठाईमध्ये असलेले ग्लुकोज जर नियंत्रित झाले नाही तर ते प्राणघातक ठरू शकते. पण शरीरात अशी काही व्यवस्था असते, ज्यामुळे शरीरातील जवळपास सगळे अवयव, ग्रंथी असे काम करतात जेणेकरून शारीरिक, जैवरासायनिक घटकांचे संतुलन स्वयंचलितपणे होते.

वरील सगळ्या गोष्टींमुळे लघवी ही एक शुद्ध, निर्जंतुक, आपल्याच रक्तापासून बनलेली, रक्ताचा एक अंश आहे असे स्पष्ट होते. ही रक्ताचे रूपांतरित प्रतिबिंब आहे. मूत्र हे असे द्रव आहे जे आपल्या शरीराद्वारे आपल्यासाठीच बनवले गेलेले जीवनदायी घटक आहे. तुम्ही कितीही पैसे खर्च करू शकत असलात तरी जगातील कोणताही कारखाना या द्रवासारखे द्रव तयार करूच शकत नाही.

यु.एफ.टी. या विषयावर स्पष्टीकरण

लोकांच्या मनात मूत्र उपचाराबद्दल अनेक चुकीच्या कल्पना आहेत. याचे स्पष्टीकरण होणे आवश्यक आहे. कोणत्याही उपचार पद्धतीचे परिणाम पाहण्यासाठी काही नियम पाळावे लागतात. आपल्यात सातत्य, निरंतरता, विश्वास, वेळ आणि मर्यादा या गोष्टी असल्या पाहिजेत. यातील काही स्पष्टीकरण खाली दिलेले आहे, ज्यामुळे यु.एफ.टी.चा पूर्ण फायदा घेतला जाऊ शकतो.

- यु.एफ.टी.मुळे कोणतेही नुकसान, हानी होत नाही, फायदा मात्र अवश्य होतो. हे सुरू करण्यापूर्वी कोणतीही तपासणी करणे गरजेचे नाही. हा आपल्या शरीराचा स्वयंसिद्ध वैद्य आहे.

- लहान मुलांपासून वृद्धांपर्यंत आणि स्त्रियांनाही हे उपचार घेतल्यामुळे कोणतेही नुकसान किंवा हानी पोहोचत नाही.

- हे उपचार घेताना इतर औषधं बंद करण्याची गरज नाही.

- या उपचारांना नीटपणे समजून घेण्याची गरज आहे. यासाठी खूप जास्त वैज्ञानिक ज्ञानाची आवश्यकता नसते. थोडीशी सतर्कता आणि सावधानता बाळगल्याने याचा फायदा तुम्ही घेऊ शकता. हे एक विनाखर्चाचे औषध आहे असे म्हटले तर वावगे ठरणार नाही, अतिशयोक्ती होणार नाही.

- उपचार घेताना एक गोष्ट अवश्य लक्षात ठेवावी, की प्रत्येक उपचार पद्धतीच्या आपल्या काही मर्यादा असतात.

- रुग्णाने जर सातत्य न ठेवता उपचार घेतले तर यश मिळणारच नाही.
- यु. एफ.टी. सुरू केल्यानंतर शरीरशुद्धी होते. अशावेळी उलटी होणे, जीव घाबरणे, त्वचेवर पुरळ-फोड येणे, जुलाब होणे हे उपचार यशस्वी झाल्याचे लक्षण आहे. अशा स्थितीत न घाबरता उपचार चालू ठेवावे. मूत्रपानाची मात्रा फक्त कमी करावी. काही वेळाने आणि काळाने सगळे व्यवस्थित होते.
- दीर्घकाळ मूत्रपान केल्याने शरीरातून दुर्गंध येतो, हा एक गैरसमज आहे. मूत्र आपल्याच शरीरात तयार होत असल्यामुळे हे प्यायल्याने दुर्गंधी येण्याचा प्रश्नच उद्भवत नाही.
- हे उपचार घेतल्यावर सुरुवातीलाच फायदा होतो, नंतर होत नाही हा चुकीचा समज आहे. यामुळे रुग्ण रोगमुक्त होतो. निरोगी माणसांची प्रतिकारशक्ती वाढते, ज्याने शरीरस्वास्थ्य चांगले राहते.
- व्यायाम करण्याआधी, नंतर आणि थकल्यावर शिवाम्बूपान करू नये.
- योग्य चिकित्सकाच्या मदतीने तुम्ही पाहिजे तेव्हा शिवाम्बूपान थांबवून दुसरे औषधोपचार घेऊ शकता.

भाग ३१

शिवाम्बू उपचार

काही गैरसमज

श्रीमंत होण्यासाठी स्वास्थ्य कधीही धोक्यात टाकू नये,
वास्तवात स्वास्थ्य हीच सर्वश्रेष्ठ संपत्ती आहे.

१) मूत्र एक निरुपयोगी, टाकण्यायोग्य विषारी द्रव आहे.

वरील ओळ ही सत्य नसून तो एक गैरसमज आहे. आता हे सिद्ध झालेले आहे. वैज्ञानिकांच्या शोधानुसार लघवीत पाण्याशिवाय बरेच क्षार, मिनरल्स, हार्मोन्स आणि एन्झाइम्स असतात, जे शरीरासाठी अजिबात हानीकारक नसतात. शरीर हा सगळ्या घटकांचा वापर पुन्हा करू शकते.

साधारणपणे स्वमूत्र हे स्वास्थ्यदायी द्रव आहे, हे रक्तप्रवाहातून तयार होते. एका क्षणापूर्वी जे शरीरातील रक्ताचा अंश असते, तेच दुसऱ्या क्षणी मूत्राचा अंश बनून जाते. बरेच पदार्थ किडनीद्वारे गाळून (फिल्टर होऊन) लघवीद्वारे कच्च्या स्वरूपात बाहेर पडतात. जेव्हा शिवाम्बूपान केले जाते, त्याने मालिश केली जाते तेव्हा हे पदार्थ अगदी सहजतेने शरीरात पुन्हा शोषले जातात. दररोज आपली किडनी (मूत्रपिंड) शेकडो लिटर (जवळपास १७०० लीटर) रक्त फिल्टर करते. शरीरात दोन किडन्या असतात, ज्यामध्ये लाखो नॅफरॉन (फिल्टर्स) असतात आणि त्यांच्याद्वारे हे फिल्टरेशनचे काम चालू राहते. नॅफरॉनमध्ये सतत रक्त फिल्टर होत असते आणि फिल्टर झालेल्या लघवीचा खूप मोठा

भाग (प्री–युरीन) परत रक्तात शोषला जातो. रक्तात त्याक्षणी जे घटक जास्त झालेले असतात, तेच घटक पाण्याबरोबर मूत्र रूपात शरीरातून बाहेर टाकले जातात.

वास्तविक पाहता, किडनी उत्सर्जन करणारा अवयव नसून शरीरातील द्रवांना नियंत्रित ठेवणारा अवयव आहे. आजपर्यंत असा समज होता, की किडनी उत्सर्जन संस्थेचे एक अंग आहे. पण आता स्पष्ट झाले आहे, किडनी रक्तातील घटकांचे संतुलन ठेवणाऱ्या महत्त्वपूर्ण प्रणालीचे एक अंग आहे. शरीरातील विषारी पदार्थांचे उत्सर्जन करण्याचे काम किडनी नाही तर हे कार्य लिव्हर (यकृत), छोटे मोठे आतडे, त्वचा आणि उच्छ्वासाद्वारे होते.

आपण जे अन्न खातो त्यातील सर्व पोषक तत्त्वे आतड्यांद्वारे रक्तात शोषली जातात आणि त्याच रक्तापासून मूत्र तयार होते. म्हणून आपल्याला मूत्र हे औषधाच्या स्वरूपात हवे असेल तर त्यासाठी लागणारा कच्चामाल म्हणजेच आपला आहार तेवढाच सात्त्विक, नैसर्गिक आणि स्वास्थ्यवर्धक असला पाहिजे. याची जबाबदारी सर्वस्वी शिवाम्बू साधकांची आहे. समजा आपण काही क्षणासाठी असे मानले, की मूत्रात असणारे नायट्रोजिनस पदार्थ, प्रोटीन चयापचयाचे शेवटचे पदार्थ किंवा इतर कोणतेही घटक (जे खूप कमी मात्रेत असतात) विषारी आहेत, तरीही मूत्राच्या स्वरूपात ते पुन्हा प्राशन करणे यात कोणतेही नुकसान होत नाही. त्याचे पुन्हा प्राशन केल्याने शरीरात प्रतिजैविक (ॲन्टीबॉडीज्) तयार करण्यास मदत मिळते. त्याने शरीराची रोगप्रतिकारशक्ती कार्यक्षम बनते. होमिओपॅथिक सिद्धांतानुसार हा एक आयसोपॅथिक परिणाम आहे.

स्वमूत्र हा एक असा द्रव आहे, ज्याची पारख करून शरीराच्या आत चालणाऱ्या जैवरासायनिक क्रिया–प्रक्रियांची संपूर्ण माहिती आपण मिळवू शकतो. ही माहिती पुन्हा शरीराकडे पाठवली जाते, त्यावेळी शरीर या माहितीचा उपयोग फिडबॅकसारखा करते आणि त्यानुसार शरीरात क्रिया सुरू होतात. या विषयात आपले शरीर खूपच प्रगत, संवेदनशील आणि हुशार असते. बऱ्याचदा आपण पाहतो, प्राण्यांना त्यांच्या विषामुळे कोणताही धोका पोहोचत नाही, नुकसान होत नाही. प्राणी जखमा जिभेने चाटून स्वच्छ करतात. याप्रकारे जखम झाल्याची माहिती ते शरीराकडे पाठवतात. ज्यामुळे जखम बरी होण्याची प्रक्रिया (हिलींग प्रोसेस) वेगाने व्हायला लागते.

आपण जर कागदाच्या अर्ध्या भागावर रक्तात सापडणाऱ्या घटकांचे वर्णन लिहिले आणि त्याच कागदाच्या दुसऱ्या अर्ध्या भागावर स्वमुत्रात सापडणाऱ्या घटकांचे वर्णन

लिहिले तर आपल्या लक्षात येईल, दोघांचेही ९८% घटक सारखे आहेत. कारण मूत्र खरं तर रक्ताचेच प्रतिबिंब आहे. रक्तात शरीरावर कोणताही वाईट परिणाम होणार नाही असेच घटक असतात. तेच घटक मूत्रातही असतात. तर मग या घटकांमुळे शरीराला नुकसान कसे होईल? यावरून मूत्रात कोणतेही विषारी, त्यागण्यास योग्य, निरुपयोगी असे घटक नसतात हे सिद्ध होते.

असे म्हटले जाते, की मूत्रात सापडणारे युरिया, युरीक ॲसिडसारखे घटक विषारी असतात. पण हेही खरे नाही. हे घटक जसे मूत्रात सापडतात तसेच रक्तातही सापडतात. जेव्हा हे घटक शरीरात नैसर्गिक प्रमाणापेक्षा जास्त होतात तेव्हा ते हानीकारक ठरू शकतात. मूत्रात ९०% तर पाणीच असते आणि उरलेल्या १०% इतर घटकांमध्ये युरिया आणि युरीक ॲसिडचा भाग खूप कमी असतो, ज्याने कोणतेही नुकसान होत नाही, झाला तर फायदाच होतो.

आपण जे काही खातो, पितो ते सगळे पदार्थ आपल्या पचनतंत्राने आतड्यांद्वारे शोषले जात नाहीत. आवश्यक घटकांचे ताबडतोब शोषण केले जाते आणि उरलेल घटक आतड्यांच्या शुद्धीसाठी उपयोगात आणले जातात. काही घटक पाचक रसांबरोबर मिसळून आतड्यात असणाऱ्या उपयुक्त बॅक्टेरियामुळे दुसऱ्या पदार्थात रूपांतरित होतात. याचा उपयोग शरीर रोगमुक्तीसाठी करते.

उदाहरणार्थ, मूत्रात सापडणारा युरिया ग्लुटामाइनमध्ये रूपांतरित होतो. हा जैवरासायनिक संतुलनाचा (होमिओस्टेसीस) आणि रोग निर्मूलन प्रक्रियेचा (हिलींग प्रोसेस) महत्त्वपूर्ण भाग आहे.

२) मूत्र हा एक त्यागण्यास योग्य, अस्वच्छ, हानिकारक घटकांनी युक्त द्रव पदार्थ आहे.

प्रत्येक सामान्य माणसाचा असा साधारण समज असतो. यात त्याची कोणतीही चूक नाही. कारण आजपर्यंत, आत्तापर्यंत आपल्याला हेच सांगितले गेले आहे, की मूत्र शरीराद्वारे बाहेर टाकण्याचा एक द्रव पदार्थ आहे. विज्ञान दररोज नवनवीन गोष्टींचा शोध लावते. प्रत्येक क्षणी, दररोज प्रगती होते आहे. म्हणून आजपर्यंत ज्या गोष्टी आपल्याला चांगल्या वाटतात त्या उद्या वाटत नाहीत. आपल्याला आश्चर्य वाटेल पण आज विज्ञानसुद्धा मूत्र हे एक अनमोल गुणसंपन्न घटकांचा खजिना आहे, असे मानते.

मूत्र आपल्या रक्तापासूनच बनते. जे घटक आपल्या रक्तात असतात, तेच सगळे

वेगवेगळ्या मात्रेत आपल्या मूत्रात सापडतात. जसे, युरिया, युरीक ॲसिड, क्रिएटिनाइन, सोडियम, पोटॅशिअम, कॅल्शिअम, मॅग्नेशिअम, क्लोराइड, सल्फाइड इत्यादी. म्हणून रक्त जर निरुपयोगी नसेल तर मूत्रालाही निरुपयोगी म्हटले जाऊ शकत नाही. याच्या उलट आपल्या शरीरातून बाहेर टाकला जाणारा मळ आणि रक्ताचा कोणताही संबंध नाही. आतड्यात अन्नरसाचे शोषण होते. उरलेला भाग मळाच्या रूपात शरीरातून, आतड्यातून बाहेर टाकला जातो. म्हणून मल निरुपयोगी आहे पण मूत्र मात्र उपयोगी आहे.

---

* *पुढील पानावर शिवाम्बू उपचार दिर्घकाळ घेणाऱ्या वेगवेगळ्या रोगांपासून मुक्त झालेल्या रुग्णांचे विचार दिलेले आहेत.*

यु.एफ.टी.मुळे लाभ झालेले साधक

१) मधुमेह आणि रक्तदाबाशी लढाई

– श्री. बाबूलगाव शास्त्री
मु. पो. करमाड, ता. जि. औरंगाबाद

मी एक आध्यात्मिक साधक आहे. मला मधुमेह आणि रक्तदाबाचा त्रास होता. मला शिवाम्बू उपचाराबद्दल माहिती मिळाल्याबरोबर मी शिवाम्बू आणि पाणी पिऊन सहा दिवसांचा उपवास केला. यामुळे माझे आठ किलो वजन कमी झाले. साखरेचे प्रमाण योग्य झाले. रक्तदाब स्थिर होऊन शरीरावरील सूज गेली. पण हे तेवढे सोपे नव्हते. हा स्वत:शीच स्वत: केलेला संघर्ष होता. महाभारतातील युद्ध अठरा दिवस चालले होते. पण ही लढाई दहा दिवसांची आहे. लढाईत उपवासच सेनापती आहे. शिवाम्बू शस्त्र आहे. याची घृणा करूच शकत नाही. या ठिकाणी यमाऐवजी संयमाला महत्त्व दिले पाहिजे. असा विलक्षण संघर्ष मी जिंकलो. महाभारतात अर्जुनाला हस्तिनापूर मिळाले. मला या युद्धातून आरोग्य आणि प्रसन्नता मिळाली. मागच्या दहा वर्षापासून मी शिवाम्बूचा प्रचार, प्रसार करतोय. हे सगळ्यांसाठी सहज, सुलभ आणि स्वस्त वरदान आहे.

२) हृदयविकारापासून मुक्ती

– श्री. जगतराव सोनवणे
संपादक, दै. मतदार, आनंदनगर
देवपूर, धुळे

मी व्यवसायाने पत्रकार आणि संपादक आहे. धावपळीच्या आयुष्यामुळे वीस वर्षांपूर्वी मला हृदयविकाराचा आजार झाला. त्यावेळी माझी ॲन्जिओप्लास्टी केली होती, तरीही चालल्यानंतर मला थकवा जाणवायचा. मी आयुष्यात निराश झालो होतो.

या दरम्यान मला शिवाम्बू चिकित्सेच्या विधीबद्दल माहिती मिळाली. शिवाम्बू उपचारांमुळे मला हार्टबीट्सवर नियंत्रण मिळवण्यास खूप मदत झाली. त्यामुळे जीवनात पुन्हा नवचैतन्य आले.

आजही मी नियमितपणे शिवाम्बूपान आणि योग-प्राणायाम करतो. सात्त्विक आहार घेतो. आता माझे आयुष्य उत्साही आणि ड्रगफ्री आहे. आरोग्याच्या मूलतंत्रावर माझा विश्वास आहे. मी शिवाम्बूचा प्रचार, प्रसार जोरात करतो.

३) स्तनाच्या कॅन्सरपासून संपूर्ण मुक्ती

– सौ. निर्मला प्रदीप ढेपेपाटील
विजया कॉलनी, रुक्मिणीनगर
अमरावती ४४४६०६

मला फेब्रुवारी २००२ मध्ये स्तनाच्या कॅन्सरबद्दल कळाले. शस्त्रक्रिया आणि पाच केमोथेरपीनंतर मी ठीक झाले. पण आठ महिन्यांनी बोनस्कॅन केल्यावर कळले की कॅन्सर हाडांमध्ये पसरलेला आहे. दोन केमोथेरपीनंतर माझी अवस्था आणखीनच गंभीर झाली.

मग मला कोल्हापूरमध्ये शिवाम्बू चिकित्सेबद्दल माहिती मिळाली. त्यानुसार शिवाम्बू उपवास, मालिश, पॅक्स आणि नैसर्गिक आहार हे उपचार मी लागोपाठ एक वर्षापर्यंत घेतले. त्याने मला बराच आराम मिळाला. त्याच्या मदतीनेच मी आजपर्यंत स्वस्थ आणि जिवंत आहे. आता मी नियमितपणे दररोज शिवाम्बूपान आणि योग्य आहार घेते. धन्यवाद!

खंड ५ — B.F.T. Bach Flower Therapy

भाग १

फुलांच्या रसापासून (फळापासून) यशस्वी इलाज

चांगल्या कर्मांचं फळ जसं आनंद देतं, तसंच ३८ फुलांचं फळ मानसिक स्वास्थ्य देतं. कसं ते या खंडात आपण जाणून घेणार आहोत.

आजाराचं मूळ शोधलं तर रोग आपोआप बरा होतो आणि हे मूळ आहे मनाचे सूक्ष्म विकार. या मुळापर्यंत जाण्यासाठी मदत करतं, बी.एफ.टी.

बी. एफ. टी. म्हणजे होमिओपॅथिक औषधे नव्हेत. पण ती होमिओपॅथिक औषधांप्रमाणे द्रवरूप किंवा गोळ्यांच्या रूपात मिळतात. एका छोट्याशा बाटलीमध्ये ६०-७० गोळ्या भरून त्याच्यावर ८-१० थेंब बाख फ्लॉवरचे टाकले जातात. हे थेंब सगळ्या गोळ्यांना लागावेत यासाठी बाटलीचं झाकण घट्ट लावून ते थोडा वेळ हलवले जाते. त्यानंतर हे औषध वर्षानुवर्षे खराब न होता ठेवले जाऊ शकते.

बाख फ्लॉवरचा इलाज सगळ्याच शारीरिक किंवा मानसिक आजारांवर होऊ शकत नाही. परंतु मानवी स्वभावातले सगळे दोष आणि त्यामुळे उद्भवणारे त्रास यांसाठी ही उपचार पद्धती अतिशय लाभदायक आहे. हे औषध सगळ्या वयातले लोक,

नवजात अर्भक, लहान मुलं आणि गरोदर स्त्रियासुद्धा घेऊ शकतात. हे औषध घेण्याचे प्रमाणही सगळ्यांसाठी एकच असते. दिवसभरात याचे चार चार थेंब किंवा छोट्या साबुदाण्यासारख्या चार-पाच गोळ्या चार वेळा घ्यायच्या असतात. सकाळी एक मात्रा आणि रात्री झोपताना एक मात्रा घेणे खूप आवश्यक असते. त्याचबरोबर मध्येसुद्धा दोन वेळा हे घेतले पाहिजे. पण या वेळा जर काही कारणांमुळे लक्षात राहिल्या नाहीत, तर जेव्हा लक्षात येईल तेव्हापासून रात्रीपर्यंत राहिलेल्या वेळा विभाजित करून त्याप्रमाणे ते औषध घ्यायला हवे. एखादा गंभीर आजार असेल तर ५-५ मिनिटांच्या अंतरानं हे घेता येतं. उदाहरणार्थ, ताप उतरत नसेल तर इतर उपचार पद्धतींबरोबरच बाख फ्लॉवरही ५-१० मिनिटांच्या अंतराने ४-४ थेंब घेऊ शकता. इतर उपचार पद्धती सुरू असतील, तरी त्याच्या बरोबरच बाख फ्लॉवरही घेऊ शकता. याचा कोणताही दुष्परिणाम (साइड इफेक्ट) नाही. बाख फ्लॉवर ही पद्धत अतिशय सुरक्षित आणि प्रभावी आहे.

ही औषधे जर अल्कोहोल मिश्रित असतील, तर कित्येक वर्षांपर्यंत ती ठेवता येतात. साखरेच्या गोळ्यांमध्ये मिसळलेल्या अर्काला प्रिकॉशनची गरज नसते. जुन्या रोगांवर या औषधाचा दोन महिन्यांत फरक दिसायला लागतो आणि जास्तीत जास्त सात महिन्यांत रोग ठीक होतो. अचानक उद्भवलेल्या नवीन रोगांवर याचा परिणाम दोन दिवसांत दिसायला लागतो आणि जास्तीत जास्त पंधरा दिवसांत रोग ठीक होतो. ही औषधे जास्त महाग नाहीत. मात्र, विश्वसनीय होमिओपॅथीच्या दुकानातूनच घ्यायला हवीत.

ही औषधे घेताना ४-५ गोळ्या बाटलीच्या झाकणात (हात न लावता) घेऊन फक्त जिभेवर टाका. चावू नका. त्या आपोआप विरघळू द्या. १-२ गोळ्या कमी जास्त झाल्या तर काही हरकत नाही. बी. एफ. टी. एकदम सुरक्षित औषध असल्याचा दावा करते.

सकाळी औषध घेण्यापूर्वी काही खाऊ नका (पाणी पिऊ शकता). औषध घेण्यापूर्वी जीभ आणि तोंड पाण्याने स्वच्छ करा. अन्नाचे कण तोंडात राहू देऊ नका. जेवणानंतर लगेच औषध घेऊ नका. कमीत कमी २०-३० मिनिटांनी औषध घ्या. प्रत्येक वेळेस औषध घेण्यापूर्वी एवढेच अंतर ठेवले तर चांगले. अर्थात, आपत्कालीन परिस्थितीमध्ये अचानक एखाद्या धक्क्यामुळे जर हा त्रास झाला तर हा नियम पाळू नका. अशा वेळेस लगेच औषध घ्या किंवा ज्याला गरज आहे त्याला दर ५-१० मिनिटांनी देत राहा. जोपर्यंत परिस्थिती नियंत्रणात येत नाही तोपर्यंत असे करत राहा.

बरे वाटल्यावर औषध बंद करा. जुना मानसिक आजार असेल तर दिवसाला ३-४ वेळा औषध चालू ठेवा.

२-४ औषधे जर एकाचवेळी चालू ठेवायची असतील, तर प्रत्येक औषधाचे ३-४ थेंब एकाच बाटलीत घालून हे औषध तयार करता येईल. मिश्रणामुळे एकच बाटली ठेवणे सोइस्कर. बाटलीवर बी. एफ. टी. औषधाचं नाव जरूर लिहून ठेवा.

जोपर्यंत मानसिक विकार शांत होत नाहीत तोपर्यंत औषध घेत राहा. जुन्या रोगांमध्ये कदाचित ३ ते ७ महिने औषधे घ्यावी लागतील. अचानक आलेला विकार किंवा भीती यासाठी १-२ दिवस औषध घेणे गरजेचे आहे. कधी कधी एका मात्रेतसुद्धा भीती जाऊ शकते. लहानपणापासून बसलेली भीती काही महिन्यांनंतर ठीक होते, पण लाभ लवकर सुरू होईल.

भाग २

बी.एफ.टी. स्वत:साठी कशी निवडावी

B.F.T. Questionnaire

खाली दिलेल्या प्रश्नावलीच्या मदतीने तुम्ही स्वतःमधील भावनात्मक असंतुलन ओळखू शकाल. प्रत्येक बाख फ्लॉवरचं एक वैशिष्ट्य आहे. त्या त्या बाख फ्लॉवरमध्ये ती विशिष्ट नकारात्मक भावना किंवा असंतुलन योग्य करण्याची क्षमता आहे. या प्राथमिक पायरीवर कोणतं बाख फ्लॉवर तुमच्यासाठी काम करते ते ओळखायचे आहे. त्यासाठी पुढील माहिती सविस्तर वाचून कोणतं बाख फ्लॉवर स्वतःसाठी निश्चित करायचे आहे हे पडताळून पाहा.

या माहितीमध्ये कोणतं बाख फ्लॉवर माणसाच्या कोणत्या नकारात्मकतेला दूर करते किंवा स्वभाव बदलू शकते, ते दिलेले आहे. त्याच्या समोर असलेल्या चौकोनात तुम्ही खूण केली तर पुढे त्याच बाख फ्लॉवरबद्दल सविस्तर वाचू शकाल.

१) **ॲग्रीमनी** (Agrimony) – **आनंदी चेहऱ्याचा मुखवटा**

♦ मी बाहेरून खुश असतो. पण ही खुशी माझ्यात दडलेल्या भावना दाबण्यासाठी असते. ☐

- मला वादविवाद आवडत नाहीत, मी भांडणं, संघर्ष, तर्क आणि वादविवाद टाळतो. ☐
- मी नाराज किंवा उदास असलो, तर कमी जेवतो किंवा व्यसनांकडे ओढला जातो. ☐

२) **आस्पेन** (Aspen) – **अज्ञात गोष्टींची भीती**

- मी विनाकारण बेचैन होतो. ☐
- मी अस्वस्थ होऊनच उठतो. ☐
- 'काही तरी वाईट होणार' अशी रहस्यमय भीती मला वाटते. ☐
- माझ्या भीतीचं कारण मी सांगू शकत नाही, पण मला भीती वाटत राहते. ☐

३) **बीच** (Beech) – **सहनशीलतेचा अभाव**

- मला स्वच्छता, शिस्त आणि वेळ पाळायला खूप आवडतं. ☐
- इतरांच्या अस्वच्छतेमुळे, बेशिस्तीमुळे आणि त्यांनी वेळा न पाळल्यामुळे माझी सहनशीलता संपते, मला राग येतो. चीड येते. ☐
- मी खुलेपणानं कटू शब्दांचा वापर करतो आणि इतरांच्या चुका काढतो. ☐
- मला जास्त करून इतरांच्या चुकाच दिसतात. ☐

४) **सेंटॉरी** (Centaury) – **नकार न देता येणं**

- मला 'नाही' म्हणता येत नाही. ☐
- मी इतरांमुळे लगेच प्रभावित होतो. ☐
- मी अतिशय विनम्रतेनं आणि अत्यंत उत्साहानं इतरांची सेवा करायला तत्पर असतो. ☐
- मी आपल्या गरजा किंवा आनंद यांना महत्त्व देत नाही किंवा काणाडोळा करतो. ☐

५) सिरॅटो (Cerato) - स्व-निर्णयावर अविश्वास

- मी नेहमी दुसऱ्याचा सल्ला घेत राहतो आणि स्वतःच्या निर्णयावर विश्वास ठेवू शकत नाही. ☐
- मी नेहमी संभ्रमात असतो, त्यामुळे माझं मन वारंवार बदलत राहतं. ☐
- माझ्या वैयक्तिक समस्येसाठीसुद्धा मी अनेक लोकांशी चर्चा करतो, पण ठोस असा निर्णय घेऊ शकत नाही. ☐

६) चेरी प्लम (Cherry Plum) - अनियंत्रित भावना

- माझं मन बेलगाम होईल, चौखुर उधळेल आणि त्यामुळे मी माझ्या भावना व कामावरचं नियंत्रण हरवून बसेनअशी शक्यता वाटते. ☐
- माझ्यात अचानक तीव्र राग, तीव्रतेने बदल्याची भावना उत्पन्न होण्याची शक्यता असते. मग मी अचानक आक्रमकही होतो. ☐
- मला वाटतं मी वेडाच होईन. ☐

७) चेस्टनट बड (Chestnut Bud) - चुकांमधून न शिकणे

- मी एकच चूक वारंवार करतो. ☐
- मी अनुभवातून शिकू शकत नाही. ☐
- मी पुनःपुन्हा एकाच चाकोरीमध्ये वागतो. ☐
- सावध नसल्यामुळे मी योग्य वेळी योग्य प्रकारे काम करू शकत नाही. ☐

८) चिकोरी (Chicory) - स्वतःवरच प्रेम करणारे, स्वार्थी

- मला एकटं राहायला अजिबात आवडत नाही. ☐
- मला स्वतःची खूप काळजी असते. ☐
- कुणी लक्ष दिलं नाही तर माझं मन लगेच दुखावतं आणि असं वाटतं, की लोक माझा अनादर करताहेत. ☐
- मला असं वाटतं, की माझी प्रिय माणसं नेहमी माझ्या जवळ राहावीत. ☐

- घरचे माझ्यावर प्रेम करत नाहीत, माझं कौतुक करत नाहीत, असंच मला सारखं वाटत राहतं. ☐

९) **क्लिमॅटिस (Clematis) – शेखचिल्लीप्रमाणे केवळ स्वप्नांमध्ये रमणे, वर्तमानात काम करू न शकणे.**

- माझ्या मनात जास्तीत जास्त भविष्याचेच विचार चालू असतात आणि तीच स्वप्न दिसतात. ☐
- बराच वेळ एकाग्र राहणं मला अवघड जातं. ☐
- जास्त करून मी बेसावध (absent minded) आणि भुलवणाऱ्या कल्पनांमध्ये रमतो. ☐

१०) **क्रॅब ॲपल (Crab Apple) – अस्वच्छतेविषयी तिटकारा**

- मी स्वच्छता आणि नीटनेटकेपणाबद्दल खूप संवेदनशील आहे. ☐
- मला घाण, अस्वच्छता अजिबात आवडत नाही. ☐
- छोट्या छोट्या गोष्टीसुद्धा मी स्वीकारू शकत नाही. ☐
- कधी कधी स्वतःच्या नकारात्मक गुणांमुळे स्वतःबद्दल उदासीनतेची आणि अप्रियतेची भावना होते. ☐
- कधी कधी दुसऱ्याच्या अमानुष किंवा अप्रिय वागण्यामुळे, घटनेमुळे माझ्या मनात त्याच्याबद्दल द्वेषाचे, क्रोधाचे भाव जागृत होतात. ☐

११) **एल्म (Elm) – खूप जबाबदाऱ्यांमुळे कमकुवत वाटणे**

- कधी कधी जबाबदाऱ्यांमुळे मला असाहाय्य आणि कमकुवत वाटतं. ☐
- जास्त तणावामुळे मला कमकुवत वाटतं. ☐
- तात्कालिक स्वरूपात माझा आत्मविश्वास कमकुवत व्हायला लागतो. ☐
- कधी कधी मला स्वतःच्या क्षमतांचीच शंका येते. ☐

१२) **जेन्शियन (Gentian) – नैराश्य, शंका आणि असहाय्यता वाटणे**

- आयुष्यात छोट्या छोट्या समस्यांमुळे माझं धैर्य खचतं आणि मी उदास होतो. ☐

- मी जास्त करून शंकेखोर आणि नकारात्मक आहे. ☐
- आयुष्यात आलेल्या छोट्या छोट्या अडचणींमुळेही मी नाऊमेद होतो. ☐

१३) गोर्स (Gorse) – नाउमेद आणि नैराश्याने घेरले जाणे

- मी सतत निराशा, नाउमेदीने (hopeless) घेरलेला असतो. त्यामुळे पुढचा मार्गच दिसत नाही. ☐
- माझ्या जीवनात काही चांगलं होईल, यावरचा माझा विश्वासच उडालाय. मी पूर्णपणे विश्वास हरवून बसलोय. ☐
- मला खूप उदास, अनिश्चित आणि संशयास्पद वाटतं. ☐

१४) हीदर (Heather) – स्वतःवरच प्रेम करणं आणि स्वतःबद्दलच विचार करणं

- मला बोलायला खूप आवडतं. ☐
- मला एकटं राहायला अजिबात आवडत नाही. ☐
- माझ्या छोट्या छोट्या अडचणींमुळेही मला खूप त्रास होतो. ☐
- मी सतत स्वतःबद्दलच बोलत राहतो. ☐

१५) हॉली (Holly) – ईर्षा, घृणा व द्वेष वाटणं

- माझा इतरांवर अविश्वास आहे, संदेह आहे. ☐
- मला सतत तिरस्कार, ईर्षा, घृणा आणि अविश्वास जाणवत राहतो. ☐
- मी नाखूश आणि असंतुष्ट असतो. ☐

१६) हनीसकल (Honeysuckle) – भूतकाळात जगणं, मानसिक थकवा जाणवणं

- मी जास्तीत जास्त भूतकाळातच जगत असतो. ☐
- मी नेहमी, 'असं झालं तर… तसं झालं तर…!' याच विचारांत असतो. ☐

- मी खूप वेळा होमसिक होतो (घरच्या आठवणी येतात). ☐
- जुनं घर, जुनं ऑफिस, जुने मित्र, जुनं काम... अशाप्रकारे मला जास्तीत जास्त भूतकाळाचेच विचार सतावत राहतात. ☐
  यापासून मी मुक्त होऊ शकत नाही. ☐

१७) हॉर्नबीम (Hornbeam) – मानसिक थकवा जाणवणं

- मला खूप मानसिक थकवा जाणवतो. ☐
- सकाळी – दिवसाच्या सुरुवातीलाच मला थकवा जाणवतो. ☐
  त्यामुळे, दिवसभर मी काम कसं करू शकणार,
  अशी शंका मनात डोकावत राहते.
- वारंवार एकाच प्रकारचं काम केल्यामुळे, काही वेळा मला ते ☐
  नीरस वाटतं.

१८) इम्पेशन्स (Impatiens) – अधीरता

- मला वाट बघणं खूप कठीण आणि दुःखद वाटतं. ☐
- मी नेहमी अधीर आणि बेचैन असतो. ☐
- मी खूप वेगानं कामं करतो. मी सगळी कामं वेळेत आणि
  कोणत्याही तक्रारीशिवाय पूर्ण करतो. ☐
- मंद गतीनं काम करणाऱ्यांना मी सहन करू शकत नाही.
  त्यांच्याबरोबर काम करताना मी खूप बेचैन होतो. ☐
- मला माझं काम स्वतःलाच, कुणाच्याही हस्तक्षेपाशिवाय
  करायला आवडतं. ☐

१९) लार्च (Larch) – आत्मविश्वासाचा अभाव

- माझा आत्मविश्वास खूप कमी आहे. ☐
- मी स्वतःला हीन समजतो. ☐
- मला नेहमी अपयशच अपेक्षित असतं. ☐

२०) मिम्युलस (Mimulus) – भीतीचं कारण माहिती असणं

- मला भीती वाटते आणि भीतीचं कारणही माहिती असतं. जसं, प्राणी, लोक, आजार, मृत्यू इत्यादी. ☐
- मी लाजाळू, अतिसंवेदनशील, नम्र आणि विनयशील आहे. ☐
- मी गडबडून जातो (nervous) आणि मला स्वतःची लाजही वाटते. (embarrassed) ☐

२१) मस्टर्ड (Mustard) – कारणाशिवाय उदास वाटणं

- मला विनाकारण उदासीनतेचे झटके येतात. ☐
- माझा मूड वर-खाली होत राहतो. ☐
- माझ्या मनात उदासीनतेचे विचार ढगांप्रमाणे ये-जा करत राहतात. तर कधी अचानक काळ्या ढगांप्रमाणे उदासी दाटून येते. ☐

२२) ओक (Oak) – अशक्य ते शक्य करण्याचा स्वभाव

- मला योग्य प्रकारे जबाबदारीची जाणीव आहे, मी कधीही हार मानत नाही आणि कुठलीही गोष्ट अर्धवट सोडत नाही. 'अशक्य' हा शब्द माझ्या शब्दकोशातच नाही. ☐
- मी कितीही थकलो, तरी लगेच कामाला भिडतो. ☐
- मी सतत काम करत राहतो. ☐
- स्वतःच्या शारीरिक आणि मानसिक गरजांकडे मी दुर्लक्ष करतो आणि कधीच विश्रांती घेत नाही. ☐

२३) ऑलिव्ह (Olive) – अत्यधिक कामांमुळे शारीरिक थकवा

- मी शारीरिक आणि मानसिकदृष्ट्या थकलेलो आहे. ☐
- मला वाटतं, माझी सारी ऊर्जा संपलेली आहे आणि आता काहीही करण्याची शक्ती माझ्यात नाही. मी आणखी काम करू शकत नाही. ☐
- मी आत्ताच दीर्घ आजारातून, जास्त कामातून, दीर्घ तणावातून

उठलेलो आहे, थकलेलो आहे. ☐

२४) पाइन (Pine) – अपराधभावनेचे शिकारी

- मी नेहमी अपराधीपणाच्या भावनेत जगतो. ☐
- काही चुकलं तर मी स्वतःलाच दोषी मानतो. ☐
- मी स्वतःला अपात्र आणि हीन समजतो. ☐
- यश मिळताच मला वाटतं, हे काम आणखी चांगलं कसं होऊ शकलं असतं. ☐

२५) रेड चेस्टनट (Red Chestnut) – प्रिय व्यक्तींची काळजी

- माझ्या प्रियजनांची मला नेहमी चिंता असते. ☐
- लोकांच्या अडचणी आणि समस्या बघून मला तणाव येतो आणि मी बेचैन होतो. ☐
- माझ्या प्रियजनांना काही होणार तर नाही ना याची भीती मला नेहमी सतावत राहते. ☐

२६) रॉक रोज (Rock Rose) – दहशतीचा, भीतीचा शिकारी

- कधी कधी मला अत्यंत भीती, धोका, दहशत जाणवते. ☐
- मला भयानक स्वप्नं (दुःस्वप्न) पडतात. ☐
- दहशत आणि भीतीमुळे माझं संपूर्ण शरीर थंडगार पडतं आणि मला असाहाय्य वाटतं. ☐

२७) रॉक वॉटर (Rock Water) – काळ्या दगडावरची रेघ...

- माझी तत्त्वं, सिद्धान्त, आदर्शवाद नेहमी उच्च असतात. ☐
- मी माझं आरोग्य, काम, अध्यात्म आणि तत्त्वांच्या बाबतीत काटेकोर पालन करणारा आहे. ☐
- मी अत्यंत शिस्तप्रिय आहे आणि नेहमी उत्तमता (परफेक्शन) गाठण्याचा प्रयत्न करतो. ☐

- मी माझ्या ध्येयासाठी कठोर तपश्चर्या करतो आणि त्यासाठी आपल्या सगळ्या सुखांचा त्यागही करतो. ☐

२८) **स्क्लीरॅन्थस** (Scleranthus) – **दोन गोष्टींमध्ये निर्णय घेऊ न शकणं**

- निर्णय घेणं मला खूप कठीण जातं. ☐
- मी माझे निर्णय नेहमी बदलत असतो. ☐
- मी एका क्षणी एकदम प्रसन्न, उत्तेजित होतो, तर दुसऱ्याच क्षणी मला दुःखी आणि उदास वाटायला लागतं. ☐
- मी नेहमी संभ्रमावस्थेत असतो. ☐

२९) **स्टार ऑफ बेथलेहेम** (Star of Bethlehem) **एखाद्या आघातामुळे मानसिकरीत्या आकुंचन पावणे**

- एखाद्या शारीरिक किंवा मानसिक धक्क्यामुळे मी संपलोय असं वाटतं. ☐
- एखाद्या आपत्कालीन दुर्घटनेमुळे, धक्क्यामुळे मी अशांत, बेचैन झालोय, आकसलोय. ☐
- या भीतीतून, धक्क्यातून मी बाहेर येऊ शकलेलो नाही. ☐

३०) **स्वीट चेस्टनट** (Sweet Chestnut) – **आत्यंतिक मानसिक वेदना आणि नैराश्याचे शिकार**

- मला अतिशय मानसिक त्रास असून घोर निराशेनं मी घेरलोय. ☐
- मी खूप लाचार, असाहाय्य, असुरक्षित आहे. मला भविष्यात कुठलाही आशेचा किरण दिसत नाही. ☐
- माझा मानसिक त्रास सहनशक्तीच्या पलीकडे गेलेला आहे. ☐
- मी आता तो आणखी सहन करू शकत नाही. ना मला कुठल्या प्रकारच्या मदतीची आशा आहे. ☐

३१) **वर्वेन** (Vervain) – **अत्यंत उत्साही**

- मी अत्यंत उत्साही, स्वतःच्या इच्छाशक्तीनं प्रेरित आहे. ☐

- मी माझ्या शारीरिक क्षमतांपेक्षा अधिक काम करतो. ☐
- मी स्वतः तर निश्चयी आहेच, त्याचबरोबर इतरांनाही आपल्या विचारांनी आणि गुणांनी प्रभावित करतो. ☐
- मी स्वतःवर तसेच इतरांवरही होणारा अन्याय पाहू शकत नाही, सहन करू शकत नाही. ☐

३२) वाइन (Vine) – हुकूमशाह

- स्वतःहून 'नेता' व्हायला मला आवडतं. ☐
- मी अत्यंत महत्त्वाकांक्षी, कुशल, कामात निपुण आणि दृढनिश्चयी आहे. ☐
- मी सहजतेनं कामांचं नेतृत्व स्वीकारतो आणि दुसऱ्यावर अधिकार गाजवतो. ☐

३३) वॉलनट (Walnut) – नवीन गोष्टींचा स्वीकार करू न शकणं

- माझ्या जीवनात नोकरीत बदल, नवीन घर, नवीन नातेसंबंध, लग्न, गर्भधारणा असे नवनवीन बदल होत आहेत. ☐
- मी लोकांमुळे, घटनांमुळे, परिस्थितीमुळे खूप लवकर प्रभावित होतो. ☐
- मला आपल्या इच्छा, विचार, तर्क सहजतेने कृतीमध्ये आणायच्या असतात. ☐

३४) वॉटर वॉयलेट (Water Violet) – इतरांपासून लांब राहणे

- मी स्वतःला समाजापासून दूर ठेवतो. ☐
- मी दुसऱ्याच्या कामात हस्तक्षेप करत नाही आणि दुसऱ्यानं माझ्या कामात ढवळाढवळ करणं मला आवडत नाही. ☐
- माझ्यात आणि इतर लोकांमध्ये एक दरी, अंतर आहे. ☐
- कुशलता आणि असामान्य बुद्धीमुळे माझ्या भावना व्यक्त होत नाहीत. ☐
- समाज मला खूप मानतो. ☐

३५) व्हाइट चेस्टनट (White Chestnut) – विचार आणि वादविवादाचे शिकार

- मला वारंवार नको ते विचार येतात. एकच विचार सारखा येतो. ☐
- मला दुःखद घटना किंवा वादविवादच वारंवार आठवतात. ☐
- कधी कधी मी विचार थांबवू शकत नाही, त्यामुळे मला झोप येत नाही. ☐
- वारंवार मी एकच कृती करत राहतो किंवा माझ्याकडून ती होते. ☐

३६) वाइल्ड ओट (Wild Oat) – दिशाहीन आणि असंतुष्ट जीवन

- मी महत्त्वाकांक्षी, कुशल, निर्णय घेऊन त्यावर अंमलबजावणी करणारा, धाडसी, योग्य परिश्रम करणारा, सर्जनशील आहे. ☐
- कामांमध्ये मला यशही मिळतं, पण त्यामध्ये एकाच स्थिर पर्यायाची निवड मी करू शकत नाही. ☐
- कुशल असूनही मला जीवनाची दिशा, लक्ष्य सापडत नाही. ☐
- मी दिशाहीन आहे, असंतुष्ट आहे. ☐

३७) वाइल्ड रोज (Wild Rose) – वाणी, विचार आणि भावना यांच्यात थंडपणा

- मी घोर निराश आहे. ☐
- मला माझ्या नात्यांमध्ये, कामांमध्ये, भविष्यामध्ये काहीही रस तसेच आसक्तीही नाही. ☐
- माझं जीवन नीरस, उद्देशहीन, अपेक्षारहित झालेलं आहे. ☐
- जीवनातील कोणतीही घटना मला सुखावत नाही. ☐
- माझं बोलणं-चालणं, विचार आणि भावनांमध्ये थंडपणा आहे. ☐

३८) विलो (Willow) – दुसऱ्यांच्या अवगुणांकडे बोट दाखवणं, स्वतःविषयी सहानुभूती बाळगणं.

- मला नेहमी दुसऱ्यांचे अवगुणच दिसतात. ☐

- मी दुसऱ्यांच्या चुका कधी विसरू शकत नाही आणि त्यांना क्षमाही करू शकत नाही. ☐
- मी नेहमी नाखूशच असतो. माझ्यातील नकारात्मकता आणि कटुता यामुळे कोणीही माझ्यावर खुश नसतं. ☐
- मला वाटतं, 'मी खूप बिचारा आहे.' जीवन माझ्यावर कायम अन्यायच करत आहे, अशी भावना सारखी मनात येते. ☐

या प्रश्नावलीमध्ये एकापेक्षा अधिक बाख फ्लॉवर आपल्याला स्वतःसाठी योग्य वाटत असतील, तर ते खाली लिहा. लिहिल्यामुळे तुम्ही पाहिजे तेव्हा वाचून स्वतःवर काम करू शकता.

१.   ४.

२.   ५.

३.   ६.

भाग ३

बी.एफ.टी. एका नजरेत

३८ फुलांचे गुणधर्म

(१) थकवा आणि स्वार्थ

१.	ऑलिव	:	**एम.एस.वाय.(शरीराचा)चा थकवा :** शारीरिक थकवा, शारीरिक शक्ती खर्च करणारं काम, बौद्धिक काम केल्यामुळे येणारा थकवा दूर करण्यासाठी ऑलिवचं सेवन करा.
२.	हॉर्नबीम	:	**आळसावलेलं मन :** मानसिक थकवा, कामाची सुरुवात करण्यापूर्वीच मनात शंका येणं, कमकुवतपणा असेल तर हॉर्नबीमची मदत घ्या. हे घेणारे लोक एकदा कार्य सुरू केल्यावर यशस्वीपणे, सहजपणे पूर्ण करतात.
३.	चिकोरी	:	**केवळ 'मी'पणाची वृत्ती, स्वार्थी :** स्वार्थी माणूस नेहमी स्वतःचाच फायदा, स्वार्थ बघतो.

दुसऱ्याच्या वस्तूंवर मालकी हक्क गाजवण्यासाठी आतुर, दुसऱ्यानं संपूर्ण लक्ष दिलं नाही किंवा त्याची सहानुभूती मिळाली नाही तर उदास होणं. ती नेहमी मिळवण्याचीच इच्छा बाळगणं, कधी कुणाला काहीही न देणं.

४.	हॉली	:	**भांडखोर, शंकेखोर वृत्ती :** तिरस्कार, घृणा, ईर्षा, जळफळाट, अविश्वास, क्रोध, नात्यांमध्ये प्रेमाची कमतरता.

(२) भीती

५.	आस्पेन	:	**अज्ञात भीती :** मनात विनाकारण भीती निर्माण होते. पण कशाची भीती वाटतेय हे स्वतःलाच कळत नाही, तेव्हा आस्पेन घ्या.
६.	मिम्यूलस	:	**ज्ञात भीती :** भीतीचं कारण जर माहिती असेल, उदाहरणार्थ, कुत्रं, साप चावण्याची भीती, कॅन्सर सारखे मोठे आजार, परीक्षा, इंटरव्ह्यू, भूत, एखाद्या माणसाची किंवा स्टेजची भीती असेल, तर हे औषध घ्या.
७.	चेरी प्लम	:	**बेभानपणा :** क्षणिक जोश, आपल्या कामावरचं संतुलन गमावणं, शारीरिक आणि मानसिकरीत्या अनियंत्रित होणं आणि व्यसनांपासून सुटका मिळवण्यासाठी हे औषध घ्या.
८.	रेड चेस्टनट	:	**परचिंता :** दुसऱ्या कुणासाठी उगीचच भीती वाटणं. प्रत्येक क्षणी कुणा ना कुणाची तरी काळजी वाटणं, बेचैनी आणि भीती वाटणं.
९.	रॉक रोज	:	**अतिरेक :** भीती, दहशत वाटणे, आत्यंतिक भीती या भावना एखाद्या माणसापुरत्याच मर्यादित राहात नाही, यामुळे सगळं वातावरण दूषित होतं. नैसर्गिक आपत्ती, दुर्घटना यांसारख्या घटनांनीही रुग्णांची

अवस्था गंभीर होते. अशा वेळेस रॉक रोज हे औषध घ्यावं.

(३) अनिश्चितता

१०.	सिरॅटो	:	**द्विधा पॅटर्न :** वारंवार दुसऱ्याचा सल्ला घेणं, आपल्या निर्णयावर विश्वास न ठेवणं, एखाद्याच्या चुकीच्या मतावर विश्वास ठेवून नंतर पश्चात्ताप करून घेणं. असा जर तुमचा स्वभाव असेल तर सिरॅटो घ्या.
११.	स्क्लीरॅन्थस	:	**संभ्रम :** द्विधा अवस्थेत राहणं, प्रत्येक काम पुढे ढकलत राहणं, दोन पर्यायांपैकी एक निवडता न येणं, अस्थिरता, टाळाटाळ
१२.	वाइल्ड ओट	:	**दिशाहीन दशा :** निर्णय घेण्याची क्षमता आहे, कार्य यशस्वीपणे करू शकतात, पण अनेक पर्यायांपैकी एकच योग्य कार्य निवडणं, निर्णय घेणं यामध्ये असफल, अनिश्चित आणि असमाधानी असणं. यशस्वी पण ध्येयापासून दूर.

(४) वर्तमानातला रस कमी होणं

१३.	क्लिमॅटिस	:	**दिवास्वप्नं :** नेहमी भविष्यकाळात रमणं, जागेपणीच दिवास्वप्नं बघणं, बेसावधपणा, प्रत्येकवेळी लांब शून्यात बघत राहणं, वर्तमानातील परिस्थितीबद्दल पूर्णपणे उदासीन, क्रियाशून्य असणं
१४.	हनीसकल	:	**भूतबंगला :** भूतकाळातच रमणं, घडून गेलेल्या घटना, गोष्टी, आठवणींमध्ये हरवून जाणं. जुन्या घटनांशी असलेला आपला संबंध न तोडणं. असा जर आपला स्वभावदोष असेल तर हनीसकलचा उपयोग करा.
१५.	वाइल्ड रोज	:	**भाग्यवादी :** कधी अतिकष्ट, अति दुःख, संकटं

झेलण्याबाबत पूर्ण उदासीन. कशातही रस न वाटणं, भावनाशून्य, आपल्या दुर्दशेलाच नशीब मानून स्वीकार करणं

१६. **वाइल्ड चेस्टनट** : **अनियंत्रित विचार :** एकच विचार उगीचच वारंवार डोक्यात येणं, त्याच त्या हालचाली सारख्या होणं, खूप प्रयत्न करूनही नकारात्मक विचारांपासून सुटका मिळवता न येणं

१७. **मस्टर्ड** : **अस्थायी अज्ञात उदासीनता :** अचानक, उगीचच येणारी, विनाकारण आणि आपोआप गायब होणारी निराशा.

१८. **चेस्टनट बड** : **कामात लक्ष नसणं :** एकच चूक वारंवार करणं, कामचुकार, जुन्या अनुभवांमधून काहीच न शिकणं. सतत कुठल्या ना कुठल्या दुर्घटनेचं शिकार होत राहणं.

(५) एकटेपणा

१९. हीदर : **अतेज स्वार्थी :** आत्मकेंद्रित, स्वतःवर प्रेम करणारा, प्रत्येक वेळी स्वतःबद्दलच विचार करणारा. छोट्या छोट्या दुःखांनी वैतागण्याची यांची कहाणी कधी संपतच नाही. यांच्याजवळ दुसऱ्याचं ऐकायला वेळ नसतो. लोक यांच्यापासून दूर पळतात. यांचं ऐकून घ्यायला जर कोणी नसेल तर त्यांना एकटं एकटं वाटतं.

२० **इम्पेशन्स** : **उतावळेपणा :** निर्णय घेण्यात, बोलण्यात, विचार करण्यात, प्रत्येक कामात खूप गडबड करणारे आणि उतावीळ असणारे लोक. दुसऱ्याची मंद गती सहन न करू शकणारे. लवकर राग येणं, लवकर शांत होणं. अप्रिय बॉस/मालक आणि वाट पाहणं यामुळे बेचैन होणारे.

| २१. | वॉटर वायलेट | : | एकांतप्रिय : कुशल, अत्यंत बुद्धिमान, प्रतिभावंत, सतत नावीन्याचा शोध घेणारे. यांना आपल्या कामात कुणाचाही हस्तक्षेप आवडत नाही आणि तेही इतरांच्या कामात ढवळाढवळ करत नाहीत. स्वतःला समाजापासून लांबच ठेवतात. हळूहळू अहंभाव जागा होतो आणि स्वतःला श्रेष्ठ मानायला लागतात. हे लोक अंतर्मुख आणि एकांतप्रिय असतात. |

(६) लगेच इतरांच्या प्रभावाखाली येणं – अतिसंवेदनशील

२२.	ॲग्रीमनी	:	चांगलं दिसण्याची वृत्ती : आपले आंतरिक दुःख-कष्ट दुसऱ्यापासून लपवणं, वरून खुश आणि हसतमुख, पण आतून दुःखी आणि रडत राहणं अशा स्वभावाच्या लोकांनी ॲग्रीमनी घ्यायला पाहिजे.
२३.	सेंटॉरी	:	गुलाम वृत्ती : इच्छाशक्तीची कमतरता, नेहमी दुसऱ्याचे दास, दुसऱ्याला कोणत्याही गोष्टीसाठी नाही म्हणू शकत नाहीत, ते टाळूही शकत नाहीत. दुसऱ्याच्या हुकमाचे गुलाम, स्वतःची अशी काही इच्छा बाळगत नाहीत.
२४.	वॉलनट	:	बदल अस्वीकार : परिवर्तनाचा स्वीकार न करू शकणारे लोक. जुनी परिस्थिती, जुने संबंध, जुन्या सवयी सोडून पुढे जाऊ न शकणारे लोक. आनुवंशिक आजार, जुन्या सवयी घालवण्यास वॉलनटची मदत होते. कोणताही बदल स्वीकारता येत नसेल तर या औषधाचा वापर करा.

(७) निराशा, आत्मविश्वासाचा अभाव आणि उदासीनता

| २५. | जेन्शियन | : | संशयातून निराशा : नकारात्मक विचारपद्धती, निराशा, संशय, अविश्वासाचं कारण न समजणं, |

अधूनमधून येणारी उदासीनता.

२६.	गोर्स	:	**पूर्ण नाउमेद :** हताश, नाराज. यांना बरं होण्याची काही आशा नसते, तरीही इलाज चालूच ठेवतात.
२७.	लार्च	:	**आत्महीनतेची वृत्ती :** कमकुवत आत्मविश्वास, आपल्या अपयशावर पक्का विश्वास असल्यामुळे कोणताही प्रयत्न न करणारे लोक. कामासाठी पूर्णपणे योग्य, पण अपयशाची भीती बाळगणारे आणि दुसऱ्याच्या यशावर दिलखुलासपणे खुश होणारे लोक.
२८.	पाइन	:	**स्वनिंदा वृत्ती :** अपराधीपणा, स्वनिंदा, प्रत्येक चुकीसाठी स्वतःलाच दोषी मानणं, अतिशय कर्तव्यनिष्ठ, प्रामाणिकपणानं काम करणारे. हे लोक कधीही अधार्मिक किंवा चुकीचं काम करू शकत नाहीत.
२९.	स्वीट चेस्टनट	:	**सहनशक्तीच्या पलीकडे** : असे लोक आत्यंतिक मानसिक त्रासानं आणि घोर निराशेनं घेरलेले असतात. यांना अतिशय लाचार, असाहाय्य आणि असुरक्षित वाटतं. तसेच त्यांना कोणत्याही प्रकारच्या मदतीची आशाही नसते.
३०.	स्टार ऑफ बेथलेहेम	:	**खोल आघात :** मानसिक आणि शारीरिक धक्क्यानंतरचे परिणाम, उदाहरणार्थ – अकस्मात दुर्घटना, अकस्मात समस्या, कटू अनुभव इत्यादी. यामुळे जो मानसिक धक्का बसतो, त्याचा शरीरावर परिणाम होतो. पॅनिक डिसऑर्डर, पोस्ट ट्रॉमॅटिक डिसऑर्डर, ग्रीफ सगळ्या आजारांवर हे लाभदायक आहे.
३१.	विलो	:	**दुसऱ्याला दोष देण्याची वृत्ती :** विलो व्यक्तिमत्त्व असणाऱ्यांमध्ये इतरांबद्दल कटुता, ईर्षा, तिरस्कार,

			दुसऱ्याच्या यशावर जळफळाट, आपल्या अपयशाचं खापर दुसऱ्याच्या माथी मारण्याची लक्षणं असतात.
३२.	क्रॅब ॲपल	:	**अतिरेकी स्वच्छता :** घाणेरड्या, नावडत्या वस्तू बाहेर फेकण्याची इच्छा, घातक विचार, एवढंच नव्हे तर शरीराच्या एखाद्या कुरूप अवयवापासूनही सुटका मिळवण्याची इच्छा या लोकांमध्ये असते.

(८) अतिशिस्तप्रियता

३३.	वाइन	:	**घमेंडी वृत्ती :** गुणी, योग्य, दृढ इच्छाशक्ती, चांगले लीडर्स, हुकूमशहा, आपल्या तत्त्वांसाठी दुसऱ्याची अजिबात पर्वा न करणारे, दुसऱ्याच्या भावना, इच्छा दाबून आपल्याच इच्छा, वर्चस्व त्यांच्यावर लादणारे.
३४.	बीच	:	**अतिशिस्तप्रिय वृत्ती :** स्वच्छता, नीटनेटकेपणा पसंत करणारे. अजिबात सहनशीलता नसणे, दुसऱ्याची थट्टा करणे, त्याची अडचण, दुःख समजून न घेणं, दुसऱ्याबद्दल जराही सहानुभूती नसणे, विनम्रतेचा अभाव, संपूर्णतावादी पॅटर्न (Perfectionist Pattern), ऑब्सेसिव कम्पल्सिव पर्सनॅलिटी (OCPT, Obsessive Compulsive Personality Trait)
३५.	रॉक वॉटर	:	**जिद्दी सिद्धान्तवादी :** अनन्यसाधारण व्यक्तिमत्त्व, अत्यंत आदर्शवादी, आपल्या तत्त्वांनुसार कठोरतेने चालणारे. लवचिकता नसलेले. कितीही अडचणी आल्या तरी आपल्या मूल्यांपासून जराही न ढळणारे. आपली व्यक्तिगत इच्छा, खुशी यांचा त्याग करणारे. उदाहरणार्थ, महात्मा गांधी. आपल्या ध्येयापासून परावृत्त न होणं. सगळ्या विश्वासाठी मीच एक आहे – ही भावना बाळगणं.

(९) सकारात्मक स्वभावाचा अतिरेक

३६. **वर्वेन** : **असंतुलित ध्यास :** गरजेपेक्षा जास्त उत्साही, जास्त काम करणं, नेहमी घाईत असणं. आपल्या शारीरिक क्षमतेपेक्षा अधिक काम आणि थोडीही विश्रांती न घेतल्यामुळे यांचं शारीरिक आणि मानसिक स्वास्थ्य पूर्णपणे बिघडतं.

३७. **एल्म** : **क्षणिक कमकुवतपणा :** जबाबदार लोक आपल्या जीवनात मोठी जबाबदारी किंवा एखाद्या मोठ्या पदावरचं काम सांभाळतात. असे लोक कधी कधी जास्त कामांमुळे एवढे थकतात, की काही क्षणासाठी ते स्वतःला शारीरिक आणि मानसिकरीत्या दुबळे समजायला लागतात. शिवाय आपल्या कार्यक्षमतेवरच शंका घ्यायला लागतात.

३८. **ओक** : **असंतुलित आशावादी :** ओकचं व्यक्तिमत्त्व असणारे दृढ इच्छाशक्ती, अति संयम, धैर्य, हिंमत, विश्वास, आशावाद, प्रतिकूल परिस्थितीतही हार न मानणं, अढळ राहणं, सातत्यानं श्रम करणं, आपल्या शरीराला क्षणभरही विश्रांती न देणारे असतात. परिणामी ते आजारी पडतात आणि उदासही होत राहतात.

३९. **प्रथमोपचार** : रेस्क्यू रेमेडी आपत्कालीन उपचार पाच औषधांचं मिश्रण आहे. हे औषध अचानक एखादी दुर्घटना घडल्यावर किंवा रुग्णाच्या गंभीर अवस्थेमध्ये प्रथमोपचार म्हणून दिलं जातं. ही पाच औषधं अशी आहेत : स्टार ऑफ बेथलेहेम + रॉक रोज + इम्पेशन्स + चेरी प्लम + क्लिमॅटिस.

भाग ४

B.F.T. Be Free Therapy
प्रश्नोत्तरं

बी.एफ.टी. च्या औषधांची सवय लागत नाही. शिवाय याचे कोणतेही साइड इफेक्ट नसतात, हेच यांचं सौंदर्य आहे. बाख औषध ही पर्यायी चिकित्सा पद्धती (Alternative System of Medicine) च्या अंतर्गत येतात. कुठल्याही दुसऱ्या उपचार पद्धतीबरोबर हे घेतलं जाऊ शकतं. दुसरी उपचार पद्धती आणि बाख औषधं एकाच वेळी घेतल्यास कोणत्याही प्रकारचा अपाय होत नाही. 'ही औषधं संपूर्णपणे नुकसानरहित आहेत'. या विधानासाठी कोणत्याही परमीटची किंवा लायसेन्सची गरज नाही. ही औषध पद्धती भारतात पर्यायी चिकित्सा पद्धतीमध्ये मोडते. आता, प्रश्नोत्तरांच्या रूपात बी.एफ.टी.बद्दल अधिक माहिती करून घेऊया.

१. बी.एफ.टी.ची एक्सपायरी डेट काय असते?

उत्तर : खरंतर ही औषधं अनिश्चित काळापर्यंत आपले गुणधर्म सांभाळून ठेवतात. डॉ. बाख यांनी स्वतः बनवलेले मूळ पदार्थ आजही पहिल्या इतकेच शक्तिशाली आहेत. बाख सेंटर म्हणतं, 'कायद्यानुसार औषधाच्या मूळ पदार्थांचा एक निश्चित असा जीवनकाल असतो. कारण हे ब्रॅन्डीमध्ये बनवले जातात.'

त्यामुळे बाख औषधांना बाख सेंटरनं पाच वर्षांचा कालावधी दिलेला आहे.

२. ही औषधं कुठे मिळतात?

उत्तर : बहुतेक वेळेस ही औषधे होमिओपॅथीच्या दुकानांमध्ये मिळतात. याचे थेंब साखरेच्या गोळ्यांमध्ये घालून घेता येतात. ही औषधं मुलं, जंतू आणि आजारांवरही इलाज करतात. पण म्हणून यांना प्लासीबो (औषध न घातलेल्या गोळ्या) समजू नका.

३. काही वेळानंतर याचा परिणाम कमी होतो किंवा नाहीसा होतो का?

उत्तर : नाही, ही औषधं खूप सकारात्मक आहेत. मनाची शक्ती आणि समतोल वाढल्यानं प्राणशक्ती जास्त निरोगी होते. या औषधांचा परिणाम स्थायी असतो. ती अँटिबायोटिक प्रमाणे काम करत नाहीत.

४. ही औषधं कशी काम करतात?

उत्तर : सगळं ब्रह्मांड चैतन्याची अभिव्यक्ती आहे. त्याचप्रमाणे माणूसही चैतन्याचीच अभिव्यक्ती आहे. ही चैतन्याची अनुभूतीच खरं अस्तित्व आहे. पण या खऱ्या अनुभूतीपासून, निसर्गापासून माणूस दूर जातो. दूर जाण्याचं कारण आहे माणसाचं तुलनात्मक मन, नकली अहंकार, विकार, खंडित विचार, वाणी, भाव, क्रिया आणि चुकीच्या वृत्ती. पुष्पौषधींमध्ये या चैतन्य आणि चेतनेत येणाऱ्या सगळ्या अडचणी दूर करण्याची शक्ती असते. ती आपल्याला नैसर्गिक स्वभावाची गरज असणारे गुण बहाल करते. जे अवगुण किंवा पॅटर्न आपलं नुकसान करतात, त्यांना ही औषधं अडवतात. ज्याप्रमाणे संगीत आपल्याला उत्साह देतं, तसंच ही औषधंदेखील आपल्याला थेट चैतन्याजवळ घेऊन जातात. ती आजाराशी लढत नाहीत, पण आपल्यातील नैसर्गिक शक्ती जागवून आजारच गायब करतात. यात रोगी महत्त्वाचा आहे, रोग नव्हे, या पुष्पौषधी उपचारात किंवा थेरपीमध्ये माणसाला महत्त्व दिलं जातं.

५. पुष्पौषधी उपचार कोण कोण घेऊ शकतं?

उत्तर : हे उपचार सगळ्या वयाचे लोक घेऊ शकतात. नवजात बालकं, लहान मुलं, गरोदर स्त्रिया, स्त्री-पुरुष, वृद्ध, तरुण असे सगळेजण हे घेऊ शकतात. याच्यासाठी कोणतीही वयोमर्यादा नाही. तसंच हे औषध प्राणी, रोपं यांच्यावरही

काम करतं. रोपांना किड्यांपासून वाचवून त्यांचा विकास करतं.

६. हे औषध कसं घ्यावं?

उत्तर : हे औषध अधिकतर होमिओपॅथीच्या दुकानात, दवाखान्यात मिळतं. हे औषध द्रव स्वरूपात किंवा गोड गोळ्यांवर घालून दिलं जातं. गोड गोळ्या ४-४च्या प्रमाणात, दिवसभर चार वेळा घ्यायच्या असतात. अशा तऱ्हेनं ६-७ महिन्यांपर्यंत घेता येतात किंवा याचे ४ थेंब एक कप पाण्यात घालून ते पाणी घेता येतं. हे औषध दिवसातून ४ वेळा घेतलं पाहिजे.

जोपर्यंत पूर्णपणे बरं वाटत नाही, तोपर्यंत हे औषध चालूच ठेवावं. बी.एफ. टी. मानसिक आरोग्यावर चांगलं काम करतं. याला २ ते ७ महिन्यांचा काळ लागतो. १५ दिवसांतच फरक दिसायला लागतो. आपत्काळात तर एका मात्रेपासूनच परिणाम सुरू होतो.

७. हे औषध कसं बनवतात?

उत्तर : ही औषधं फुलांपासून तयार होतात. ज्या औषधाला जे नाव दिलेलं आहे, त्याच फुलांपासून ते बनतं. झाडांवरील परिपक्व फुलांच्या अर्कातूनही ही औषधं बनतात. ही औषधं सनशाइन मेथडनं बनतात. धुतलेली फुलं, स्वच्छ पाण्यात घालून सूर्यप्रकाशात ठेवली जातात. सूर्यप्रकाशात, फुलांचा अर्क आणि गुणधर्म पाण्यात उतरतो. हे औषध अल्कोहोल (concentrated alcohol)च्या अतिशय कमी मात्रेमध्ये किंवा जलमिश्रित अल्कोहोल (diluted alcohol) मध्ये बनवली जात असल्यामुळेही जास्त दिवस टिकतात. शिवाय शुद्ध व असंक्रमित राहतात. याला पुष्पौषधी म्हटलं जातं. ही ना वनौषधी आहे, ना अरोमा थेरपी. ना आयुर्वेद आहे आणि ना काष्ठौषधी.

८. जास्तीत जास्त किती पुष्पौषधी एकावेळी घेता येतात?

उत्तर : जास्तीत जास्त ७ पुष्पौषधी एकावेळी घेता येतात. सातपेक्षा जास्त जर पुष्पौषधी लागत असतील तर पुन्हा निवड करा किंवा अगोदर वाइल्ड ओट किंवा हॉली देता येईल. पहिल्यांदा फक्त ३-४च पुष्पौषधी घेतल्या तर जास्त प्रभावी ठरतील. सगळे अर्क एकाच बाटलीत घालूनही मिश्रण करता येतं. मग याचे ४-४ थेंब पाण्यात घालून किंवा थेट ४ वेळा घेता येतात.

९. **या औषधापासून सर्दी, ताप, डोकेदुखी, खोकला इत्यादी सामान्य आजारांसाठीही औषध बनवता येतं का?**

उत्तर : नाही, बाख औषधं ही भौतिक आजारांसाठी नाहीत. मनाशी संबंधित असणारे शारीरिक आजार ही औषधं बरी करतं. माणसाची मन:स्थिती आणि त्याचे अवगुण यांच्या आधारावर ती दिली जातात. प्रत्येक माणसाची मन:स्थिती वेगवेगळी असते, पण भौतिक लक्षणं मात्र एकसारखी असू शकतात. त्यामुळे मनोवस्थेच्या आधारावर बी.एफ.टी. औषधाची निवड वेगवेगळी होईल. भीतीची भौतिक लक्षणं एकच असली तरी त्याची ५ वेगळी रूपं असतील, तेव्हा प्रत्येक माणसासाठी वेगळं औषध निवडलं जाईल.

१०. **माझ्यामध्ये भविष्यात अवगुण येऊ नयेत म्हणून मी आत्ताच बी.एफ.टी. ची औषधं निवडून, ती घेऊ शकतो का?**

उत्तर : नाही, हे औषध मनाची नकारात्मकता बदलून तिला सकारात्मक रूप देतं. जसं स्वीट चेस्टनटमुळे निराशा दूर होते, पण भविष्यात येणारी निराशा आत्ताच दूर करता येत नाही. आत्ताच जर भीती वाटत असेल, आणि पुढे उदासीनता येऊ नये, यासाठी आत्ता मिम्युलस घेता येईल.

११. **नवजात बालकं, जी बोलू शकत नाहीत, त्यांच्यासाठी बी.एफ.टी. कसं निवडावं?**

उत्तर : नवजात बाळाची संवेदनशीलता, त्याची प्रकृती जाणून घेतली पाहिजे. उदाहरणार्थ –

- जोपर्यंत आई कुशीत घेत नाही, तोपर्यंत मूल रडतच राहतं – चिकोरी
- मूल खूप शांत असतं, समाधानानं हसत नाही – ॲग्रीमनी
- आजूबाजूला काय चाललंय हे जणू समजत नसल्यासारखं, बाळ एकसारखं झोपूनच असतं – क्लिमॅटिस
- मूल आवाज, अंधार, एकटेपणाला घाबरतं – मिम्युलस
- मूल जर वेदनेने रडत असेल – चेरी प्लम
- रात्री लवकर झोपत नाही, रडत असेल तर अशावेळी चेस्टनट बड आणि चेरीप्लमही देता येईल.

- बाळाची उत्तरोत्तर होत जाणारी शारीरिक वाढ हा त्याच्या प्रगतीमधला मैलाचा दगड असतो. मान धरणं, बसायला शिकणं, रांगायला शिकणं, उभं राहायला शिकणं, चालायला शिकणं, दात येणं... मूल जसजसं मोठं होत जातं, तसं त्याच्यातील प्रत्येक परिवर्तनासाठी - वॉलनट

- हळूहळू शिकणाऱ्या मुलांसाठी - रेड चेस्टनट, वॉलनट

- भित्र्या, लाजाळू, आईला चिकटून राहणाऱ्या मुलांसाठी - चिकोरी, मिम्युलस, लार्च

- मूल जर दुःखानं, रागानं रडत असेल, अनियंत्रित झालं असेल आणि असह्य वेदना होत असताना - चेरी प्लम

- खूप बेचैन, चंचल, एका जागेवर न बसणाऱ्या, एकाच वेळेस खूप क्रिया एकदम करणाऱ्या, एकही काम पूर्ण न करणाऱ्या मुलांसाठी - इम्पेशन्स

- आजारानंतर थकवा, थकलेल्या मुलांसाठी - ऑलिव्ह

- इतर मुलांना त्रास देणाऱ्या मुलांसाठी - हॉली, वाइन, बीच

- लहान मुलांच्या पोटातून वेगवेगळे आवाज येत असल्यास - स्टार ऑफ बेथलेहेम

- शालेय जीवन कठीण वाटणाऱ्यांसाठी - वॉलनट, ऑलिव्ह, हनीसकल आणि मिम्युलस

१२. बाख औषधाचा परिणाम व्हायला किती वेळ लागतो?

उत्तर : सामान्य लक्षणांमध्ये २ किंवा ३ दिवसांत ३-४ मात्रांमध्येच आराम मिळतो. दीर्घ आजारामध्ये २-३ आठवड्यांत आराम मिळतो आणि काही महिन्यांमध्ये त्या आजारावर पूर्ण इलाज होतो. आपत्ती काळात एका खुराकातच चांगले परिणाम दिसायला सुरुवात होते. अशा वेळेस ५-५ मिनिटांच्या अंतराने ४-५ वेळा घेतल्यानंतरही आराम मिळतो. जसं, थकव्यामध्ये ऑलिव्हमुळे आणि वेदनेसाठी चेरी प्लमनं आराम मिळतो.

१३. बाख औषध घेतल्याने कधी कधी त्रास वाढतो का?

उत्तर : याचा कोणताही साइड इफेक्ट नाही, त्यामुळे ही औषधं कधीही नुकसान करत

नाहीत. या औषधाने जर फरक पडत नसेल, तर निवड चुकलेली असू शकते. पण जरी निवड चुकली तरीही घाबरायचं काही कारण नाही, कारण यामुळे साइड इफेक्ट्स होत नाहीत. दीर्घ रोगांमध्ये दबलेल्या भावनांना वर यायला वेळ लागतो आणि तो आजार पूर्ण बरा व्हायला काही महिने लागू शकतात. हे करता करता, नवीन लक्षणं वर आली तर नवी औषधं द्यावी लागतात. उदाहरणार्थ, 'मी लवकर बरा होईन की नाही?' या विचारांमुळे बेचैनी वाढत असेल तर इम्पेशन्स घ्या.

१४. ही औषधं घेताना कोणती काळजी घ्यायला पाहिजे?

उत्तर : तुम्ही जर होमियोपॅथीच्या दुकानातून औषध आणलेलं असेल, तर ते आणखी ढवळू नका, तसंच घ्या. ब्रॅन्डीत मिसळलेलं औषध असेल, तर त्याचे ४-४ थेंब ४ वेळा तसेच १ कप पाण्यात मिसळून घ्या. खासगी बाख फ्लॉवर थेरपिस्ट अर्क पाण्यातून देतात. ज्याचे ४ थेंब सरळ तोंडात किंवा एक कप पाण्यात घालून घेता येतात.

▶ ही औषधं थंड, कोरड्या जागेत, अंधारात किंवा कमी प्रकाशात ठेवा. फ्रीजमध्ये ठेवू नका.

▶ लहान मुलं आणि मोठ्यांसाठीही एकसारखाच खुराक असतो. त्यापासून कोणतंही नुकसान नाही.

▶ साखरेच्या गोळ्याही तेवढ्याच परिणामकारक असतात, जेवढा अर्क परिणामकारक असतो.

▶ औषधांचा परिणाम जिभेपासून सुरू होतो, त्यामुळे औषध घेण्यापूर्वी तोंड स्वच्छ ठेवा.

▶ औषध घेतल्यानंतर २५-३० मिनिटांपर्यंत काही खाऊ नका. भोजनानंतर हे औषध घ्यायचं असेल तर ते अर्ध्या तासानंतर घ्या.

▶ हे औषध चहा, कॉफी, कोला यासोबत घेऊ नका.

▶ साखरेच्या गोळ्यांना हात लावू नका. त्या सरळ जिभेवर ठेवा आणि आपोआप विरघळू द्या किंवा पाण्यात घालून थोडं थोडं घ्या. औषधाचे थेंब थेट जिभेवर टाका.

- भौतिक गुणांच्या आधारे औषध निवडू नका.
- माणूस घाबरल्यामुळे जर आपली परिस्थिती सांगू शकत नसेल, तर त्याला स्कलीरॅन्थस द्या. म्हणजे तो स्वतःबद्दल सांगू शकेल.
- मिश्रण एकच बनवायचं असेल तर ३-४ च औषधं निवडा, म्हणजे ती जास्त परिणामकारक होतील.
- औषध निवडणं कठीण होत असेल तर हॉली किंवा वाइल्ड ओटचे एक दोन खुराक घ्या, म्हणजे औषधाचं मिश्रण लक्षात येईल.

१५. गरोदरावस्था, डिलिव्हरीमध्ये बी.एफ.टी. हे औषध घेता येतं का?

उत्तर : हो, उलट ते चांगलंच! गरोदरपणी आई जितके सकारात्मक विचार करेल, तेवढंच मुलांचं मन निरोगी राहील. आईनं सजगपणे जास्तीत जास्त तिच्या नकारात्मक भावना, अवगुण आणि पॅटर्नस् यांपासून मुक्त झालं पाहिजे. तिच्यासाठी ही एक संधीच असेल. येणाऱ्या बाळाच्या प्रेमाखातर आईसाठी हे अगदी सोपं आहे.

- आई होणाऱ्या स्त्रीने उत्तेजना, तणाव, उदासी या गोष्टी टाळल्या पाहिजेत.
- टीव्ही, सिनेमांमध्ये दाखवली जाणारी हिंसक दृश्यं, भडकपणा गरोदरपणात पाहण्याचं टाळलं पाहिजे. कारण अशी दृश्य मनामध्ये खोलवर रुजतात. टीव्ही सीरिअल्स आणि सीरियस प्रोग्राम यामुळे आईच्या मनात भीती, काळजी, अधीरता यांसारख्या भावना येण्याचा धोका असतो.
- आईची मनोवस्था बघून बाख फ्लॉवर औषधं निवडा. डिलिव्हरीच्या ३ ते ४ दिवस आधीपासून डिलिव्हरी झाल्यानंतर काही दिवसांपर्यंत बचाव उपचाराच्या वापरामुळे मुलांचा जन्म सुखदायक, सहज आणि नॉर्मल होतो. आईच्या आरोग्यातसुद्धा लवकर सुधारणा होते.

१६. बॅच औषधांच्या माध्यमातून, रोपांची उपयुक्तता कशी वाढवता येईल?

उत्तर :

- रोपांची ताकद वाढवण्यासाठी – हॉर्नबीम
- बीजांकुर आणि रोपांच्या वाढीसाठी – ऑलिव्ह
- सगळ्या किडींपासून संरक्षणासाठी – क्रॅब ॲपल

- रोप किंवा झाड एका ठिकाणाहून दुसऱ्या ठिकाणी लावल्यानंतर वातावरणातल्या त्या बदलासाठी - वॉलनट
- सगळ्या दुर्घटना, आपत्तींपासून रक्षणासाठी- बचाव उपचार (रेस्क्यू रेमेडी)
- रोपं जर थंडीच्या दिवसात मान टाकत असतील, मरगळलेली दिसत असतील, तर -वाइल्ड रोज या औषधाचे १० थेंब पाण्याच्या बाटलीत किंवा बादलीत घालून ते रोपाला द्या.

१७. हे जनावरांसाठीही उपयुक्त आहे का?

उत्तर : पाळीव, घरगुती जनावरांसाठी बाख औषधं पूर्ण उपयोगी आहेत. उदाहरणार्थ, गायीचं वासरू मेल्याने तिचं दूध आटलं असेल, तर तिला 'स्टार ऑफ बेथलेहेम' हे औषध दिलं पाहिजे. कित्येकदा पाळीव कुत्रं, घरात बाळाच्या आगमनाने, त्या कुत्र्याकडे कमी लक्ष दिल्याने ईर्षा करतं, त्याचा जळफळाट होतो. अशावेळी त्याला 'हॉली' दिल्यास आराम मिळेल.

१८. बाख फ्लॉवर औषधं आपण स्वतः निवडू शकतो का?

उत्तर : हो, अगदी निश्चितपणे आणि अतिशय चांगल्या पद्धतीनं निवडू शकता! आपण स्वत:ला जितकं चांगलं ओळखतो, तितकं दुसरं कोणी ओळखू शकेल का? पुष्पौषधी ही मनोवृत्ती आणि मनोवस्थेवरून ठरवली जाते, भौतिक लक्षणांवरून नव्हे. जसजशी आपल्याला आतून जाणीव होते, की आपला मूड बदललेला आहे, तेव्हा तो ओळखून पुष्पौषधीनं दूर केला जाऊ शकतो. आपल्या व्यक्तिगत मनोवृत्तीचा एक मूळ स्वभाव असतो. एक प्रकार असतो, त्यासाठीही औषध निवडलं पाहिजे. माणसाच्या जन्मजात व्यक्तित्वासाठी पुष्पौषधीची निवड झाली पाहिजे. अ‍ॅग्रीमनी, सेंटॉरी, सिरॅटो, चिकोरी, क्लिमॅटिस, इम्पेशन्स, लार्च, मस्टर्ड, ओक, पाइन, रॉक वॉटर, वाइन, वर्वेन, स्क्लीरॅन्थस, वॉटर वायलेट हे उपचार आहेत. ते माणसाच्या नकारात्मक व्यक्तित्वाला दूर करून एक संतुलित व्यक्तिमत्त्व प्रदान करतात. ही औषधं दीर्घ काळापर्यंत वापरता येतात.

याबरोबरच सहयोगी उपचार पुढीलप्रमाणे आहेत जसे, ऑलिव्ह, हॉर्नबीम, मिम्युलस, वाइल्ड चेस्टनट इत्यादी.

कोणताही सामान्य माणूस पुस्तकं वाचून स्वतःसाठी पुष्पौषधी निवडू शकतो आणि होमियोपॅथी दुकानातून ती आणू शकतो. यासाठी ना प्रिस्क्रिप्शनची गरज आहे, ना डॉक्टरची. शिवाय याचे साइड इफेक्टही नाहीत, ना औषधांची इंटरॅक्शन्स आणि क्लॅशेस. ही औषधं निवडण्यासाठी ना शरीरशास्त्र जाणण्याची आवश्यकता, ना जीवविज्ञानाच्या ज्ञानाची गरज आहे. या औषधांचा परिणाम स्थायी आहे. योग्य निवड झाली, तर ही दीर्घकाळापर्यंत घ्यायला हवीत. जेव्हा रिझल्ट मिळतील, प्रभावी परिणाम दिसायला लागतील, तेव्हा ही औषधं घेणं हळूहळू कमी करत बंद करा.

फक्त चेस्टनट बड, वाइन या व्यक्तित्वाच्या लोकांमध्ये स्वतःला ओळखण्याची शक्यता खूप कमी असते.

१९. **ज्या लोकांना मधुमेह असतो, त्यांना त्या साखरेच्या गोळ्या देता येतील का?**

उत्तर : हो! कारण त्याच्यात साखरेचं प्रमाण खूपच कमी असतं. तरीही जर ते साशंक असतील तर त्यांना पाण्याचं (द्रवरूप) औषधच द्या.

डॉ. बाख यांनी बाख फ्लॉवर थेरपी (B.F.T.) सगळ्या विश्वात, मानवजातीला बहाल करून खूप मोठं योगदान दिलेलं आहे. त्यांना अनंत धन्यवाद!!!

बी.एफ.टी. आणि पुस्तके

बी.एफ.टी. बरोबरच आपण समजही वाढवली तर या औषधांचा अधिक व लवकर परिणाम होईल आणि आपण ध्येयाकडे वाटचाल करू लागाल. कोणत्या स्वभावदोषावर कोणती पुस्तकं वाचायला हवीत हे समजण्यासाठी खालील सारणी आपल्याला निश्चितच उपयुक्त ठरेल.

क्र. बी.एफ.टी.	मनाची वृत्ती	अत्यावश्यक पुस्तक १	आवश्यक पुस्तक २
१. ॲग्रीमनी	चांगलं दिसण्याची वृत्ती	नींव नाइन्टी	–
२. आस्पेन	अज्ञात भीती	मृत्यू उपरान्त जीवन	मुक्ती
३. बीच	असंतुलित शिस्त	प्रार्थना, विश्वासबीज	आनंदाचे रहस्य
४. सेंटॉरी	गुलाम वृत्ती	अदृश्य शिडी आत्मविश्वासाची	संपूर्ण प्रशिक्षण
५. सिरॅटा	द्विधा मनःस्थिती	निर्णय आणि जबाबदार	कसंप्राप्त कराल ईश्वराचं मार्गदर्शन, आत्मनिर्भर कसे बनाल
६. चेरीप्लम	बेभानपणा	मुक्ती	नींव नाइन्टी
७. चेस्टनट बड	कामात लक्ष नसणं	ध्यान दीक्षा	संपूर्ण ध्यान
८. चिकोरी	'मी' वृत्ती – स्वार्थी	रिश्तों में नई रोशनी,	वेचिता फुले सद्‌गुणांची
९. क्लिमॅटिस	दिवास्वप्न	जीवनाचे ५ महान रहस्य	संपूर्ण ध्यान
१०. क्रॅब ॲपल	असंतुलित स्वच्छता वृत्ती	नींव नाइन्टी	स्वीकाराची जादू
११. एल्म	क्षणिक कमकुवतपणा	भारत के दो महान जीवन	द मीरा, परमहंसाची भरारी, अनोखा अवतार
१२. जेन्शियन	शंकायुक्त निराशा	तोडू तणावाचा पिंजरा	आनंदाचे रहस्य
१३. गोर्स	पूर्ण नाउमेद	विचार नियम	संवादगीता

क्र.	बी.एफ.टी.	मनाची वृत्ती	अत्यावश्यक पुस्तक १	आवश्यक पुस्तक २
१४.	हीदर	अतेज स्वार्थी	आंतरिक शांतीतून विश्वशांतीकडे	–
१५.	हॉली	भांडखोर, संशयखोर वृत्ती	आंतरिक शांतीतून विश्वशांतीकडे	रिश्तों में नई रोशनी
१६.	हनीसकल	भूत बंगला, भूतकाळात रमणं	संपूर्ण जीवन रहस्य	The मन
१७.	हॉर्नबीम	सुस्त मन	स्वास्थ्य त्रिकोण	The मन
१८.	इम्पेशन्स	उतावळेपणा	तोडू तणावाचा पिंजरा	ध्यान दीक्षा
१९.	लार्च	आत्महीनतेची वृत्ती, आत्मविश्वासाची कमतरता	अदृश्य शिडी आत्मविश्वासाची	स्वसंवादाची जादू, विश्वासबीज
२०.	मिम्यूलस	ज्ञात भीती	मुक्ती	सूक्ष्म विकारांवर विजय
२१.	मस्टर्ड	अस्थायी, अज्ञात भीती	सूक्ष्म विकारांवर विजय	स्वसंवादाची जादू
२२.	ओक	असंतुलित, आशावादी	The मीरा	भारत के दो महान जीवन, परमहंसाची भरारी, अनोखा अवतार
२३.	ऑलिव्ह	एम.एस.वायचा थकवा	स्वास्थ्य त्रिकोण	The मन
२४.	पाइन	स्वनिंदा वृत्ति	अदृश्य शिडी आत्मविश्वासाची	स्वसंवादाची जादू
२५.	रेड चेस्टनट	परचिंता, दुसऱ्याची काळजी	सूक्ष्म विकारांवर विजय	–
२६.	रॉक रोज	अतिरेक	स्वीकाराची जादू	
२७.	रॉक वॉटर	जिद्दी सिद्धांतवादी	रिश्तों में नई रोशनी	शोध स्वतःचा
२८.	स्क्लीरॅन्थस	दोनचा धोका द्विधामध्ये फसणं	निर्णय आणि जबाबदारी	कसं प्राप्त कराल ईश्वराचं मार्गदर्शन
२९.	स्टार ऑफ बेथलेहेम	गहिरा आघात	स्वीकाराची जादू	जीवन का महान रहस्य

क्र. बी.एफ.टी.	मनाची वृत्ती	अत्यावश्यक पुस्तक १	आवश्यक पुस्तक २
३०. स्वीट चेस्टनट	सहनशीलतेच्या बाहेर	सूक्ष्म विकारांवर विजय	-
३१. वर्वेन	असंतुलित ध्यास	-	ध्यान दीक्षा
३२. वाइन	घमेंडखोर वृत्ती	-	प्रेम
३३. वॉलनट	बदल अस्वीकार	स्वीकार का जादू	जीवन का महान रहस्य
३४. वॉटर वायलेट	एकांतप्रिय	शोधयात्रा	आत्मनिर्माण पीस बाय पीस
३५. व्हाइट चेस्टनट	नियंत्रित विचार	विचार नियम द पॉवर ऑफ हॅपी थॉट्स	संपूर्ण ध्यान
३६. वाइल्ड ओट	दिशाहीन विचार	संपूर्ण लक्ष्य	दुःखा खुश राहण्याची कला, पृथ्वी प्रतिसाद
३७. वाइल्ड रोज	भाग्यवादी	कर्मसिद्धान्त	कर्मजीवन सरश्री और आप
३८. विलो	दुसरा दोषी वृत्ती,	शोध स्वतःचा	ग्रे बुक तक्रार, कटुता
लहान मुलांसाठी बी.एफ.टी.	त्रासलेले अभिभावक	-	यशाचे रहस्य

Index of 38 Flowers

स्वभावासाठी औषध

मनाची अवस्था	उपयुक्त औषध	वर्ण
चांगलं दिसण्याची	– १ ॲग्रीमनी	A1
अज्ञात भीती	– २ आस्पेन	A2
असंतुलित शिस्त	– ३ बीच	B3
गुलाम वृत्ती	– ४ सेंटॉरी	C4
द्विधा मन:स्थिती	– ५ सिरॅटो	C5
बेभानपणा	– ६ चेरी प्लम	C6
कामात लक्ष नसणं	– ७ चेस्टनट बड	C7
'मी'–स्वार्थीवृत्ती	– ८ चिकोरी	C8
दिवास्वप्न	– ९ क्लिमॅटिस	C9
असंतुलित स्वच्छता वृत्ती	– १०क्रॅब ॲपल	C10
क्षणिक कमकुवतपणा	– ११ एल्म	E11
शंकायुक्त निराशा	– १२ जेन्शियन	G12
पूर्ण नाउमेद	– १३ गोर्स	G13
अतेज स्वार्थी	– १४ हीदर	H14
भांडखोर, संशयखोर वृत्ती	– १५ हॉली	H15
भूत बंगला, भूतकाळात रमणे	– १६हनीसकल	H16
सुस्त मन	– १७ हॉर्नबीम	H17
उतावळेपणा	– १८ इम्पेशन्स	I18
स्वत:ला कमी लेखण्याची वृत्ती, आत्मविश्वासाची कमी	– १९ लार्च	L19
ज्ञात भीती	– २० मिम्यूलस	M20
अस्थाई अज्ञात भीती	– २१ मस्टर्ड	M21
असंतुलित,आशावादी	– २२ ओक	O22
एम.एस.वाय.चा थकवा	– २३ ऑलिव्ह	O23
स्वनिंदा वृत्ती	– २४ पाइन	P24
परचिंता	–२५ रेड चेस्टनट	R25
अतिरेक	– २६ रॉक रोज	R26
जिद्दी सिद्धांतवादी	– २७ रॉक वॉटर	R27
दोनचा धोका	–२८स्क्लीरॅन्थस	S28
गहिरा आघात	– २९ स्टार ऑफ बेथलेहेम	S29
सहनशीलते पलीकडे	– ३० स्वीट चेस्टनट	S30
असंतुलित ध्यास	– ३१ वर्वेन	V31
घमेंडखोर वृत्ती	– ३२ वाइन	V32
बदल अस्वीकार	– ३३ वॉलनट	W33
एकांतप्रिय	– ३४ वॉटर वायलेट	W34
अनियंत्रित विचार	– ३५ व्हाइट चेस्टनट	W35
दिशाहीन विचार	– ३६ वाइल्ड ओट	W36
भाग्यवादी	– ३७ वाइल्ड रोज	W37
दूसरा दोषी वृत्ती, तक्रार, कटुता	– ३८ विलो	W38

खंड ६ E.F.T. Emotional Freedom Technique

भाग १

इ.एफ.टी.चा परिचय आणि उद्देश

इ.एफ.टी. एक अतिशय प्रभावी आणि परिणामकारक तंत्र आहे. ज्यामुळे आपल्याला नकारात्मक भावनांपासून आणि दीर्घकाळापासून चालत आलेल्या त्रासांपासून ताबडतोब मुक्ती मिळते.

इ.एफ.टी. (इमोशनल फ्रिडम टेक्निक) ला एखादा सामान्य, अज्ञानी मनुष्यसुद्धा समजून घेऊन स्वत: वापरू शकतो. हे तंत्र अतिशय साधे, सरळ, सहज आणि प्रभावी आहे. फक्त एकदा समजून घेतले तर संपूर्ण आयुष्यभर तुमच्याबरोबर राहील. त्यानंतर तुम्ही पाहिजे तेव्हा स्वत:वर किंवा गरजवंतांसाठी वापरून ताबडतोब प्रभावी परिणाम ाचा फायदा घेऊ शकाल.

दररोजच्या जीवनक्रमात एका मनुष्याला अनेक घटना, समस्या आणि विविध लोकांचा सामना करावा लागतो. दिवसभरात त्याला अनेक लोकांशी संवाद साधण्याची गरज पडते. संवाद कधी मधूर असतो, तर कधी मतभेद होतात. याप्रकारे दररोज शारीरिक धावपळ आणि मानसिक कसरत करून मन आणि शरीर दोन्हीही थकून जातात, याचबरोबर ताणग्रस्तही होतात. या सगळ्या प्रक्रियेत मनुष्यामध्ये नकारात्मक

भावना उत्पन्न होऊन परिणामी मनुष्य आपले मानसिक आणि शारीरिक स्वास्थ्य हरवून बसतो.

माणसाला त्रास देणाऱ्या सगळ्या नकारात्मक भावनांना इ.एफ.टी. चमत्कारिक रूपाने लगेच शरीरातून बाहेर काढून टाकते. याचे जनक 'गेरीक्रेग' हे आहेत. ही महत्त्वाची पद्धत असूनही प्रचलित झालेली नाही. कारण यामुळे लोक आत्मनिर्भर बनून स्वत:च स्वत:चे डॉक्टर फुकटात बनतात. शिकवणाऱ्याला यातून जास्त आर्थिक फायदा होत नाही, रुग्ण स्वत:च आपला उपचार करून घेतात. जगातल्या प्रत्येक माणसाला ही पद्धत ज्ञात असली पाहिजे. म्हणजे तो स्वत:च आपल्या स्वास्थ्याची काळजी घेऊ शकेल. आजार होण्यापूर्वीच त्याला ओळखून मुळापासून काढून टाकण्याची क्षमता विकसीत करू शकेल. दररोज इ.एफ.टी.चा वापर करून आजारी होण्याआधीच आरोग्याविषयी जागरूक होऊन नेहमी स्वस्थ, निरोगी राहील.

माणसाच्या मनात जेव्हा चिडचिडेपणा, आळस, थकवा, भीती, राग, चिंता, अपराधी भावना, असहाय्यता, द्वेष, मत्सर, दु:ख, सुडाची भावना, एकटेपणा, निराशा, मोह, आत्मविश्वासाची कमी, ताण, बेचैनी, शोक, विश्वासघात, लाज इत्यादी भावना घर करतात, त्यावेळी ताबडतोब स्वत:च स्वत:वर इ.एफ.टी.चा उपयोग करून या सगळ्या भावनांपासून मुक्त होऊ शकतो. लगेच त्याला हलके, मुक्त, मोकळे, ताजेतवाने आणि शांत वाटू शकते. घटना कोणतीही असो, समोर नातेसंबंध कोणतेही असोत, कोणतीही वेळ असो इ.एफ.टी. उपयोगी पडते. कोणत्याही कारणांनी माणसात वर दिलेल्या भावनांचा उद्रेक झाला असेल आणि मनुष्य त्याबद्दल जागृत, सजग नसेल तर दोन पद्धतीने तो यावेळी वागतो. एक तर तो या भावनांना आतल्या आत दाबून टाकतो, आणि स्वत: आजारी पडतो समोरच्यावर तो ते व्यक्त करतो (समोरच्या व्यक्तीला नकारात्मक भावनांमुळे चुकीचा प्रतिसाद देतो.) आणि त्यामुळे समोरचा माणूस आजारी पडतो. उदाहरणार्थ, अधिकाऱ्याने आपली चडफड, राग जर हाताखाली काम करणाऱ्या कर्मचाऱ्यावर काढली तर तो कर्मचारी निराश आणि दु:खी होतो. जर अधिकाराने कोणाला काही बोलला नाही तर तो स्वत: आजारी पडतो; निराश होतो. याप्रमाणे लहान मुलं जर एखाद्या प्रसंगी घाबरले आणि त्यांनी ते दाबून, लपवून ठेवले तर त्यांना ताप येतो.

म्हणजेच -

नकारात्मक भावना (भीती) - ताप

राग - हायपर ॲसिडीटी/पित्त

असहाय्यता - डोकेदुखी (हेडॅक)

हे फक्त उदाहरण सांगितले आहे, याचा कोणताही निश्चित फॉर्म्युला (सूत्र) नाही. इ.एफ.टी.मुळे प्रत्येक प्रकारची नकारात्मक भावना जाणून घेऊन ती शरीरातून बाहेर काढली जाते. म्हणून हे तंत्र महत्त्वाचे आहे. यामुळे नकारात्मक भावना असलेला मनुष्य आणि त्याच्या समोरचा मनुष्य दोघंही आजारी पडणार नाहीत. दोघांमध्ये शांतता, आरोग्य टिकून राहील.

तुमच्या मनात बऱ्याचदा हा प्रश्न निर्माण होत असेल, की कोणतीही घटना, वस्तू किंवा नातेवाईकाला पाहिल्यानंतर नकारात्मक भावना का निर्माण होते? याचे उत्तर म्हणजे जेव्हा मनुष्य एखाद्या वस्तुकडे पाहतो, घटनेकडे पाहतो तेव्हा त्या दिशेने त्याची ऊर्जा वाहायला लागते. जर हा ऊर्जाप्रवाह मध्येच खंडित झाला, थांबला तर त्याच्यातही नकारात्मक भावनांचा उदय होतो. मनुष्याच्या शरीरात ऊर्जा प्रवाहाची एक प्रणाली म्हणजे मेरीडियन (Meridian) असते. ज्या मेरीडियनमध्ये अडथळे आहेत, ज्यात ऊर्जाप्रवाह खंडित झालेला आहे, त्याच्याशी संबंधित अंग स्वास्थ्यापासून दूर जातात म्हणजेच आजारी पडतात. घटना, वस्तू, लोकांकडे पाहून मनुष्यातील ऊर्जा बऱ्याचवेळा असंतुलित होऊन जाते. इ.एफ.टी. याच असंतुलित ऊर्जेला संतुलित करते. ऊर्जेच्या या मुक्त प्रवाहामुळे मनुष्य शांत, संतुलित आणि आनंदी होतो.

दररोजच्या आयुष्यात जुन्या दुःखद आठवणींपासून बाहेर पडण्यासाठी इ.एफ.टी. सहजतेने मदत करते! याचे चांगुलपण हे आहे, की मनुष्य आत्मनिर्भर बनतो. त्यानंतर तो आपले शरीर, मन स्वस्थ ठेवण्यासाठी दुसऱ्यावर अवलंबून राहात नाही. आपल्या आत निर्माण होणाऱ्या नकारात्मक भावना, नकारात्मक विचार, अवरोधांना लगेच ओळखून तो स्वतः इ.एफ.टी.चा उपयोग करून वर्तमानकाळात तर तो स्वस्थ राहतोच, पण त्याचबरोबर पुढील आयुष्यात येणाऱ्या बऱ्याचशा मानसिक आणि शारीरिक आजारांपासून, रोगांपासून वाचू शकतो.

स्वतःवर प्रयोग करून जेव्हा मनुष्याला याची सवय होते तेव्हा तो डोकेदुखी, कंबरदुखी, थकवा, कंटाळा, भीती, ताण यासाठी लगेच ॲलोपॅथी घेण्याऐवजी इ.एफ.टी.चा प्रयोग करतो. याप्रकारे तो ॲलोपॅथीच्या साइडइफेक्टपासून वाचतो आणि एका नैसर्गिक कार्यप्रणालीने आपल्या शरीराला संचलित करतो. प्रत्येक मनुष्याने इ.एफ.

टी. जाणून घेणे, समजून घेणे गरजेचे आहे. त्यामुळे हे त्याच्या दैनंदिन जीवनाचे अंग बनू शकेल. आपण रोज जसे जेवतो त्याचप्रमाणे दररोज ५ ते १० मिनिटं इ.एफ.टी. चा अभ्यास करावा. जरी तुम्हाला कोणताही आजार नसेल तरी स्वत:ची सकारात्मक शक्ती/जीवनशक्ती वाढवण्यासाठी प्रत्येक मनुष्याने दररोज याचा सराव करायला हवा. मनुष्याच्या व्यसनांपासूनही इ.एफ.टी.मुक्तता मिळवून देते.

इ.एफ.टी. खूपच साधी, सरळ, सहज, प्रभावी, वेदनारहित, कमी वेळेत परिणामकारक पद्धती आहे. ज्याच्यासाठी रोगाच्या निदानाची आवश्यकता नाही, कुठल्याही डॉक्टरची गरज नाही. याची सवय लागत नाही. कोणीही व्यक्ती कुठेही या पद्धतीचा स्वत:वर प्रयोग करून लगेच मानसिक आणि शारीरिक स्वास्थ्याचा आनंद मिळवू शकते.

चला तर मग याचा प्रचार करण्यात, प्रचलित करण्यात आपलेही योगदान द्या. जे कोणी हे पुस्तक वाचातील त्यांनी स्वत: तर याचा फायदा घ्यावाच, शिवाय इतरांनाही शिकवावे.

– डॉ. राजश्री नाळे

भाग २

इ.एफ.टी.

प्रभावशाली आणि परिणामकारक

तुमचा काळ जर आलेला नसेल
तर डॉक्टरसुद्धा तुमचा जीव घेऊ शकत नाही.

'इमोशनल फ्रिडम टेक्निक'ला संक्षिप्त इ.एफ.टी. या नावाने जगभर ओळखले जाते. 'भावना मुक्ति टेक्निक' ही एक प्रकारे मानसिक ॲक्युपंक्चर तंत्रच आहे. हे तंत्र शरीरातील ऊर्जा रेखांवर (Energy Meridians) आधारित आहे. अक्युपंक्चर आणि इ.एफ.टी. या दोन्ही उपचार पद्धतीत फरक एवढाच आहे, की इ.एफ.टी.त शरीरावरील काही बिंदूंना हलक्या हाताने थोपटून असंतुलित ऊर्जेला संतुलित केले जाते. ही खूपच सोपी पद्धत आहे. याचे परिणाम मात्र प्रभावशाली असून लगेच दिसून येणारे आहेत.

इ.एफ.टी.चे जनक 'गॅरी क्रेन' आहेत. त्यांच्यानुसार 'सगळ्या नकारात्मक भावनांमागे एकच कारण असते. ते म्हणजे शरीराच्या ऊर्जा प्रणालीत येणारे अडथळे.' हेच याचे आधारतत्त्व आहे. पंचतत्त्वांनी बनलेल्या, वरून ठोस दिसणाऱ्या आपल्या शरीराचा अंतर्भाग ऊर्जाच आहे. उत्तम शारीरिक स्वास्थ्यासाठी, उत्तम मानसिक स्वास्थ्य अत्यंत गरजेचे असते. जर एखाद्या कारणाने माणसाचे मानसिक स्वास्थ्य बिघडले तर त्याचा शारीरिक स्वास्थ्यावरही खोल परिणाम होतो. सांगण्याचे तात्पर्य, तन आणि मन दोघांचाही एक दुसऱ्यावर परिणाम होतो. म्हणून शरीर आणि मन दोन्हीही एकमेकांना

पूरक मानले जातात. जास्त करून शारीरिक आजारात आपल्यातील नकारात्मक विचार, भावना यांचे मोठे योगदान असते. इ.एफ.टी. याच नकारात्मक भावनांपासून मुक्ती मिळवण्याचा वर्तमान युगाचा चमत्कारासारखा परिणाम देणारा उपाय आहे.

हे तत्त्व क्वान्टम् फिजिक्स मॉरफोजेनेटिक फील्ड (quantum physics morphogenetic field) सारख्या तांत्रिक गोष्टींवर आधारित आहे. हे शास्त्र समजण्यास शेकडो पानं लागतील किंवा यामागचे जे व्यापक शास्त्र आहे, ते समजून घेण्याचा प्रयत्न केल्यास कदाचित आपण कधीच समजून घेऊ शकणार नाहीत.

इ.एफ.टी.सारख्या जटिल आणि कठीण विषयाला त्याच्या प्रस्तुतकर्त्यांनी अत्यंत सहज आणि सोपे, सरळ करून आपल्यासमोर ठेवले आहे. इ.एफ.टी. नवीन विकसित केलेले तंत्र आहे. जुन्या ढाच्यांपेक्षा ते अगदीच वेगळे असल्याने त्याचा आपण संपूर्ण लाभ घ्यावा. ही पद्धत सहज, सरळ असूनही याचे परिणाम अगदी आश्चर्यकारक पद्धतीने ताबडतोब दिसून येतात पण आपला यावर विश्वास बसत नाही.

मानसिक चिकित्सा (सायको थेरपी) हा विषय खूपच खोल व गंभीर आहे. या विषयावर खूप मोठ्या प्रमाणात संशोधन झाले असून आजही सुरू आहे. नकारात्मक भावनांमागे जुन्या आठवणी आणि त्यासंबंधीची कारणे असतात. याच आठवणींमध्ये उपाय शोधणे आवश्यक असते. ही एक लांबलचक आणि महागडी प्रक्रिया आहे. याचबरोबर आजाराने पीडित मनुष्याला त्याच्या जुन्या अप्रिय आठवणी पुन: पुन्हा ताज्या कराव्या लागतात. त्यामुळे त्याला वारंवार दु:खातून आणि वेदनेतून जावे लागते.

जुन्या प्रक्रिया किंवा तंत्राने परिणाम होतात पण खूपच कमी लोक उपचार पूर्ण करू शकतात. जे लोक पूर्ण करतात त्यांनाही बरीच वर्ष वाट पाहावी लागते. ही प्रक्रिया लांबलचक असून खूप खर्चिक असते. सामान्य माणसाला आजारातून मुक्त होण्यासाठी एवढा खर्च करणे अशक्य असते.

दुसऱ्या बाजूला इ.एफ.टी.चा उपयोग साधारण मनुष्यपण करू शकतो. हे तंत्र अतिशय सहज, सोपे असून कोणीही, कुठेही याचा वापर करू शकतं. यासाठी मनुष्याला कोणत्याही तज्ज्ञाची गरज नसते आणि आर्थिक स्वरूपातही खूप जास्त किंमत द्यावी लागत नाही. याचे परिणाम लगेच मिळतात. एकदा हे तंत्र वापरल्यास आयुष्यभर तुम्ही ते विसरू शकत नाही. याच कारणामुळे सामान्य लोक आज या तंत्राचा भरपूर फायदा घेत आहेत.

आज इ.एफ.टी.चे शिक्षक जगभर पसरलेले आहेत. तसेच इंटरनेटवर या संबंधीचे अनेक व्हिडीओज उपलब्ध आहेत, ज्यात इ.एफ.टी. विषयीच्या माहितीबरोबरच व्यावहारिक स्वरूपात त्याचा उपयोग करण्याचे योग्य प्रशिक्षण प्रस्तुत केले आहे.

या खंडाचा उद्देश, सगळ्या लोकांनी इ.एफ.टी.ला सहजपणे जाणून घेऊन त्याची कार्यप्रणाली समजून घेणे आणि आपल्या आरोग्यासंबंधीच्या तक्रारी, समस्या घालवण्यासाठी स्वत:वर याचा प्रयोग करणे हा आहे. याप्रमाणे सगळा समाज मानसिक आणि शारीरिक आरोग्यसंपन्न बनेल. जनसामान्यांसाठी त्यांच्या आरोग्याविषयीच्या खजिन्यातील हे सहज, साधे, सरळ आणि प्रभावी साधन उपलब्ध आहे.

इ.एफ.टी.ची प्रक्रिया लक्षात ठेवणे आणि उपयोगात आणणे सोपे आहे. थोड्याशा प्रयत्नांनी आपण यात दक्ष होतो. यात कौशल्य प्राप्त करण्यासाठी वेगवेगळ्या समस्यांसाठी स्वत:वर याचा उपयोग करायला हवा. म्हणजेच वाचून याचा स्वत:वर प्रयोग करावा. स्वत:वर प्रयोग करून सराव, अनुभव घेण्याची गरज असते. याचा पुन: पुन्हा उपयोग करणे सगळ्यात महत्त्वाचे असते. स्वत:वर जेवढा प्रयोग कराल, तेवढे जास्त चांगले शिकाल आणि तुम्हाला याचे परिणाम पण दिसायला लागतील. इ.एफ.टी. नकारात्मक भावनांपासून मुक्त करणारी, स्वत:ची कार्यकुशलता वाढवणारी, प्रभावी आणि सोपी पद्धत आहे.

सत्याचे शोधक आणि सामान्य माणूस याचा फायदा घेऊन आपली नकारात्मक भावना, शारीरिक प्रश्नांपासून मुक्त होऊ शकतो. याबरोबर जिज्ञासूंनी स्वत:च्या आध्यात्मिक यात्रेत साधनेला प्राथमिकता देऊन इ.एफ.टी.चा वापर आपला वैचारिक साचा, पॅटर्न, व्यसने यांपासून मुक्ती मिळवण्यासाठी पण करावा.

भाग ३

इ.एफ.टी.चे आधारशास्त्र

आपण आपल्या फक्त ५% बुद्धीचा वापर करतो,
तोच आईनस्टाइनने १५ ते २०% केला होता
आपण जे करतो आणि जे करू शकतो,
यात खूप खोल दरी आहे.

इ.एफ.टी. (इमोशनल फ्रीडम टेक्निक) हे तंत्र आपल्या आतील ऊर्जाप्रणालीवर अवलंबून असते. आपल्या शरीराचा सगळ्यात प्राथमिक, मूलभूत भाग पेशी आहेत, याला कोशिका (cell) पण म्हणतात. आपले शरीर अंदाजे १० खर्व पेशींनी बनलेले आहे. अनेक कोशिकांच्या (पेशींच्या) संयोगाने टिशू (tissue) म्हणजे ऊती बनतात. अशा अनेक टिश्युज किंवा ऊतींचा समूह मिळून अवयव आणि या अवयवांपासून आपल्या शरीराची संरचना तयार होते.

प्रत्येक पेशीचे वेगवेगळे भाग असतात, ज्यात ऊर्जा निर्माण होते. ही ऊर्जा वीजेसारखी सर्व शरीरात पोहोचते. या ऊर्जा वाहकांना ऊर्जा रेखा (energy meridians) म्हणतात. ऊर्जा सतत प्रवाहित राहण्यासाठी कोणत्याही प्रकारे अडथळा चालत नाही.

आजपासून जवळपास पाच हजार वर्षांपूर्वी चीनमध्ये, शरीरात कार्यरत असलेली ऊर्जा आणि त्यात स्थित ऊर्जा प्रणालीचा शोध लागला होता. पुरातन चिनी वैज्ञानिकांनी ऊर्जाशास्त्रातील बारकावे माहिती करून घेतले होते. त्यांना शरीरात ऊर्जा कशी कार्य

करते याचे संपूर्ण ज्ञान होते. आज जी शरीरऊर्जेची चिकित्सा पद्धत जगभरात उपलब्ध आहे, ती अधिकतर याच चिनी वैज्ञानिकांची देणगी आहे. शरीरातून जाणाऱ्या या सगळ्या ऊर्जा रेखा ॲक्युपंक्चर आणि ॲक्युप्रेशरसारख्या सगळ्या आरोग्यवर्धक पद्धतींचा केंद्रबिंदू आणि आधास्तंभ आहेत.

आपल्या शरीराची एक गहन विद्युत प्रकृती असते. विशिष्ट कपडे घातल्यावर किंवा विशिष्ट वस्तूंच्या संपर्कात आल्यानंतर आपल्याला अनेकदा करंट, झटका लागल्याचा अनुभव येतो. आपल्या शरीराचा विद्युत भारित (स्टॅटिक) असण्याच्या स्वभावाचे हे प्रमाण आहे. एखाद्या गरम वस्तूला स्पर्श केल्यास ताबडतोब वेदनेची अनुभूती होते. याचे कारण म्हणजे या वेदनेला विद्युत करंट प्रमाणे नाड्यांमधून मस्तिष्कापर्यंत पोहोचवले जाते. शरीरात कोणत्या वेळी काय होते आहे याचा संदेश प्रत्येक क्षणी, सतत आपल्या शरीरात प्रवाहित होत असतो, ज्याला आपण पाहू, ऐकू आणि अनुभवू शकत नाही. वीजेचे उपकरण वापरताना आपल्याला वीज डोळ्यांना दिसत नाही, परंतु पंखे, दिवे चालू झाल्यावर वीजेच्या प्रवाहाचे प्रत्यक्ष प्रमाण मिळते. बऱ्याचवेळा आपल्याला आपल्या हातांच्या, पायांच्या बोटांतून निघणाऱ्या स्टॅटिक इलेक्ट्रीसिटीचा अनुभव येतो. बऱ्याचदा एखाद्या व्यक्तीला स्पर्श केल्यानंतरही हलकासा करंट जाणवतो. कधी कधी प्लॅस्टीकच्या खुर्चीला स्पर्श केल्यानंतर झटका बसतो आणि आपण हात पटकन बाजूला नेतो. जसं आपण विजेला त्याच्या उपकरणांमध्ये वाहताना पाहू शकत नाही पण त्याच्या कार्यांचा अनुभव घेऊ शकतो, तसेच इ.एफ.टी.मुळे ही ऊर्जा आपल्या शरीरात वाहते आहे याचे ठोस पुरावे मिळतात.

आपल्या शरीराची इलेक्ट्रीकल सिस्टीम, विद्युत प्रणाली आपल्या शारीरिक आरोग्यासाठी खूप आवश्यक आहे. जर ही ऊर्जा मिळणे बंद झाले किंवा काही कारणांनी त्याचा प्रवाह थांबला तर तत्काळ मृत्यू येऊ शकतो, हे सगळ्यांना ठाऊक आहे. आपली शारीरिक विद्युत प्रणाली आपल्या आरोग्याच्या दृष्टीने खूपच महत्त्वपूर्ण आहे. हे आणखीन एका उदाहरणाने समजून घेऊ या. विद्युतप्रवाह सुरळीतपणे चालल्यामुळे आपण टी.व्ही. पाहू शकतो, आवाज ऐकू शकतो. पण वीजेच्या प्रवाहात काही बिघाड झाला तर चित्र आणि आवाज दोन्ही गायब होऊन टी.व्ही. बंद पडतो. याचप्रमाणे आयुष्यात घडणाऱ्या अप्रिय घटना आपल्या अंतर्यामी ऊर्जाप्रवाहात अडथळे निर्माण करतात. याचे फळ म्हणजे आपल्या मनात नकारात्मक भावनांचा जन्म होतो. आपल्या सगळ्या शारीरिक आणि मानसिक आजाराचे मूळ म्हणजे नकारात्मक भावना आहेत.

या आजारांचे कारण आपल्या ऊर्जाप्रणालीशी जोडलेले आहे.

इ.एफ.टी.त एनर्जी मेरिडीयनच्या शेवटी असलेल्या बिंदूंना थोपटून अवरुद्ध झालेली किंवा कोणत्याही कारणाने असंतुलित झालेली ऊर्जा संतुलित केली जाते. इ.एफ.टी. राग, चिडचिडेपणा, अधीरता, भीती, ताण इत्यादींसारख्या नकारात्मक भावनांतून मुक्त होण्यासाठी, नियंत्रित करण्यासाठी खूप महत्त्वपूर्ण भूमिका निभावते. ऊर्जा संतुलनाच्या पश्चात मानसिक स्तरावर लोकांना मुक्तीची जाणीव होते.

भाग ४

इ.एफ.टी.पद्धत - बेसिक रेसिपी

गेलेली दौलत उद्योगाने परत मिळू शकते. गेलेले ज्ञान अभ्यासाने,
गेलेले आरोग्य संयम किंवा औषधाने परत मिळू शकते;
पण गेलेला काळ नेहमीसाठी पडद्याआड होतो. परत कधीच येत नाही.

इ.एफ. टी. पद्धत खूपच सोपी आहे. यात आपल्या शरीराच्या वेगवेगळ्या अंगांवर असलेल्या बिंदूंना प्रेमाने ७-७ वेळा थोपटायचे आहे. हे बिंदू चेहऱ्यावर ५, हातांवर ५ आणि छातीवर ३ याप्रकारे असतात.

थोपटणे (टॅपिंग) - जास्तीत जास्त लोक उजव्या हाताचा वापर करणारे असतात. या प्रक्रियेत डाव्या हाताच्या दोन बोटांच्या (तर्जनी आणि मध्यमा) टोकांनी शरीर एनर्जी मेरिडियन बिदूंना हलके थोपटायचे आहे आणि थोपटताना संपूर्ण वेळ लक्ष त्या बिंदूवर केंद्रित करायचे आहे.

इ.एफ.टी.चे चार चरण आहेत. चारही पूर्ण केल्यानंतर जास्त फायदा मिळतो. एक पूर्ण चरण म्हणजे 'आवर्तन' (cycle, rotation,चक्र). हे सतत पुन: पुन्हा करायचे आहे, जोपर्यंत नकारात्मक भावनांची तीव्रता शून्यापर्यंत जात नाही. इ.एफ.टी. सुरू करण्यापूर्वी वर्तमानकाळातील किंवा भूतकाळातील सगळ्या घटना आठवायच्या आहेत, ज्याच्यामुळे मनात नकारात्मक भावना उत्पन्न झाल्या आहेत आणि त्या नकारात्मक भावनांच्या तीव्रतेला मनातल्या मनात ० पासून १० पर्यंतच्या स्केलवर तपासायचे आहे.

उदाहरणार्थ - आपल्या मनात क्रोधाची भावना असेल, आता या क्रोधाच्या भावनेला ० पासून १० पर्यंत स्केलवर मोजावे, पाहावे, क्रोध किती तीव्र स्वरूपाचा आहे. समजा ही संख्या ५ किंवा ६ असेल तर त्याचा प्रभाव शून्य होईपर्यंत तुम्हाला इ.एफ.टी.चे मूलभूत आवर्तन (चक्र) वारंवार गिरवायचे आहेत.

यात समस्येच्या तीव्रतेला मोजणे गरजेचे आहे, जे मनातल्या मनात करावे. प्रत्येकाने आपल्या हिशेबाने मोजावे. हे मापदंड गरजेचे आहे. या पद्धतीने समस्या कशी कमी होते, निघून जाते हे समजणे सोपे होते. काही कारणांनी तुम्ही जर समस्येला अंकात मोजू शकत नसाल तर कमी, मध्यम तीव्र मापदंड घेऊनही तुम्ही त्या मोजू शकता. हे एका उदाहरणाने समजून घेऊया.

मला माझी तुलना माझ्या सहकाऱ्याबरोबर केलेली आवडत नाही. माझे आई वडील नेहमी माझ्या मित्रांशी माझी तुलना करतात. त्यामुळे मला खूप वाईट वाटते. कधीही माझे मित्र घरी आल्यावर मला अजिबात चांगले वाटत नाही. मी आपल्या मित्रांना घरी बोलवायला तयार नसतो. मला हे आवडत नाही. या कारणाने माझ्या हृदयात पीळ पडतो. मला त्रास होतो.

ही भावना कशी आहे? हे अनुभवावे. नाराजीची भावना असेल तर ही भावना शरीराच्या कोणत्या भागाला जाणवते आहे. समजा, नाराजीची ही भावना हृदयात जाणवत असेल तर त्या भावनेला ठोस (Solid) किंवा तरल, जल (liquid) रूपात पाहावे. त्याचा रंग पाहावा, त्याची बनावट/रचना (texture). ती मऊ, नरम आहे की खडबडीत (rough), त्याला आकार दिला जाऊ शकतो का? ती मोठी आहे, छोटी आहे की गोल आहे हे पाहावे. त्याचा गंध अनुभवावा. ती वाईट आहे, धूरयुक्त (Smokey) आहे? जेवढे काही समजेल ते अनुभवण्याचा प्रयत्न करावा. त्याची तीव्रता मोजावी - जास्त, मध्यम, कमी.

या समस्यांसाठी इ.एफ.टी. प्रक्रिया करण्याची विधी माहिती करून घेऊया.

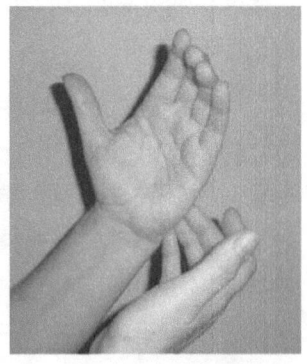

कराटे चॉप बिंदूवर थोपटत म्हणावे (KC) - तुलनेचे पॅटर्न, सहकाऱ्यांबरोबर तुलना, माझी नाराजी, माझी डोकेदुखी, हृदयावर दाब, या सगळ्यांखेरीजही मी स्वत:चा स्वीकार करतो आहे, स्वत:चा आदर करतोय. मी स्वत:वर प्रेम करतोय. तुलनेच्या या पॅटर्नमधून मला मुक्त व्हायचं आहे.

भुवया नाकाच्या थोडेसे वर – हा पॅटर्न असूनही मी स्वतःचा स्वीकार करतो... प्रेम करतो...

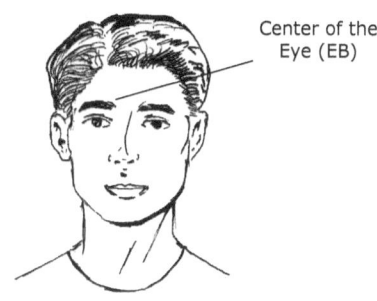

डोळ्याच्या बाह्यभागाच्या काठावरील हाडावर (Side of the Eye - SE) तुलनेचे पॅटर्न... मी याला सोडू इच्छितो.

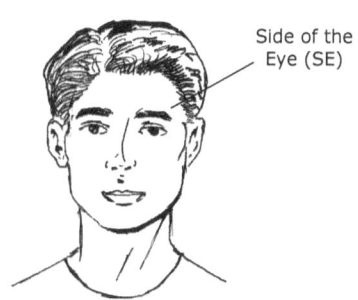

डोळ्याखाली (Under Eye - UE) माझी सहकाऱ्यांबरोबर तुलना, माझी नाराजी जी हृदयात आहे, मध्यम आहे, छोटी आहे, मजबूत (घनरूप) आहे. खडबडीत आहे, दुर्गंधीयुक्त आहे, जी मला आवडत नाही.

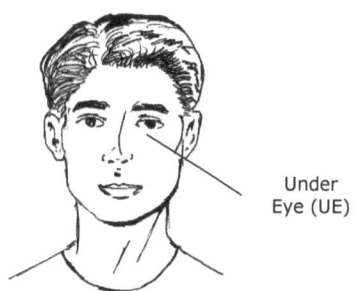

नाकाच्या खालच्या बिंदूवर थोपटताना (UN) - मित्रांबरोबर, सहकाऱ्यांबरोबर केलेली तुलना, नाराजी.

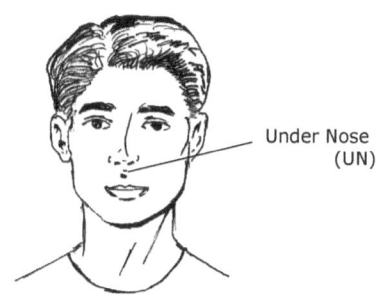

ओठांच्याखाली थोपटताना (CH)- मित्रांबरोबर, सहकाऱ्यांबरोबर केलेली तुलना, नाराजी (मनातल्या मनात म्हणावे)

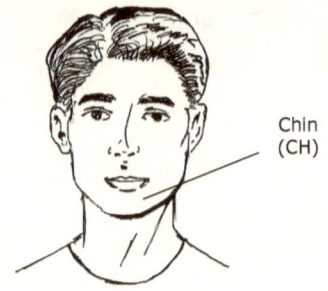

कॉलरबोनवर थोपटत म्हणावे(एइ) - मित्राबरोबर तुलना, नाराजी, हृदयावर दाब, डोक्यावर दाब.

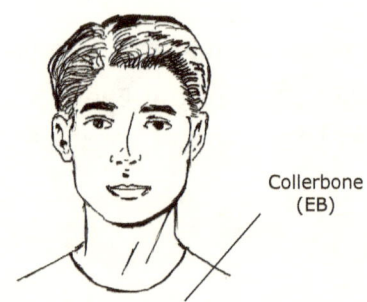

काखेत - तुलनेचे पॅटर्न

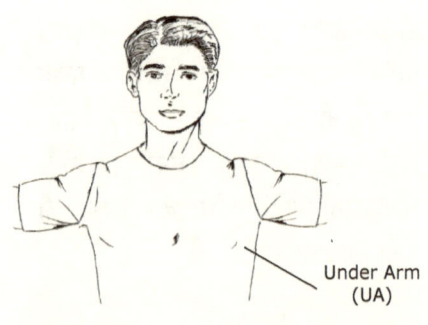

अंगठ्याच्या बाजूला (TH)- मित्राबरोबर तुलना माझी नाराजी, मला अजिबात आवडत नाही. मी हे सोडू इच्छितो, यातून पूर्णपणे मुक्त होऊ इच्छितो

तर्जनीच्या बाजूला(अंगठ्याकडून) या बिंदूवर नखाच्या खालच्या भागाच्या रेषेत (IF)- या पॅटर्नपासून मी पूर्णतः मुक्त होऊ इच्छितो.

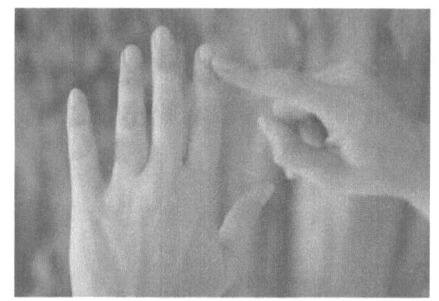

मध्यमाच्या बाजूला थोपटत म्हणावे (MF) - माझी नाराजी, माझे पॅटर्न, माझी डोकेदुखी

करंगळी (अंगठ्याच्या बाजूने) - याच्या बाजूला थोपटत म्हणावे (BF)- तुलनेचे पॅटर्न, मित्राबरोबर केलेली तुलना यातून मी पूर्णपणे मुक्त होऊ इच्छितो.

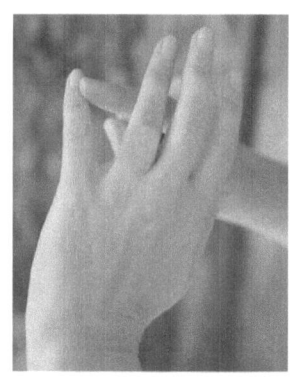

या प्रक्रियेत डोळे मिटलेले ठेवावे, लांब श्वास घ्यावा, नाकाने घेऊन तोंडाने सोडावा. तीन वेळा करावे, यानंतर डोळे उघडून पाण्याचा एक घोट प्यावा. जोपर्यंत याची तीव्रता कमी होत नाही, सगळी आवर्तनं पुन्हा पुन्हा गिरवावी.

आता या मूलभूत आवर्तनाला सविस्तर समजून घेऊया. इ.एफ.टी. पद्धतीच्या बेसिक रेसिपीच्या अंतर्गत एकूण चार चरण असतात. यातील पहिले चरण आहे **सेटअप**, दुसरे **सिक्वेन्स**, तिसरे ९ गॅमट आणि चौथे पुन्हा एकदा **सिक्वेन्स**.

तुमचा एक राऊंड किंवा आवर्तन पूर्ण झाल्यावर एक दीर्घ लांब श्वास घ्यावा आणि पाण्याचा एक घोट घेऊन पाहावे, की मनात असलेली नकारात्मक भावना, त्याची तीव्रता किती कमी झाली आहे.

तीव्रता जर ५ ते ४ पर्यंत कमी झाली तर पुन्हा एकदा वर दिलेले चारही चरणांचा प्रयोग करावा आणि दुसरे आवर्तन पूर्ण करावे. पुन्हा एकदा भावनांची तीव्रता तपासावी.

याप्रमाणे मूलभूत आवर्तनं पूर्ण करत, नकारात्मक भावनेची तीव्रता शून्यापर्यंत खाली न्यावी. तीव्रता जर दोनपेक्षा खाली गेली नाही तर काय करायचे, हे पण पाहावे.

चरण –१ सेटअप – ज्या नकारात्मक भावनेपासून किंवा समस्येपासून तुम्हाला मुक्त व्हायचे आहे, त्याची कल्पना करावी (जर तुम्हाला राग, भीती, चिंता, दुःख, अपमान किंवा शारीरिक त्रास जसे, डोकेदुखी, कंबरदुखी, अपचन अशी कोणतीही समस्या तुम्ही घेऊ शकता.)

आता तीनवेळा म्हणावे – 'आता इतक्यात अशी घटना घडली आहे, ज्याच्यामुळे मला अमूक एक माणसाचा राग आलेला आहे आणि मला या रागाच्या भावनेतून मुक्त व्हायचे आहे, तशी माझी इच्छा आहे. मी स्वत:वर प्रेम करतो, मी स्वत:चा आदर करतो, दु:खी असूनही मी स्वत:चा पूर्णपणे स्वीकार करतो.'

हे म्हणताना सगळे सोर स्पॉट बिंदू किंवा कराटे चॉप बिंदूंना थोपटावे. सगळे स्पॉट बिंदू, गळ्याच्या खोलगट भागातून ३ इंच खाली, ३ इंच उजवीकडे आणि ३ इंच डावीकडे गेल्यावर मिळतात. हे बिंदू ५ सेंटीमीटर व्यासाचे असतात.

या बिंदूंना हलकेसे रगडावे, थोपटावे आणि आपल्या समस्येविषयी वर दिलेले सकारात्मक वाक्य तीनवेळा म्हणावे ही क्रिया तुम्ही आपल्या हाताच्या कराटे चॉप बिंदूच्या मदतीनेही करू शकता.

चरण २ सिक्केन्स – यात तुम्हाला चेहऱ्यावर पाच, छातीवर तीन आणि हातावर पाच अशा तेरा बिंदूंना थोपटायचे आहे. प्रत्येक बिंदूवर ७ ते ९ वेळा थोपटायचे असते. प्रत्येक बिंदूवर थोपटताना आपल्या समस्येविषयी एक रिमाइंडर फ्रेज पुन्हा पुन्हा म्हणायची आहे, 'अमूक एक व्यक्ती (इथे त्या व्यक्तीचे नाव घ्यावे) बद्दलचा राग मनातून काढून टाकण्यास मी तयार आहे.'

खाली दिलेल्या चित्रात दहा बिंदू दाखवले आहेत.

Eyebrow (EB) – भुवई जिथे सुरू होते

Side of Eye (SE) – भुवई जिथे संपते, तिथले हाड

Under Eye (UE) – डोळ्याच्या खाली अर्धा इंच, हाडावर

Under Nose (UN) – नाक आणि ओठांच्या मध्यजागेवर मध्यभागी

Chin (CH) – ओठ आणि हनुवटीच्या मधली जागा मध्यभागी

Collarbone (CB) – गळ्याच्या खालच्या खड्ड्याकडून १ इंच उजवीकडे आणि आणि एक इंच डावीकडे

Under Arm (UA) – काखेत खाली ४ इंच

Under Breast (UB) – स्तनाच्या खाली १ इंच (पुरुषांमध्ये), स्त्रियांसाठी स्तन आणि छाती यांना जोडणाऱ्या त्वचेच्या बिंदूवर

Soresport (SS) – गळ्याखालील खड्ड्यात ३ इंच खाली, ३ इंच उजवीकडे आणि ३ इंच डावीकडे गेल्यावर

Top of the Head (TH) – डोक्याच्या वरच्या भागात मध्यभागी गेल्यावर

Tapping Points

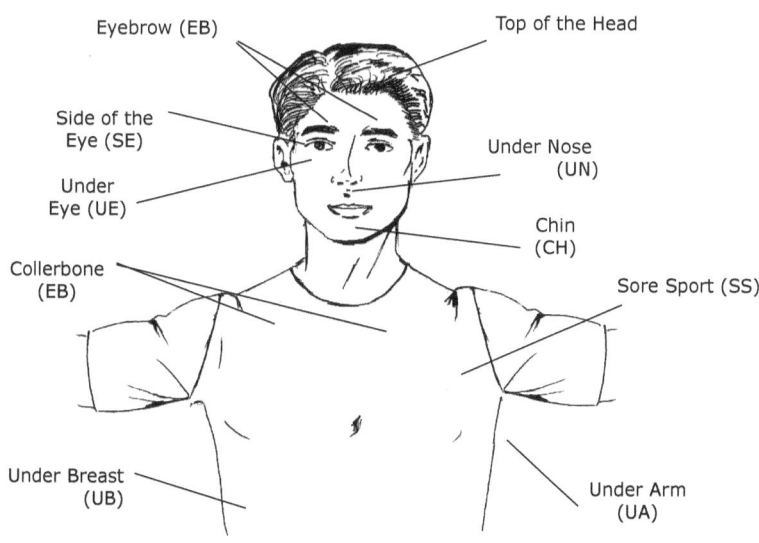

Th - अंगठ्याचे नख जिथे संपते त्या बाजूला

IF - दुसऱ्या बोटाचे नख अंगठ्याकडून जिथे संपते. गर्भवती स्त्रियांनी या बिंदूवर थोपटू नये.

MF - मधले, सगळ्यात लांब बोटाचे नख अंगठ्याकडून जिथे संपते

BF - छोट्या बोटाचे नख जिथे संपते

KC - कराटे चॉप बिंदू छोटे बोट आणि मनगटाचा मधील मांसल भाग

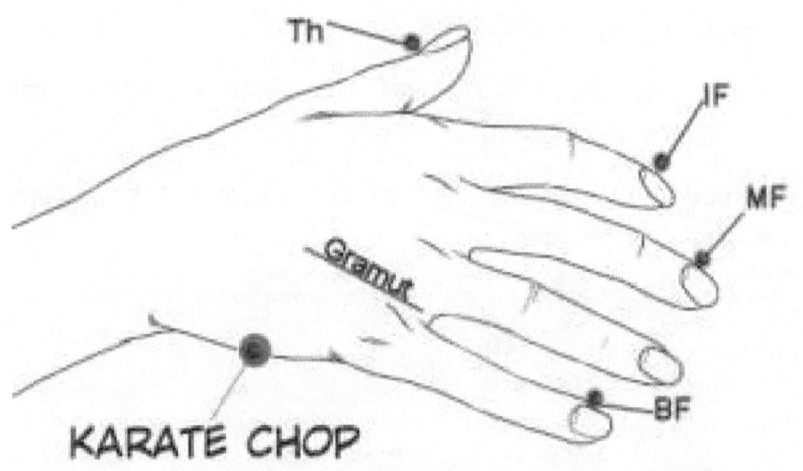

चरण ३ - ९ गॅमट प्रोसिजर -

हाताच्या पंजाच्या मागच्या बाजूला जिथे छोटे बोट किंवा अनामिका संपते, तिथून अर्धा इंच खाली थोपटावे आणि त्याचबरोबर खाली दिलेल्या ९ क्रिया कराव्या.

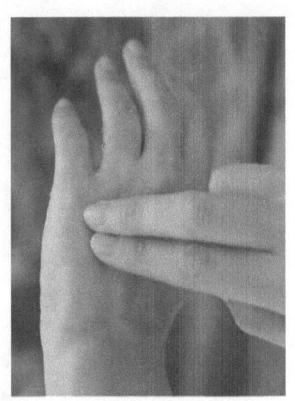

१. डोळे बंद करणे

२. डोळे उघडणे

३. डोळे उजवीकडे वळवून खाली तिरप्या नजरेने पाहाणे

४. डोळे डावीकडे वळवून खाली तिरप्या नजरेने पाहाणे

५. डोळे उजवीकडून गोलाकार फिरवणे

६. डोळे डावीकडून गोलाकार फिरवणे

७. एखादे गाणे गुणगुणावे - जसे हॅपी बर्थ डे टु यू

८. १,२,३,४,५ अंक मोजणे.

९. पुन्हा एखादे गाणे गुणगुणावे - ही क्रिया डोक्याच्या उजव्या भागाला (राईट ब्रेन) सक्रीय करते.

वर सांगितलेली प्रक्रिया ७-९ क्रमांकापासूनच्या पायऱ्या त्याच क्रमानुसार कराव्या. डोळ्यांच्या क्रियांमध्ये, त्यांच्या क्रमात उलटसुलट झाल्यास त्याने काहीच फरक पडत नाही. या क्रियांमुळे डोक्याच्या उजव्या आणि डाव्या बाजूला विशिष्ट बिंदूस्थानांना उत्तेजना मिळते आणि शरीराच्या ऊर्जा प्रणालीत सुधारणा होते.

चरण ४ पुन्हा एकदा सिक्वेन्स - ही क्रिया वर दिलेल्या पायरी क्र. २ प्रमाणे केली जाते.

याप्रमाणे एक आवर्तन पूर्ण होते. अशा प्रत्येक अवर्तनानंतर आपली शारीरिक किंवा मानसिक समस्या किंवा नकारात्मक भावनेची तीव्रता किती कमी झाली हे पाहावे. जोपर्यंत ही तीव्रता नाहीच्या बरोबर किंवा शून्यापर्यंत होत नाही, तोपर्यंत आवर्तन पुन्हा पुन्हा करत राहावे.

आपली मानसिक आणि शारीरिक समस्या जाणून घ्यावी, एकावेळी एकच समस्या घ्यावी आणि त्या समस्येविषयी सकारात्मक वाक्य सेटअपमध्ये वापरावे. त्यानंतर समस्येच्या प्रत्येक बाजूने समाधान मिळेपर्यंत बेसिक प्रक्रिया करत राहावी. कधी कधी आवश्यकतेनुसार बेसिक रेसिपीत सुधारणा करणे गरजेचे असते.

संपूर्ण बेसिक रेसिपीत ४ चरण/भाग असतात, ज्यात दुसरे आणि चौथे चरण एकसमान आहे.

१) सेटअप २) सिक्वेन्स ३) ९ गॅमट प्रोसीजर ४) सिक्वेन्स

ॲफरमेशन/सकारात्मक वाक्य - इ.एफ.टी.च्या पहिल्या चरणात ज्या समस्येवर काम करायचे आहे, त्या समस्येला संक्षिप्त रूपात सकारात्मकपणे एका वाक्यात

म्हणायचे असते. आपल्या आतील सायकॉलॉजिकल रिव्हर्सल (Psychological Reversal) याला 'मानसिक निरसन' म्हटले जाते. म्हणजेच उलटणे. जेव्हा एखादा मनुष्य खूप प्रयत्न करूनही बरा होत नाही, याचाच अर्थ, त्याला स्वत:ला बरा होण्याची इच्छा आहे. पण या भावना त्याच्या अंतर्मनात इतक्या खोलवर रुजलेल्या आहेत, की तो स्वत: सुद्धा या गोष्टीपासून अनभिज्ञ आहे. यात नकारात्मक विचार मिसळलेला असतो. या सायकॉलॉजिकल रिवर्सलला बरं करण्यासाठी एक न्युट्रलायजिंग अफरमेशन (निष्प्रभ करणारे एक सकारात्मक वाक्य) असते.

याची काही उदाहरणं तुमच्यासमोर आहेत -

''मला हे -------- असूनही मी स्वत:चा स्वत: पूर्णपणे स्वीकार केलेला आहे.''

रिकाम्या जागेत समस्येच्या संक्षिप्त वर्णनाने भरले जाते, ज्यावर तुम्हाला काम करायचे आहे.

जसे, ''मला खूप लोकांमध्ये बोलण्याची भीती वाटते, असे असूनही मी स्वत:चा स्वत: पूर्णपणे स्वीकार केलेला आहे, मी स्वत:वर प्रेम करतो, मी स्वत:चा आदर करतो.''

- ''मला कंबरदुखीचा त्रास आहे. तरीही मी स्वत:चा पूर्णपणे स्वीकार करतो, मी स्वत:वर प्रेम करतो, मी स्वत:चा आदर करतो.''

- ''मला जुन्या आठवणी त्रास देतात. तरीही मी स्वत:चा पूर्णपणे स्वीकार करतो, मी स्वत:वर प्रेम करतो, मी स्वत:चा आदर करतो.''

- ''मला झुरळाची भीती वाटते, तरीही मी स्वत:चा पूर्णपणे स्वीकार करतो, मी स्वत:वर प्रेम करतो. मी स्वत:चा आदर करतो.''

- ''मला निराशा आलेली आहे तरीही मी स्वत:चा पूर्णपणे स्वीकार करतो, मी स्वत:वर प्रेम करतो, मी स्वत:चा आदर करतो.''

या समस्येचा तीन वेळा उच्चार करावा. तसे करताना कराटे चॉप पॉइंटवर प्रेमाने थोपटावे.

रिमाइंडर फ्रेज एक शब्द किंवा छोटेसे वाक्य आहे, जे त्याबद्दलची समस्या सांगते. याला 'सिक्वेन्स'च्या प्रत्येक बिंदूवर थोपटताना मोठ्याने पुन: पुन्हा उच्चारावे.

याप्रमाणे एकसारखे आपल्या सिस्टिमला, शरीराला ज्या समस्येवर आपल्याला काम करायचे आहे, त्याबद्दल आठवण देत राहावी.

पहिल्या पायरीवर ज्या समस्येबद्दल अॅफरमेशन, सकारात्मक वाक्य म्हणायचे आहे, त्याचे संक्षिप्त शब्द किंवा वाक्य म्हणजेच 'रिमाइंडर फ्रेज'. ज्याप्रमाणे वर उदाहरण दिलेले आहेत, त्याच्या खाली 'रिमाइंडर फ्रेज' पुढीलप्रमाणे असतील:

- लोकांमध्ये बोलण्याची भीती
- कंबरदुखी
- जुन्या आठवणी
- झोप न येणे
- झुरळाची भीती
- निराशा, इत्यादी

असे पुन: पुन्हा म्हटल्यामुळे आपले अवचेतन मस्तिष्क (बुद्धी), साधारणपणे बेसिक रेसिपीच्या दरम्यान समस्येला 'लॉक' करून ठेवते, जे हळूहळू उलगडण्यास सुरुवात होते.

भाग ५

प्रश्न - उत्तरं

जी व्यक्ती शरीराच्या स्वस्थ संरचनेला असंयमाने नष्ट करते, ती स्वतःला तेवढ्याच स्पष्टतेने मारते, जितक्या स्पष्टतेने लोक, स्वतःला फाशी लावून घेतात, विष घेतात किंवा बुडतात.

१. इ.एफ.टी.चे परिणाम स्थायी आहेत का? ते नेहमीसाठी टिकून राहतात का?

— इ.एफ.टी.चे परिणाम चटकन मिळतात म्हणून मनात शंका निर्माण होऊ शकते, की बहुतेक याचे परिणाम अस्थायी असावेत. पण अनेकांचे अनुभव, यापासून मिळणारे परिणाम स्थायी आहेत असे आहेत. कारण इ.एफ.टी. समस्यांचे खरे कारण आणि शरीराच्या सूक्ष्मप्रणालीवर ते कार्य करतात.

इ.एफ.टी. केल्यानंतर जर पुन्हा काही समस्या निर्माण झाल्या, वर आल्या तर याचाच अर्थ, त्या समस्येचा अजून एखादा पैलू दडलेला असून त्यावर अजून काम व्हायचे बाकी आहे. जेव्हा एका समस्येसंबंधित सगळ्या बाजूंवर आणि घटनांवर एक एक करून इ.एफ.टी. टॅपिंग (थोपटणे) केले जाते, त्यावेळी समस्या पूर्णपणे निघून जाते आणि परिणाम स्थायी स्वरूपात राहतात.

२. याचे कोणकोणते दुष्परिणाम (साइड इफेक्टस) आहेत?

- तसे पाहिल्यास याचे कोणतेही दुष्परिणाम नाहीत. काही अतिसंवेदनशील लोकांना समस्येबद्दल विचार करत राहिल्यामुळे शारीरिक लक्षणं कधी कधी दिसतात. जसे, चक्कर येणे किंवा डोकेदुखीचा त्रास होणे इत्यादी. पण हे इ.एफ.टी. टॅपिंगमुळे होत नाही.

३. इ.एफ.टी.चा उपयोग छोट्या मुलांवर किंवा दूर अंतरावर राहणाऱ्यांवर पण होतो का? जर उत्तर 'हो' असेल तर ते कसे?

- होय, लहान मुलांना तुम्ही हलक्या हाताने टॅपिंग करू शकता, इथे ९ गॅमेटची किंवा सगळे बिंदू थोपटण्याची गरज नाही.

एखादा मनुष्य किंवा लहान मुलगा आजारी, त्रासात आहे पण तो दूर गावी, दुसऱ्या राज्यात किंवा परदेशात आहे. अशावेळी त्याच्यासाठी आपण स्वत: डोळे बंद करून मनातल्या मनात डोळ्यासमोर त्या व्यक्तीला आणावे आणि स्वत:वर थोपटावे. या समस्येसाठी त्यांची मन:स्थिती कशी असेल याची कल्पना करावी किंवा काही क्षण तुम्ही तो मुलगा किंवा व्यक्ती बनून ती समस्या जाणून घेऊन अनुभवावी. मनात कल्पना करून जाणून घ्यावे, की त्या दुसऱ्या व्यक्तीच्या मनात काय चालले आहे. Breath like he breathes, feel like he feels. त्यांच्या मनात कोणत्या भावना येतात, विचार येतात याची कल्पना करून टॅपिंग करावे.

४. इ.एफ.टी. कुठे वापरात आणू नये?

- तसे पाहिल्यास इ.एफ.टी.त विरोधाभास कुठेही नाही. सगळ्या प्रकारच्या समस्यांसाठी इ.एफ.टी. वापरले जाऊ शकते. पण जर इ.एफ.टी. बरोबरच आणखी दुसरी उपचारापद्धत सुरू असेल तर तीही याबरोबर चालू ठेवावी. औषधं पण सुरू ठेवावीत. जे शारीरिक रोग, आजार पहिल्यापासूनच गंभीर रूपात आहेत, ज्यात अवयवांची रचना बदललेली आहे. जसे, मधुमेह, उच्च रक्तदाब, कॅन्सर यावर इ.एफ. टी. नक्कीच सहयोगाची भूमिका वठवेल. सतत इ.एफ.टी. केल्याने मधुमेहाचे प्रमाण आणि उच्च रक्तदाब नियंत्रणात राहतो. पण उपचार मात्र सुरू ठेवावे.

सगळ्या समस्यांपासून विकारांपासून सुटका मिळवण्यासाठी किंवा सकारात्मकता वाढवण्यासाठी इ.एफ.टी. चा वापर करू शकता.

५. नेहमी सगळ्या बिंदूंवर थोपटणे आवश्यक आहे का?

— नाही, नेहमी असे करणे आवश्यक नसते. अतितीव्र परिणामांसाठी सोर स्पॉटवर रगडणे, चोळणे, सकारात्मक वाक्य पुन्हा पुन्हा बोलल्याने फायदा होतो. नाहीतर प्रत्येक समस्येसाठी आधी कराटे चॉपबिंदूंवर थोपटणे ही पहिली पायरी आहे. नंतर चेहऱ्यावरील पाच बिंदू कॉलरबोन, हाताचे बिंदू आणि हाताची पाच बोटं आणि शेवटी कराटे चॉप बिंदूंना १२ बिंदूंवर थोपटणे एवढं केलं तरी बस आहे, हे एक पूर्ण आवर्तन आहे.

६. गर्भावस्थेत इ.एफ.टी. केले जाऊ शकते का?

— होय, गर्भावस्थेत इ.एफ.टी. करणे खूपच फायदेशीर आहे. सावधानता म्हणून फक्त तर्जनीनंतरच्या दुसऱ्या बोटावर (मधल्या बोटावर) थोपटू नये. यामागे हार्मोनल कारण आहे, सामान्य गर्भावस्थेमध्ये इतर समस्या निर्माण होऊ नये म्हणून सावधानता बाळगणे आवश्यक आहे.

मॉर्निंग सिकनेस किंवा उलटी होऊ नये, गर्भावस्थेत कोणतीही अडचण येऊ नये, गर्भाचा विकास सहजतेने होण्यास, बाळाचे वजन वाढण्यासाठी, त्याला पोषक वातावरण मिळण्यासाठी, मातेस कोणत्याही प्रकारची सूज किंवा उच्च रक्तदाब न होण्यासाठी, सामान्य गर्भधारणेसाठी खूप सकारात्मक विकास आणि सामान्य प्रसूती होण्यासाठी गर्भावस्थेत इ.एफ.टी.चा वापर करावा. वरील वाक्य म्हणताना डोक्याच्या मध्यभागी सगळ्या बोटांनी, बोटांच्या पेरांनी थोपटावे आणि उरलेल्या बिंदूंवरही टॅपिंग करावे.

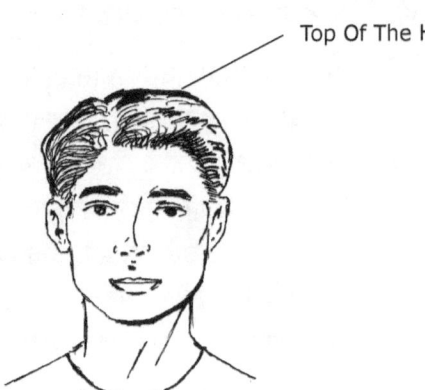

Top Of The Head

७. बिंदूंवर थोपटताना कोणती काळजी घ्यावी?

— सोर स्पॉटला रगडताना जर छातीच्या आसपास एखादी शस्त्रक्रिया केलेली असेल

किंवा एखादी जखम झालेली असेल तर तुम्ही दुसऱ्या बाजूला थोपटू शकता नाहीतर सरळ कराटे चॉप बिंदूच वापरावेत, जे कोणत्याही प्रकारे, बाजूने कार्यक्षम आहेत.

दोन्ही बाजूच्या कोणत्याही एका बाजूच्या बिंदूवर थोपटणे आवश्यक आहे. यासाठी तुम्ही उजव्या हाताचा उपयोग करू शकत असाल तर त्या हाताची दोन बोटे, तर्जनी आणि मध्यमेच्या पेरांनी ५ ते ७ वेळा थोपटायचे आहे. यात विशेष काळजी घ्यायची गरज नाही.

प्रत्येक आवर्तनानंतर २-३ दीर्घश्वास घ्यावेत. नाकाने श्वास घेऊन तोंडाने सोडावा आणि पाणी प्यावे. थोपटताना ऊर्जेचे अडथळे दूर होताना शरीरातील विषारी पदार्थ (Toxins) बाहेर पडतात. ते निघून जाण्यासाठी खूप पाणी प्यावे.

८. दिवसातून किती वेळा इ.एफ.टी. करावे?

– समस्येच्या तीव्रतेनुसार कमी जास्त वेळ होऊ शकतो. अन्यथा तुम्ही दिवसातून २-३ वेळा इ.एफ.टी. करू शकता. जाणकार तज्ज्ञांकडून केलेले एक सेशन जर सखोल, गहन झाले असेल, त्याला एक दीड तास लागला असेल, केल्यानंतर आरामदायक आणि हलकेपण जाणवत असेल तर दिवसाला एक सेशन पण पुरेसे आहे. ते प्रत्येकाच्या मेहनतीवर आणि क्षमतेवर अवलंबून आहे.

या प्रक्रियेसाठी प्रत्येक वेळी जाणकार तज्ज्ञांची मदत घेणे गरजेचे नाही. जर तुम्हाला थोपटण्याच्या बिंदूंची पूर्ण माहिती आहे तर तुम्ही स्वत:सुद्धा धीराने याचे सकारात्मक परिणाम मिळवू शकता.

९. ज्यांच्या भावनात्मक समस्या खूप तीव्र आणि दीर्घकाळापासून आहेत, त्यांच्यावर इ.एफ.टी. कशाप्रकारे कार्य करते?

– असे मानले जाते, की तीव्र आणि दीर्घकाळापासून असणाऱ्या समस्यांची मुळं खूप खोलवर गेलेली असल्याने ती काढण्यासाठी जास्त वेळ लागतो, जास्त प्रयत्न करावे लागतात. हे तर्कसंगत वाटते कारण आजपर्यंत परंपरागत पद्धतीनेच मनुष्याच्या स्मृतींवर लक्ष केंद्रीत केलेले आहे. दुसरीकडे मानसिक प्रक्रियांनी शरीराच्या ऊर्जाप्रणालीकडे दुर्लक्ष झाले आहे. खरं तर इतर भावनात्मक समस्यांवर पण इ.एफ.टी. कार्य करते, तसेच तीव्र आणि दीर्घकाळ असणाऱ्या समस्यांवरही काम करते.

तीव्रता जास्त म्हणजे गुंता जास्त अर्थात याचे अनेक पैलू असतात. म्हणून

समस्येतून पूर्णपणे मुक्त होण्यासाठी एक एक करून प्रत्येक पैलू बाहेर काढणे गरजेचे आहे.

दीर्घकाळापासून तीव्र समस्या असेल, एखादा गंभीर मानसिक आजार असेल तर कुशल आणि तज्ज्ञ इ.एफ.टी. करणाऱ्यांकडून याचा उपयोग करून घ्यावा.

१०. परंपरागत पद्धतींमध्ये समस्या सोडवताना जशी समज वाढते, दृष्टिकोन बदलतो तसे इ.एफ.टी.त काय घडते?

– इ.एफ.टी.चा हाच सगळ्यात आश्चर्यकारक गुण आहे. अगदी आरामात समस्यांवर उपाय निघतो. नेहमी असे पाहिले गेले आहे, की इ.एफ.टी.नंतर लोक आपल्या समस्यांबद्दल वेगळ्या पद्धतीने बोलतात. त्याचा नकारात्मक दृष्टिकोन बदलून सकारात्मक होतो.

उदाहरणार्थ, लहानपणीच्या वाईट आठवणींमध्ये वडिलांकडून मिळालेला मार आणि घटनांच्या सगळ्या अंगांनी कार्य केल्यावर मनुष्य सांगतो, ''बाबा माझ्यावर प्रेमही करतात, करत होते. फक्त तेव्हाच्या परिस्थितीनुसार तसे वागले. त्यात माझीही चूक होती, तेव्हा मी खूप लहान होतो, तेवढी समज आणि परिपक्वता माझ्यात नव्हती. त्या चुकीमुळे मला बाबांनी जास्त मारले होते. तेव्हा त्यांनी मला समजून घ्यायला हवे होते. पण प्रत्येक क्षणी मनुष्याकडून योग्य आणि समजदारीचा प्रतिसाद मिळेल असे नेहमी होत नाही. त्यांनाही काही वैयक्तिक ताण होते. परंतु आज मी त्यांना माफ केले... ठीक आहे, It's OK.''

याप्रमाणे चमत्कार झालेले दिसले आहेत. नकारात्मक घटनांमध्ये वाईट भावनांची जागा, चांगल्या भावनांनी घेतलेली आहे. इ.एफ.टी. नंतर लोक सगळ्या गोष्टींकडे सकारात्मक दृष्टीने पाहू शकतात. त्यांच्या आधीच्या दृष्टिकोनात, पूर्वग्रहात बदल होतात. दु:खाचा दृष्टिकोन सकारात्मक आणि जास्त शांततापूर्ण नजरेत परिवर्तित होतो.

११. ताणात आणि बेचैनीतही इ.इफ.टी. कार्य करते का?

– होय. एखाद्या कारणाने शरीराच्या एनर्जी सिस्टिममध्ये जर अडथळा आला तर इ.एफ.टी. द्वारा तो काढला जाऊ शकतो.

ज्या परिस्थितीमुळे ताण आला आहे, सर्वाधिक जबाबदारीचे काम, कौटुंबिक

स्थिती असंतुष्ट, काम करण्याची ताणवयुक्त जागा अशा कारणांमुळे बाहेरच्या परिस्थितीवर इ.एफ.टी. काम करत नाही किंवा संपवू शकत नाही. पण त्या तणावयुक्त परिस्थितीत जी बेचैनीची प्रतिक्रिया, नकारात्मक विचार, शारीरिक समस्या येतात त्या इ.एफ.टी.द्वारे काढल्या जाऊ शकतात. यासाठी पुन: पुन्हा सतत काम करत राहावे लागते.

इ.एफ.टी.द्वारा जितका जास्त प्रयत्न केला जातो, तेवढा जास्त मनुष्य बिकट परिस्थितींमध्ये योग्य प्रतिसाद आणि स्थिरतेने वागण्याची कला शिकतो. जास्त त्रस्त होणार नाही. आपली समस्या लवकर नियंत्रणात येताना पाहून त्याचे स्वास्थ्यपण चांगले होत जाईल.

१२. इ.एफ.टी. खेळ आणि खेळाडूंच्या कौशल्यावर कार्य करते का?

– होय, खेळताना जर खेळाडूचे विचार थोडेसे जरी नकारात्मक झाले किंवा त्याचा आत्मविश्वास कमी झाला किंवा त्याला स्वत:वर शंका यायला लागली तर त्यांचा परिणाम ताबडतोब शारीरिक प्रणालीवर होऊन त्यात अडथळे निर्माण होतात. परिणामी, त्यांच्यामध्ये नकारात्मक भावना उत्पन्न होतात, ज्या सरळ शरीरावर परिणाम करतात. जसे, धडधड वाढणे, घाम येणे, अश्रू येणे, मांसपेशींवर ताण येणे इत्यादी. इ.एफ.टी. त्यांच्या कार्यपद्धतीवर (परफॉर्मन्स), खेळावर वाईट परिणाम होऊ देत नाही.

खेळाडूची क्षमता, कौशल्य, त्यांचे अनुभव, प्रशिक्षण आणि सरावावर अवलंबून आहे. खेळाडूंच्या मांसपेशींतील अनावश्यक भावनात्मक तणावाला इ.एफ.टी. नष्ट करते ज्यामुळे ते आपल्यातील शक्यता पूर्णपणे विकसीत करतील.

१३. इ.एफ.टी. शारीरिक समस्यांवर देखील एवढा आश्चर्यकारक आराम कसा देऊ शकते?

– शारीरिक समस्यांचे मुख्य कारण असते, अयोग्य आहार, व्यायामाचा अभाव, चुकीचे आसन (अवस्था) (Posture) चुकीच्या सवयी, जुने चुकीचे संस्कार, स्वभाव, वृत्ती, नकारात्मक विचार आणि चुकीचा स्वसंवाद. स्वास्थ्याच्या बाबतीत अज्ञान जास्त करून शारीरिक समस्या, नकारात्मक विचारपद्धत, मनुष्याच्या सवयींमुळेच असते. मनुष्याचा स्वभाव, चुकीच्या वृत्ती, नकारात्मक विचार मनुष्याची ऊर्जाप्रणाली सतत असंतुलित करते आणि इ.एफ.टी. या ऊर्जाप्रणालीवर कार्य करते. जेव्हा ऊर्जा संतुलित होते तेव्हा ती नकारात्मक भावनांतून मुक्त होऊन जाते. या कारणांनी होणाऱ्या शारीरिक

समस्यापण नाहीशा होतात. शारीरिक समस्यांवर उपचार केल्याने अवचेतन मस्तिष्क त्या सगळ्या भावनात्मक गोष्टींना वर घेऊन जातात, ज्या शारीरिक लक्षणांचे कारण बनतात. इ.एफ.टी.चा उपयोग आपोआपच त्या भावनांच्या मुळांवर काम करण्यासाठी होतो.

इ.एफ.टी. पुन: पुन्हा केल्याने, चिकाटीने फळ मिळते. शक्य तिथे निश्चितता, धैर्य आणि निरंतरता ठेवावी. सुरुवातीला मोठ्या समस्या, घटना घेऊ नयेत तर दररोजच्या छोट्या गोष्टी, तणाव वेदनांवर काम करून पाहावे. समस्यांना खास घटनांच्या रूपात तोडावे त्याचे सगळे अंग, बाजू पाहाव्यात. समस्यांच्या मागे लपलेल्या खास भावनात्मक घटनांवर नजर केंद्रित करावी.

तीव्रता शून्यापर्यंत आणि समस्येचे सगळे पैलू गायब होईपर्यंत त्याचा उपयोग करावा. जर समस्या डोकेदुखीची असेल तर त्याची तीव्रता कमी झाल्यावर तुम्ही पुढील ओळी पुन: पुन्हा म्हणू शकता, 'शिल्लक राहिलेली डोकेदुखी...' विश्वास ठेवा परिणाम आवश्य मिळतो.

१४. इ.एफ.टी.चा उपयोग कुठे करावा ?

- मानसिक अवस्था - भय (फोबिया), नकारात्मक भावना, दु:खद घटना, दु:खद आठवणी, बेचैनी, उदासीनता, अतिशोक, झोपेचे प्रश्न, स्वत:ची प्रतिमा उंचावण्याची इच्छा, प्रत्येक क्षणी तणावमुक्त राहण्याची इच्छा इत्यादी.

भीती, राग, चिंता, दु:ख, अपराधी भावना, जुने खोल घाव, जुनी अप्रिय आठवण, नातेसंबंधाचे त्रास, रोजचे ताण, व्यसन, वाईट किंवा न सुटणाऱ्या सवयी, पॅनिक अ‍ॅटॅक, यौनशोषण, P. T. S. D. (Post Traumatic Stress Disorder) खेळ, व्यापार आणि कलाक्षेत्रातील सगळ्या रोखून ठेवलेल्या, दाबून ठेवलेल्या भावना, आत्मविश्वासाची कमी, आत्महीनता इत्यादी.

शारीरिक अवस्था - डोकेदुखी, कंबरदुखी, पाठदुखी, मानदुखी, दातदुखी, सांधेदुखी, पोटाचे आजार, बद्धकोष्ठता, अपचन, थकवा, वेगवेगळ्या प्रकारच्या अ‍ॅलर्जीज्, दृष्टिदोष, कर्करोग, रक्तदाब, त्वचेचे विकार, दमा, श्वसनविकार, एकाग्रता नसणे, मल्टिपल स्क्लेरोसिस, लैंगिक समस्या इत्यादी.

याशिवाय दहशतवाद, बॉम्बस्फोट, घटस्फोट, एखाद्याचा मृत्यु, जबरदस्त आर्थिक नुकसान, लहानपणीच्या, शाळेतील, कॉलेजमधील वाईट आठवणी अशा

घटना विसरणे अशक्य आहे असे वाटणे, शारीरिक प्रतारणा झालेली असेल, सगळ्या जुन्या घटना ज्या वाईट रितीने आठवतात, जोराने भांडण इत्यादीमध्ये इ.एफ.टी.चा उपयोग करून त्याच्या संबंधित नकारात्मक भावनांपासून मुक्ती मिळवावी, मानसिक स्वास्थ्य प्राप्त करावे.

१५. सगळ्या आजारांचे मूळ भावना आहेत का?

– आपले मानसिक आणि शारीरिक स्वास्थ्य, गुणवत्ता आणि आत्मविश्वास, कौशल्य आणि कार्याची गती सरळ सरळ आपल्या भावनात्मक स्वास्थ्याशी जोडलेली आहे. आपले भावनात्मक स्वास्थ्य आपल्या संपूर्ण स्वास्थ्याचे एक महत्त्वपूर्ण अंग आहे.

सगळ्या नकारात्मक भावनांचे कारण म्हणजे शरीराच्या ऊर्जाप्रणालीत अडथळे आणणे.

कोणत्याही घटनेकडे किंवा वस्तूकडे बघण्याचा आपला दृष्टिकोन ठरवतो, ती वस्तू किंवा घटना सुखद आहे की दु:खद. जेव्हा आपण एखादी व्यक्ती, वस्तू किंवा घटनेकडे पाहतो तेव्हा आपल्या शरीराची ऊर्जा त्या दिशेने वाहायला लागते. जर हा ऊर्जेचा प्रवाह मध्येच खंडित झाला, थांबला तर आपल्या आत नकारात्मक भावनांचा उदय होण्यास सुरुवात होते. या नकारात्मक भावना त्या मेरिडीयनशी संबंधित अवयवांना, आरोग्यापासून दूर करतात. तात्पर्य,या संबंधित अवयवांची कार्य करण्याची गती कमी होते किंवा वाढते. जेव्हा एखाद्या अवयवात ऊर्जा कमी किंवा जास्त होते तेव्हा त्यात विकार किंवा व्याधी निर्माण होतात. यामुळे त्या अवयवांमध्ये वेदना होतात, सूज येते आणि आम्लता म्हणजे ॲसिडीटी सारखे विकार सुरू होतात.

१६. ऊर्जेच्या संतुलनाने भावनात्मक मुक्ती शक्य आहे का?

– होय, कारण सगळ्या नकारात्मक मनोभावनांचे मूळ म्हणजे शरीरातील सूक्ष्म ऊर्जाप्रणाली, एनर्जी सिस्टिममध्ये अडथळे म्हणजेच एनर्जीचे असंतुलन. ऊर्जेच्या असंतुलनानेच भावनात्मक तीव्रता निर्माण होते. ज्याप्रमाणे परंपरागत पद्धतीमध्ये एखाद्या जुन्या घटनेच्या आठवणीचं मूळ भावनात्मक त्रास मानलं जातं. पण इ.एफ.टी.मुळे असे समजले, की मधले एक पाऊल (चरण) सुटले गेले आहे, गहाळ झाले आहे. त्या आठवणी आणि भावनात्मक त्रासात एक सुटलेला भाग शरीराच्या ऊर्जाप्रणालीत अडथळा आणतो. जर मधले पाऊल, दुसरे पाऊल नसते तर तिसरे पाऊलही नसते.

एखादी जुन्या दुर्घटनेची आठवण शरीराच्या ऊर्जाप्रणालीत अडथळे निर्माण करत नसेल तर नकारात्मक मनोभाव निर्माण होऊच शकत नाही.

काही लोक आपल्या जुन्या आठवणींमुळे त्रासलेले असतात तर काही लोक त्रासलेले नसतात. याचे कारण म्हणजे ज्यांच्यात ऊर्जेचे असंतुलन असते. ते लोक आपल्या आठवणींमुळे त्रासलेले असतात.

१७. इ.एफ.टी.चा उपयोग विकासासाठी सुद्धा केला जाऊ शकतो का?

- इ.एफ.टी. पद्धत नकारात्मकता घालवण्याबरोबरच विकासासाठीसुद्धा उपयोगी सिद्ध झालेली आहे. जसे,

१) आत्मविश्वास वाढवणे

२) जीवनात प्रेम, पैसा, आनंद, सुखसुविधा, मिळणे...

३) जीवनात सगळ्या सकारात्मक गोष्टी याव्यात ... इत्यादी

म्हणून म्हणा की,

अ) सगळ्या सकारात्मक गोष्टींसाठी मी मोकळा, रिकामा आहे. माझ्या जीवनात प्रेम, पैसा, आनंद, सुख भरपूर यावं यासाठी मी सदैव तयार आहे. मी स्वत:चा पूर्ण स्वीकार करतो, मी स्वत:वर प्रेम करतो, मी स्वत:चा आदर करतो. I am open.

रिमाइंडर फ्रेज आहे - 'मी भरपूर प्रेम, पैसा, आनंद, सुखासाठी तयार आहे, स्वागतशील आहे.'

ब) आत्मविश्वास वाढवण्यासाठी त्यासंबंधित गोष्टींना, घटनांना, भावनेला, विचारांना पाहून त्यांच्याकडेही सकारात्मक दृष्टिकोनातून पाहावे. सगळे नकारात्मक पैलू, बाजू पाहून त्यापासून सुटका मिळवण्यासाठी सकारात्मक वाक्य पुन: पुन्हा म्हणावीत.

जसे, लहानपणी घरात जास्त स्तुतीची सवय नसणे: 'कोणते बक्षीस जिंकले की शाळेत, नातेवाईकांसमोर कोणत्याही गोष्टीची प्रशंसा झाली नाही. आईवडील साधारण असल्यामुळे त्यांना माझ्यातले गुण कधी कळलेच नाही, त्या गुणांना कधीच प्रोत्साहन मिळाले नाही. त्या उलट आईवडिलांची भांडणं, वाद विवादामुळे मी दुर्बल बनत गेलो.

घरात भीती आणि असुविधाकारक वाटायचे. मित्रांमध्येही काही खास वाटत नव्हते. कोणत्याही खेळात जिंकलो नाही, स्पर्धेत कधी भाग घेतला नाही. त्यामुळे लहानपणी वेगळे असे काहीच नव्हते.

तरुण वयात कॉलेजमध्ये 'मी चांगला आहे' इतकंच होतं. पण आता नोकरी, जागा, घर, मुलं यांच्यासमोर मी ठीक आहे. कधी कधी खास असतो. माझ्या दृष्टिकोनातून चांगलेच वाटले पाहिजे कारण मी एक लायक मनुष्य आहे, जो सगळ्या जबाबदाऱ्या पेलतो, सांभाळतो आहे.'

याप्रमाणे आपला स्वसंवाद पाहावा, स्वत:ची प्रतिमा बदलावी, स्वत:कडे आत्मविश्वासाने पाहावे. आपण स्वत:ला लायक समजावे. वस्तुस्थिती आणि काम पाहून स्वत:ची स्तुती करावी. नेहमी स्वत:वर खुश राहावे.

यातील काही भाग जो वैयक्तिक आहे किंवा यापेक्षा थोडा वेगळा आहे, त्याचे एक ॲफरमेशन वाक्य बनवावे, ते कितीही लांब वाक्य असले तरी चालेल. मग जोपर्यंत तुम्ही स्वत:ला कमी समजता, ती मात्रा शून्यापर्यंत येण्यासाठी म्हणजे स्वत:च्या प्रतिमेत कोणतीही कमतरता जाणवू नये म्हणून ५ ते १५ मिनिटं किंवा यापेक्षा जास्त वेळ स्वत:वर इ.एफ.टी.चा वापर करत राहावा.

एखाद्यासोबत वर दिलेल्या स्पष्टीकरणापेक्षाही वेगळे असे काही घडलेले असू शकते. लहानपणी शाळेत, कॉलेजमध्ये, घरात, मित्रांबरोबर नातेवाईकांबरोबर आईवडिलांबरोबर अशी एखादी नकारात्मक घटना घडलेली असेल, ज्यात स्वाभिमान, स्वत:ची प्रतिमा आणि आत्मविश्वास खूप कमी झालेला असेल. आईवडिल भरपूर रागवलेले, एखाद्या चुकीबद्दल मारले किंवा सतत ओरडले असावेत. नेहमी चांगले गुण मिळवले तरी आईवडिलांच्या अपेक्षांसमोर कमी पडल्याने ते रागावतच राहीले.

'दहावीत ९३% गुण मिळाले तर ९८% का नाही मिळाले म्हणून ओरडल्याने अशा आईवडिलांमुळे मी नेहमी स्वत:ला कमी लेखतो. वास्तवात मला माझ्या आईवडिलांचा किंवा कोणा एकाचा राग यायचा पण त्यांची भीतीही वाटायची. त्यांना माझ्याकडून निश्चित काय आणि कसे पाहिजे हे मला कधीच समजले नाही. त्यांनीही कधी समजवण्याचा प्रयत्न केला नाही, ज्याने मी काही करू शकेल. मी जे काही करत राहिलो ते नेहमी आईवडिलांना खुश करण्यासाठी करत राहिलो. त्यांचा माझ्याविषयीचा विश्वास, प्रेम वाढवण्यासाठी मी जेवढा प्रयत्न केला तेवढा मी दुर्बल बनत गेलो. मी

आईवडिलांसमोर कधीही जिंकलो नाही. त्यामुळे मला आत्मविश्वास आला नाही. पण आता मी मोठा झालेलो आहे, मला आता कोणालाही खुश करण्याची गरज नाही. मी स्वत: खुश आहे, शांत राहू शकतो. मी स्वत: माझी लायकी (कार्यक्षमता) तपासू शकतो. मी स्वत:ला मान्यता देऊ शकतो. मी स्वत:, स्वत:च्या कामांची योग्य स्तुती करू शकतो. आता जेव्हा मी मोठा झालेलो आहे आणि मला माझ्या गुणांना, कार्यक्षमतेला मोजण्याची समज आलेली आहे तर ते मीही करू शकतो. माझ्या उणिवांना स्वीकारून पुढे त्यावर मी कामही करू शकतो, उणिवा भरून काढू शकतो. 'कोणीतरी मला लायक, कार्यक्षम समजले तर मी लायक' असे होणार नाही. कारण मी आता एवढा मोठा झालेलो आहे, की बऱ्याचशा गोष्टींसाठी मी स्वतंत्र आहे. मला आपल्या नजरेत आत्मविश्वास आणि जबाबदार समजले पाहिजे कारण मी तसाच आहे. परिस्थितीनुसार मी, स्वत:मध्ये, आपल्या गतीनुसार बदल करणार आहे. मी अत्यंत जबाबदार, आत्मविश्वासपूर्ण आहे.'

अशाप्रकारे बऱ्याचशा गोष्टी आपण समजून आपल्या भाषेत, शब्दांत सकारात्मकता आणू शकतो, जीवन सुखमय बनवू शकतो.

परिशिष्ट

वैज्ञानिक दृष्टिकोन आणि यु.एफ.टी.

शिवाम्बू (युरीन) म्हणजे स्वमूत्र 'एक जीवनदायी जल' आहे, याचा उल्लेख अनेक भाषेतील ग्रंथांमध्ये सापडतो. याशिवाय बऱ्याचशा पुस्तकांमध्ये त्याचे संदर्भ सापडतात. वेगवेगळ्या देशांतील संस्कृतीमध्ये शारीरिक समस्या दूर करण्यासाठी, आरोग्य रक्षणासाठी, शरीर, श्वास आणि मनाच्या शुद्धीसाठी याचा उपयोग केलेला दिसतो. या पारंपरिक ज्ञानाचा उपयोग करून जगभर लाखो लोक स्वमूत्रपान करून आरोग्यासाठी त्याचा फायदा करून घेतात.मानवी मूत्रावर आतापर्यंत झालेल्या प्रयोगांनी आणि संशोधनाने मिळालेल्या माहितीनुसार युरीन थेरेपी फक्त पुरातन काळातच नाही तर आधुनिक चिकित्सा पद्धतीतही वापरली जाते.

प्राचीन ऋषिमुनींनी ज्याप्रकारे संशोधन करून, प्रयोग करून स्वमूत्राचे महत्त्व सांगितलेले आहे, त्याप्रकारे आजच्या आधुनिक वैज्ञानिकांनी मानवमूत्रात अनेक महत्त्वपूर्ण घटक असल्याचे सांगितलेले आहे. यावर भरपूर संशोधन झालेले आहे.

शिवाम्बू या विषयावर आजपर्यंत झालेल्या संशोधनावर आधारित पुढे संक्षिप्त विश्लेषण दिलेले आहे.

युरिया – एक सर्वोत्तम ॲन्टीसेप्टिक, ॲन्टीबायोटिक

सन १९०० मध्ये डॉ. स्पिरो नामक एका जर्मन संशोधकाला प्रयोग करताना लक्षात आले की, मानवमूत्रात विजातीय प्रोटीन्स विरघळून जातात. ही गोष्ट चिकित्सेच्या दृष्टीने महत्त्वाची होती कारण सगळ्या प्रकारच्या विषाणुंची रचना विशिष्ट प्रोटिन्सपासूनच होते. त्यानंतरच्या संशोधनात असे लक्षात आले की, युरियात पोलिओ आणि रेबीससारख्या विषाणूंना ताबडतोब आणि सहजपणे नष्ट करण्याचा गुणधर्म आहे. त्यानंतर मूत्रात असलेल्या युरियामुळे ॲलर्जी निर्माण करणाऱ्या विजातीय प्रोटीन्सला नष्ट करण्याची क्षमता त्यात आहे, हे लक्षात आले.

सन १९०२ मध्ये डॉ. डब्ल्यु राम्सडेन यांनी 'युरिया'च्या महत्त्वपूर्ण गुणधर्मांवर पुढील संशोधन केले आणि 'अमेरिकन जर्नल ऑफ फिजीऑलॉजी'मध्ये त्यांचा शोधनिबंध प्रकाशित झाला. ज्याला खूपच प्रसिद्धी मिळाली. त्यांच्या संशोधनातून असे लक्षात आले की, जुन्या जखमेतील पेशी सडण्याची जी क्रिया असते, ती युरियाच्या वापराने पूर्णपणे थांबू शकते. याप्रकारे त्यांनी सर्वप्रथम युरियाच्या एन्टिबॅक्टेरीयल गुणधर्मांना सिद्ध केले.

सन १९०६ मध्ये डॉ. जी. पेजु आणि डॉ. एच. रजत नामक दोन फ्रेंच शास्त्रज्ञांनी युरियाच्या या गुणधर्मांवर संशोधन केले. त्यांच्या वेगवेगळ्या प्रयोगांमध्ये त्यांना असे दिसले की युरियाच्या द्रवात युरियाचे प्रमाण (कॉन्सन्ट्रेशन) वाढवले गेले तर कित्येक प्रकारच्या जीवाणूंची वाढ थांबून जाते. सन १९३० पासून १९४०च्या दशकापर्यंत बऱ्याच शास्त्रज्ञांनी या माहितीचा संदर्भासाठी वापर केला.

याच दरम्यान लंडनच्या 'जर्नल ऑप पॅथॉलॉजिकल बॅक्टेरिया' नावाच्या पत्रकात युरियाच्या एन्टीबॅक्टेरीअल गुणधर्मावर प्रकाश टाकणारा आणखीन एक शोधनिबंध प्रसिद्ध झाला, जो डॉ. जेन्स विल्सन यांनी लिहीलेला होता. त्यांनी पेट्री डिशमध्ये टॉयफॉइड आणि बी कोलॉयचे जीवाणुंची उत्पत्ती केली आणि त्यावर बऱ्याच तीव्रतेचे (कॉन्सन्ट्रेट) युरिया द्रव टाकले. त्यांना असे दिसले की, ७% तीव्रतेचे युरिया द्रव टाकल्याने या जीवाणूंची संख्या वेगाने कमी होते. तेव्हा त्यांनी निष्कर्ष काढला की ८% तीव्रतेचे युरिया द्रव 'एन्टिसेप्टिक' गुणधर्म असलेले असते. हे जीवाणूंची वाढ, विकास थांबवण्यास सक्षम असतात. हे मूत्रातील महत्त्वपूर्ण घटक आहेत.

यानंतर सन १९१५च्या दरम्यान इंग्लंडच्या डॉ. डब्ल्यु सम्मरस तथा, डॉ. टी.एस.

क्रिक नावाच्या दोन सैनिकी डॉक्टरांनी लढाईत जखमी झालेल्या जवानांच्या जखमांवर युरिया द्रवाचा यशस्वी प्रयोग केला. त्यांच्या ऑलस्टार व्हॉलिंटीयर फर्स्ट हॉस्पिटलमध्ये केलेल्या या प्रयोगांकडे अनेकांचे लक्ष वेधले गेले. त्यांनी संक्रमित झालेल्या जखमांची २४ तासात एकदा युरियाने मलमपट्टी केली. लवकरच सगळ्या जखमा बऱ्या झाल्या.

विसव्या शतकात झालेल्या संशोधनानुसार एक गोष्ट स्पष्ट झाली की बाह्य वापराने किंवा पोटातून घेतल्यावर युरियाचा एन्टिसेप्टिक आणि एन्टिबायोटिक रूपाने प्रभावीपणे वापर होऊ शकतो आणि याचा कोणताही दुष्परिणाम होत नाही.

मूत्राचा ऑटो थेरेपीत प्रभावी वापर

न्यूयॉर्कच्या 'व्हॉलिंटीयर हॉस्पिटल'चे प्रख्यात प्रजनन आणि मूत्ररोग विशेषज्ञ डॉ. चार्लस् डुन्कन यांनी सन १९१८ मध्ये 'ऑटो थेरपी' नावाचे एक पुस्तक लिहिले. ऑटो थेरपीत आजार बरा होण्यासाठीची प्रक्रिया उद्दीप्त करण्याचे काम चांगल्याप्रकारे होण्यासाठी शरीरातून वाहणाऱ्या नैसर्गिक स्त्रावांचा वापर परत शरीरात केला जातो. डॉ. ड्युन्कन यांनी हजारो रुग्णांवर मूत्राचा वापर करून प्रयोग केले. अशा प्रख्यात डॉक्टरांचे प्रयोग बघून इतर बऱ्याच डॉक्टरांनीसुद्धा आजार बरा करण्यासाठी या उपचार पद्धतीचा वापर करणे सुरू केले.

सन १९५५मध्ये 'सिनसिनाटी युनिव्हर्सिटीच्या' फॉर्मकोलॉजी आणि बॅक्टिरियालॉजी विभागाच्या डॉ. जॉन फॉउलगर आणि डॉ. ली. फोशाय यांचा शोधनिबंध 'जर्नल ऑफ लॅबोरेटरी अॅन्ड क्लिनिकल मेडीसीन' नावाच्या मासिकात प्रकाशित झाला. त्याचा विषय 'युरिया' हाच होता. हा शोधनिबंधही खूप प्रसिद्ध झाला. डॉ. जॉन फाऊलगर आणि डॉ. ली. फोशाय यांना संशोधन करताना लक्षात आले की, युरीयाचा वापर एन्टिबायोटिकच्या रूपात केल्याने ते युरिया सल्फो ड्रग्ज (त्यावेळचे प्रचलित एन्टिबायोटिक) पेक्षाही जास्त प्रभावी ठरत आहे आणि त्याचे कोणतेही दुष्परिणाम नाहीत.

एका प्रयोगात त्यांनी 'स्टेफेलोकॉकस'मधून संक्रमित एका जखमेवर युरिया पावडर टाकून टाके घातले. कोणतेही अन्य प्रकारचे अॅन्टिबायोटिक न वापरतासुद्धा जखम पटकन बरी झाली. याचप्रकारे एका प्रयोगात त्यांनी कानातून येणाऱ्या 'पू'सारख्या द्रवावर म्हणजे मिडल इअर इन्फेकक्शनसाठी युरियाचा वापर केला, तर तेही पटकन बरे झाले.

याप्रकारे स्कार्लेट फीवरने (केव्हितांग ज्वर) ग्रासलेल्या दहा वर्षाच्या मुलावर युरियाने उपचार केल्यानंतर कानातून येणारी दुर्गंधी आणि पू झटक्याने गायब झाले. याशिवाय त्याच्या हॅमरेजिक नेफ्राईटिस (किडनी इन्फेक्शन) मुळे लघवीत दिसणारे रक्त काही दिवसातच यायचे थांबले. यावरून त्यांनी असा निष्कर्ष काढला की पस, पू यासारख्या दुर्गंधी स्त्रावाच्या आजारातही युरिया प्रभावीपणे परिणामकारक आहे आणि याचे कोणतेही दुष्परिणाम नाहीत. युरिया किंवा युरीन हे एक खूपच स्वस्त आणि प्रभावी नैसर्गिक पदार्थ आहेत. याच्या वापराने शरीरावर कोणतेही दुष्परिणाम होत नाहीत. यानंतर पुढे चालून चिकित्सासंसदेने या घटकांना नजरेआड का केले, हे काही कळत नाही.

युरिया इंजेक्शनद्वारे घेतले जाऊ शकते का?

सगळ्या प्राचीन ग्रंथात यू.एफ.टी.ची जी विधी सांगितलेली आहे, त्यात युरीन सेवन करण्यासाठी बस्ती आणि बाह्यलेपन या गोष्टी सांगितलेल्या आहेत. युरीनच्या इंजेक्शनचा उल्लेख कुठेही केलेला नाही. कारण इंजेक्शनचे तंत्रज्ञान आधुनिक काळात विकसित झालेले आहे. आधुनिक काळात चिकित्सा प्रणालीत मानवमूत्रातील उपयुक्त घटक वेगळे करून, त्याद्वारे बनलेले इंजेक्शन प्रचलित आहेत.

काही विशेषज्ञांनी युरीनला निर्जंतुक पद्धतीने जमा करून काही रुग्णांना त्याचे इन्ट्राडर्मल (त्वचेच्या आत), इन्ट्रामस्क्युलार (स्नायुंमध्ये) इंजेक्शन देण्याची अनोखी पद्धत विकसित केली आहे. बऱ्याच रोगांत याचे चांगले परिणाम दिसून आले. या विशेषज्ञांनी २ मि.ली.पासून ८ मि.ली.पर्यंतच्या इंजेक्शनचे प्रयोग केले.

'युवर ओन परफेक्ट मेडीसीन' नावाच्या प्रसिद्ध वैज्ञानिक पुस्तकात लेखिका मार्था क्रिस्तीने युरीनच्या इंजेक्शनचा विविध रोगांत वेगवेगळ्या शास्त्रज्ञांनी कशाप्रकारे उपयोग केला आहे हे सविस्तरपणे सांगितले आहे.

डॉ. डुन्कन किंवा अन्य डॉक्टरांचे अनुभव पाहता सन १९३४च्या दरम्यान डॉ. मार्टिन क्रेब्स यांनी युरीनचे बरेच यशस्वी प्रयोग केले. ते स्वत: बालरोगतज्ज्ञ होते. 'सोसायटी ऑफ पिडीयाट्रिशन्स' याठिकाणी त्यांनी दिलेले 'ऑटो युरीन थेरपी' वरील व्याख्यान खूप प्रसिद्ध झाले. युरीनला इंजेक्शनच्या रूपात वापरणारे ते पहिले डॉक्टर होते. ॲलर्जी आणि स्पास्टिक कंडिशन्सने ग्रस्त लहान मुलांना त्यांनी, त्यांच्याच युरीनने तयार केलेले इंजेक्शन स्नायूंमध्ये दिले. ॲलर्जी, अस्थमा (दमा), हायफिवर सारख्या

आजारांवर याचा परिणाम खूप चांगला दिसून आला. पुढे जाऊन त्यांनी यु.एफ.टी.चा वापर स्नायू दुर्बलता, स्नायूकंप आणि स्पास्टिक कंडिशन्ससारख्या आजारांसाठी प्रभावीपणे केला.

आपल्या व्याख्यानात त्यांनी सांगितले की 'मी हायफिवर झालेल्या आठ वर्षाच्या एका मुलाला त्याच्याच युरीनने बनवलेले पाच सी.सी. इंजेक्शन दिले आणि फरक पाहिल्यानंतर मला खूपच आश्चर्य वाटले. त्याची श्वसनक्रिया ताबडतोब सुधारली आणि डोळ्यांचा लालसरपणा कमी झाला.'

अजून एक मुलगा मागच्या तीन महिन्यांपासून दवाखान्यात राहून दम्यावर उपचार घेत होता. त्यालाही त्याच्याच युरीनने बनवलेले चार सी.सी. इंजेक्शन दिल्यानंतर फक्त सहा मिनिटांतच त्याचा श्वसनमार्ग मोकळा झाला. श्वसनक्रिया सुधारली. त्यानंतर त्याला चांगलं वाटू लागलं. सुरुवातीच्या अशा काही अनुभवांमुळे मला पुढे जाण्याची प्रेरणा मिळत गेली.

त्यानंतर प्रसुतीअवस्थेतील जखमांमुळे लकवा आणि स्नायूंची आखडलेली अवस्थेतील एका दहा महिन्याच्या मुलाला मी त्याच्याच युरीनचे इंजेक्शन दिले आणि त्यामुळे त्याचे आखडलेले स्नायू मोकळे झाले, हाताच्या मुठी उघडायला लागल्या आणि हातांची हालचाल व्हायला लागली. तो मुलगा पहिल्यांदा हसला. त्या मुलाच्या आई वडिलांनी सांगितले की 'आजपर्यंत त्यांनी एवढा आनंदी त्याला कधीही पाहिले नव्हते.'

डॉ. क्रेल्स यांनी यु.एफ.टी.चे खालील आजारात यशस्वी प्रयोग केले -

- गर्भावस्थेत होणारा टॉक्सिमिया
- ॲलर्जीचे आजार
- स्नायू आखडणे
- भयंकर ताप (हाय फिवर)
- दमा
- अर्धशीशी (मायग्रेन)
- एॅग्जीमा

सन १९४० पर्यंत डॉ. क्रेल्स यांनी यु.एफ.टी.चे अनेक यशस्वी प्रयोग केले. लहान मुलामधील कफ, गोवर आणि कांजण्यासारख्या आजारांवर त्यांना युरीनचे प्रभावी गुण दिसले. डॉ. क्रेल्सच्या संशोधनाचा वापर त्यावेळच्या बऱ्याच डॉक्टरांनी, शास्त्रज्ञांनी आणि संशोधकांनी केला.

'युनिव्हर्सिटी ऑफ पेकजिया', इटलीच्या 'इन्स्टिट्युट ऑफ मेडीसीन'चे डॉ. तिबेरो यांनी 'ॲक्युट हॅमरेजिक नेफ्राइटिस' (मूत्रपिंडाचा विकार) यासाठी युरीनच्या इंजेक्शनचा प्रयोग केला. नेफ्राइटीसमध्ये किडनी इन्फेक्शनमुळे थंडीत ताप येणे, सारखी लघवीला लागणे, पाठ आणि पोट दुखणे, भूक कमी होणे, पित्तविकार इत्यादी लक्षणं दिसून येतात. यामुळे लघवीतून रक्तातील लालपेशी दिसतात आणि लघवीचा रंग दुधाळ दिसतो. या प्रयोगात युरीनचे इंजेक्शन दिल्याने अनेक रुग्णांतील किडनीचे आजारांचे लक्षण कमी झालेले दिसले. त्यांच्या म्हणण्यानुसार युरीनचा वापर करणे म्हणजे ते लसीकरणासारखे काम करते. हे निष्कर्ष सिद्ध करण्यासाठी त्यांनी बऱ्याच रुग्णांच्या आजाराचे परिक्षण केले होते.

एका रुग्णाच्या लघवीतून रक्तातील अल्बुमिन, प्रोटीन आणि लाल रक्तपेशी जात होत्या आणि शरीरावरील त्वचा निळी पडायला लागली. त्या रुग्णाला सात सी.सी.चे सात ऑटो युरीन लसीकरण इंजेक्शनचा कोर्स दिला गेला. तिसऱ्या इंजेक्शनंतरच लघवीतील अल्ब्युमिन आणि रक्तपेशी दिसणे बंद झाले. याचबरोबर त्वचेचा निळसरपणा आणि सूजही कमी झालेली दिसली.

या प्रकारे नेफ्राइटिसच्या वेगवेगळ्या अठरा रुग्णांवर उपचार करून लिहिलेल्या इटालियन रिसर्च रिपोर्टची त्यावेळी खूप चर्चा झाली.

या दरम्यान सन १९३६च्या डिसेंबर महिन्यात लंडनचे डॉ. एच.बी.डे यांचा शोधनिबंध लॅन्सेटसारख्या सुप्रसिद्ध जर्नलमध्ये प्रकाशित झाला. त्यांनी युरीनचे इंजेक्शन वापरून प्रभावीपणे ॲक्युट ग्रोम्युरुलो नेफ्राइटिसचा उपचार केला होता.

नैसर्गिक युरीन इंजेक्शनचे चमत्कार

सन १९४७मध्ये इंग्लिश मेडिकल जर्नलमध्ये इंग्रज डॉ. प्रोफेसर जे. प्लेश्च यांचा एक निबंध प्रकाशित झाला, ज्याचा विषय यु.एफ.टी. हा होतो. त्यांनी त्यांच्या वैद्यकीय सरावात नैसर्गिक युरीन इंजेक्शनचा भरपूर आणि यशस्वी उपयोग केला होता. आपल्या

निबंधात ते म्हणतात, 'माझी स्वमूत्र चिकित्सा पोश्चर आणि जेनेरच्या लसीकरण पद्धतीसारखी आहे. मी याला ऑटोव्हॅक्सीन (स्वलसीकरण) म्हणतो. इतर लसींशिवाय ज्या माणसाला प्रादुर्भाव झालेला आहे, त्याच्या युरीनचा वापर लसीकरणासारखा केल्यास त्याचा जास्त फायदा होतो. मी ऑटो युरीन थेरपीचा एनाफेलाटीक आणि ॲलर्जीक रोगात ताप, (हाय फिवर) युरीनरी इन्फेक्शन्स, स्नायूतील जखडणे यासाठी प्रभावीपणे उपयोग केला. मी आजपर्यंत युरीनचे शेकडो इंजेक्शन दिलेले आहेत. पण एकाही रुग्णावर याचे विपरीत परिणाम दिसून आले नाहीत. ही पद्धत सहज आणि सोपी आहे. सामान्य डॉक्टरांसाठीपण ही सोपी पद्धत असल्याने मी आपला शोधनिबंध संशोधनाच्या सुरुवातीच्या दिवसांतच प्रकाशित करतो आहे.'

जेव्हा बाह्य जननेंद्रिय धुऊन ताजे मानवमूत्र घेतले जाते तेव्हा ते पूर्णपणे निर्जंतुक असते. म्हणून इंजेक्शनसाठी वापरण्यास मूत्र सरळ निर्जंतुक पात्रात काढले पाहिजे. इंजेक्शन देण्याची पद्धतही खूप साधी आहे. कमरेच्या मोठ्या स्नायूत इंजेक्शन देणे अधिक सोपे असते. मी सुरुवातीला पाच सी.सी.चे ताजे इंजेक्शन दिले आणि त्यानंतर हळूहळू मूत्राचे प्रमाण अर्ध्या सी.सी.पर्यंत कमी केले.

मूत्र लसीकरण आणि शुद्धीकरणासाठी उपयोगी आहे. मला कळून चुकले होते की याप्रकारचे इंजेक्शन्स बॅक्टेरियल, व्हायरल आणि ॲलर्जिक आजारात प्रभावशाली असातत. याबरोबर बऱ्याच हार्मोन्सचा शेवटचा घटक आणि एन्जाइम्स असल्याकारणाने स्वमूत्र इंजेक्शन पद्धत मधुमेह आणि गाऊटसारख्या मेटाबॉलिक रोगांबरोबरच आव्हेरियन आणि थायरॉइडसारख्या आजारातही गुणकारी असते.

यु.एफ.टी.ची उपयोगिता व गुणधर्म

मूत्रातील यूरीन मूत्रल (डायरिटिक)मुळे मस्तिष्कातील चिंता कमी होतात. 'डिपार्टमेंट ऑफ न्यूरो सर्जरी', 'प्युनिवर्सिसी ऑफ विसकॉन मेडीकल स्कूल'चे डॉ. मनुचेर जाविद आणि डॉ. पाउच सिट्टेलज नावाचे मस्तिष्क शल्यचिकित्सकांनी आपल्या प्रयोगाद्वारे सिद्ध केले आहे की मस्तिष्काच्या आत आणि आजूबाजूला होणारे, त्याला पोषकतत्त्व आणि सुरक्षा देणारे तरळ द्रव्याचे नियंत्रण युरीनद्वारे केले जाऊ शकते. सन १९५६मध्ये यासंबंधीचे त्यांच्या बरेच शोध निबंध 'जर्नल ऑफ अमेरिकन मेडीकल असोसिएशन'मध्ये प्रकाशित झाले होते.

मस्तिष्काच्या आजूबाजूला आणि मज्जारज्जूंजवळ आजूबाजूला एक जरळ

सुरक्षा द्रव्याची गादी असते. या द्रव्याला 'सेरिब्रोस्पाईनल फ्ल्युइड' म्हटले जाते. मस्तिष्कासंबंधीच्या आजारात संसर्गात या द्रव्यातील घटकांचे प्रमाण अस्थिर झालेले असते आणि त्याचा दबाव वाढल्याने बऱ्याचदा खूपच गंभीर परिस्थिती निर्माण होते. हा वाढलेला दबाव वेळीच कमी केला नाही तर मृत्यू होण्याची शक्यता असते. याशिवाय हा दबाव मस्तिष्कासंबंधीच्या सगळ्या शस्त्रक्रियांसाठी अडथळा बनून राहतो.

डॉ. जाविद आणि डॉ. सिट्टेलज यांनी मस्तिष्काच्या आतील दबाव कमी करण्यासाठी युरियातील गुणवत्ता आणि सुरक्षा तपासण्याचे ठरवले आणि काही रुग्णांना नसेतून युरीयाचे इंजेक्शन दिले. या प्रयोगात त्यांनी इतर काही रसायनं आणि घटकांचाही उपयोग केला. एका बाजूला ज्या घटकांचे दुष्परिणाम दिसले, तिथेच दुसऱ्या बाजूला युरियाचे कोणतेही दुष्परिणाम दिसले नाहीत.

त्यांनी आपल्या शोध निबंधात म्हटले, 'मस्तिष्काचा दबाव कमी करण्यासाठी नियमित उपयोगात येणारे सुक्रोज किंवा डेक्स्ट्रोजपेक्षा युरिया चार पाचपटीने जास्त प्रभावशाली असतो. युरियाचा प्रभाव, परिणाम दीर्घकाळापर्यंत राहणारा असतो.

युरिया, क्लिनिकल सरावात खूप वर्षांपासून एक प्रभावी डायरुटिक मूत्रल नावाने याचा उपयोग केला जातो. स्वाल्टर म्हणतात, 'सगळ्यात प्रभावी नॉन इलेक्ट्रोलायटिक अखनिजीय मूत्रल घटक आहे. लघवीचे प्रमाण वाढवण्यासाठी, २० ग्राम युरिन दिवसभरातून २ ते ५ वेळा तोंडाद्वारे दिले जाते.'

शरीराची चयापचयाची क्रिया ही अंतिम घटक असल्या कारणाने युरिया जास्त मात्रेत दिसल्यानंतरही त्याचे कोणतेही दुष्परिणाम दिसत नाहीत.

युरियाच्या प्राथमिक यशस्वी प्रयोगांमुळे पुढील संशोधनास खूपच प्रेरणा मिळाली. त्यानंतरच्या वेगवेगळ्या अभ्यासाने हे सिद्ध झाले की युरिया शरीरात निर्माण होणाऱ्या कोणत्याही जैवरासायनिक दबावाच्या असंतुलनास ठीक करण्यासाठीचा एक प्रभावी घटक आहे.

युरिया – जुन्या घटकांचा पुन्हा उपयोग

सन १९५७ मध्ये 'असोसिएट प्रोफेसर ऑफ न्यूरोसर्जरी' डॉ. जाविदद्वारा अमेरिकन वैद्यकीय महाविद्यापीठाच्या 'सिम्पोजियम ऑन सर्जरी ऑफ हेड ॲन्ड नेक' यात प्रस्तुत केलेले शोधनिबंधांची खूपच चर्चा झाली.

आधीच्या संशोधनात यश मिळाल्यामुळे डॉ. जाविद यांनी आपल्या क्लिनिकल प्रॅक्टीसमध्ये युरियाचा उपयोग सुरू केला. यानंतर त्यांनी मस्तिष्काच्या वेगवेगळ्या आजारांनी ग्रस्त ३००पेक्षा जास्त रुग्णांवर युरियाचा प्रयोग केला. ब्रेन ट्युमर, हाइड्रोसिफॅलस, मायग्रेन, ग्लोकोमा, मेनिनजाइटिस ब्रेन एन्सेस, रेटिनल डिटॅचमेंट, प्रिमॅन्स्टुअल इडिमा यासारख्या व्याधींसाठी याचा सकारात्मक परिणाम बघायला मिळाला.

आपल्या निष्कर्षांत त्यांनी म्हटले, 'न्यूरॉलॉजिस्ट आणि न्यूरोसर्जनच्या उपचार पद्धतीत युरिया हा घटक महत्त्वपूर्ण आहे. न्यूरोसर्जिकल प्रक्रियेत युरिया आणि १०% डेक्सट्रोजपासून बनवलेले द्रव इंट्राविनसचा नियमीत रूपात उपयोग केला जातो.'

आपल्या रिपोर्टमध्ये त्यांनी अशा रुग्णांचे उपचारावरील परिक्षणही नमुद केलेले आहे, जे मरणासन्न अवस्थेत होते आणि युरियाच्या उपयोगामुळे, वापरामुळे ते रुग्ण वाचले.

एक महत्त्वाची गोष्ट म्हणजे कृत्रिम सिंथेटिक डायुरिटिकचा वापर केल्याने शरीरातील सोडियम आणि पोटॅशियमसारखे महत्त्वपूर्ण खनिजांचे संतुलन बिघडते. ज्यामुळे शारीरिक पातळीवर समस्या निर्माण होण्याची शक्यता असते. डॉ. जाविद यांच्यानुसार एक नॉन इलेक्ट्रोलाईटिक द्रव्य असल्या कारणाने युरीन शरीराच्या आतील द्रव्याचा दबावास सुरक्षित आणि सहजतेने संतुलित करू शकते.

युरीनचा उपयोग टॅबलेट (गोळी)च्या रूपात होतो, याशिवाय युरीन चूर्ण (पावडर) फळांच्या रसात मिसळूनसुद्धा याचा उपयोग केला जातो. संशोधकांचे म्हणणे आहे की, युरियाचे दुष्परिणाम नसतात आणि हा एक सुरक्षित घटक आहे. जेव्हा ही गोष्ट सिद्ध झाली, त्यावेळी युरियावर मोठ्या प्रमाणात प्रयोग केले गेले. यावरून असे सिद्ध झाले की युरियाचा मोठा डोससुद्धा शरीर सहजतेने सहन करू शकते.

आजपर्यंत युरीनचा दुष्परिणाम दिसलेला नाही. युरीनचा डोस वाढवून शरीराच्या एक किलो वजनावर एक ग्राम या प्रमाणात युरीनचा उपयोग केला गेला आहे.

❐ ❐ ❐

हे पुस्तक वाचल्यानंतर आपला अभिप्राय कृपया या पत्त्यावर अवश्य पाठवा.

Tej Gyan Global Foundation, Pimpri Colony Post Office, P.O.Box 25, Pune-411017. Maharashtra (India).

एक अल्प परिचय
सरश्री

स्वीकार मुद्रा

सरश्रींचा आध्यात्मिक शोधाचा प्रवास त्यांच्या बालपणापासूनच सुरू झाला होता. हा शोध सुरू असतानाच त्यांनी अनेक प्रकारच्या पुस्तकांचं अध्ययन केलं. त्याचबरोबर या शोधकाळात त्यांनी अनेक ध्यानपद्धतींचा अभ्यासही केला. त्यांच्यातील या जिज्ञासेने त्यांना अनेक वैचारिक आणि शैक्षणिक संस्थांमध्ये जाण्यासाठी प्रेरित केलं. जीवनाचं रहस्य समजण्यासाठी त्यांनी **प्रदीर्घ काळ मनन करून आपलं शोधकार्य सातत्याने सुरू ठेवलं. या शोधातूनच त्यांना 'आत्मबोध' प्राप्त झाला.** आत्मसाक्षात्कारानंतर त्यांना जाणवलं, की **अध्यात्माचा प्रत्येक मार्ग ज्या शृंखलेने जोडलेला आहे, तो म्हणजे 'समज'** (Understanding). आत्मबोधप्राप्तीनंतर त्यांनी अध्यापनाचं कार्य थांबवलं आणि जवळ जवळ दोन दशकांहूनही अधिक काळ आपलं समस्त जीवन अखिल मानवजातीच्या आध्यात्मिक विकासासाठी अर्पण केलं.

सरश्री म्हणतात, ''सत्यप्राप्तीच्या सर्व मार्गांचा प्रारंभ जरी वेगवेगळ्या मार्गांनी होत असला, तरी सर्वांचा अंत मात्र एकच समज प्राप्त केल्याने होतो. ही **'समज'च सर्व काही असून ती स्वतःमध्ये परिपूर्ण आहे.** आध्यात्मिक ज्ञानप्राप्तीसाठी या 'समजे'चं श्रवणच पुरेसं आहे.'' ही समज प्रकाशमान करण्यासाठी आजपर्यंत त्यांनी **आध्यात्मिक विषयांवर तीन हजारांहून अधिक प्रवचनं दिली आहेत.** या प्रवचनांद्वारे ते अध्यात्मातील अतिशय गहन संकल्पना सहज, सुलभ आणि व्यावहारिक भाषेत समजावून सांगतात. समाजातील प्रत्येक स्तरावरील मनुष्य सरश्रींद्वारे सांगितल्या जाणाऱ्या या समजेचा लाभ घेऊ शकतो.

ही समज प्रत्येकाला आपल्या अनुभवातून प्राप्त व्हावी, यासाठी सरश्रींनी **'महाआसमानी परमज्ञान शिबिर'** आणि त्यासाठी आवश्यक असणारी कार्यप्रणाली (सिस्टिम) तयार केली. **तिचा लाभ आज लाखो लोक घेत आहेत.** या प्रणालीला

आय.एस.ओ. (ISO 9001:2015) प्रमाणपत्रही लाभलंय. या प्रणालीमुळेच अनेकांना सत्यमार्गावर वाटचाल करण्याची प्रेरणा मिळाली आहे. या समजेचा प्रचार आणि प्रसार करण्यासाठी त्यांनी 'तेजज्ञान फाउंडेशन' या आध्यात्मिक संस्थेचा पाया रचला. **'हॅपी थॉट्सद्वारे उच्चतम विकसित समाजाची निर्मिती करणे,'** हेच या संस्थेचं मुख्य उद्दिष्ट आहे.

विश्वातील प्रत्येक मनुष्य आज सरश्रींच्या मार्गदर्शनाचा लाभ घेऊ शकतो. त्यासाठी कोणत्याही धर्म, जात, उपजात, वर्ण, पंथ वा लिंग यांचं बंधन नसतं. विश्वाच्या प्रत्येक कानाकोपऱ्यांतील लोक आज 'तेजज्ञान'च्या अनोख्या ज्ञानप्रणालीचा (System for Wisdom) लाभ घेत आहेत. याच व्यवस्थेचा आणखी एक महत्त्वपूर्ण भाग म्हणजे, **दररोज सकाळी आणि रात्री ९ वाजून ९ मिनिटांनी लाखो लोक विश्वशांतीसाठी प्रार्थना करत आहेत.**

बेस्ट सेलर पुस्तक 'विचार नियम' शृंखलेचे रचनाकार म्हणूनही सरश्रींना ओळखलं जातं. **केवळ पाच वर्षांच्या कालावधीत या पुस्तकाच्या १ कोटीपेक्षा अधिक प्रती वितरित** झाल्या आहेत. याशिवाय आजवर त्यांनी विविध विषयांवर **१०० हून अधिक पुस्तकं लिहिली** आहेत. त्यांपैकी 'विचार नियम', 'स्वसंवाद एक जादू', 'शोध स्वतःचा', 'स्वीकाराची जादू', 'निःशब्द संवाद एक जादू', 'संपूर्ण ध्यान' इत्यादी पुस्तकं बेस्ट सेलर झाली आहेत. ही पुस्तकं दहापेक्षा अधिक भाषांमध्ये अनुवादित असून, पेंगुइन बुक्स, हे हाउस पब्लिशर्स, जैको बुक्स, मंजुळ पब्लिशिंग हाउस, प्रभात प्रकाशन, राजपाल अ‍ॅण्ड सन्स, पेंटागॉन प्रेस आणि सकाळ प्रकाशन इत्यादी प्रमुख प्रकाशन संस्थांद्वारे ती प्रकाशित झाली आहेत.

तेजज्ञान फाउंडेशन परिचय

तेजज्ञान फाउंडेशन आत्मविकासातून आत्मसाक्षात्कार प्राप्त करण्याचा एक मार्ग आहे. यासाठी सरश्रींद्वारा एक अनोखी बोधप्रणाली (System for Wisdom) निर्माण झाली आहे. या प्रणालीला आंतरराष्ट्रीय प्रमाणपत्राद्वारे ISO 9001:2015च्या आवश्यकतेनुसार आणि निकष पडताळून सरळ, व्यावहारिक आणि प्रभावी बनवलं गेलं आहे.

या संस्थेच्या प्रबोधनपद्धतीच्या भिन्न पैलूंना (शिक्षण, निरीक्षण आणि गुणवत्ता) स्वतंत्र गुणवत्ता परीक्षकांद्वारे (Quality Auditors) क्रमबद्ध पद्धतीने पडताळलं गेलं. त्यानंतर या पैलूंना ISO 9001:2015 साठी पात्र समजून या बोधपद्धतीला हे प्रमाणपत्र प्रदान करण्यात आलं.

या फाउंडेशनचे लक्ष्य आहे नकारात्मक विचारांकडून सकारात्मक विचारांकडे वाटचाल. सकारात्मक विचारांकडून शुभ विचारांकडे म्हणजे हॅपी थॉट्सकडे प्रगती. शुभ विचारांकडून निर्विचार अवस्थेकडे मार्गक्रमण आणि निर्विचार अवस्थेच्या अंती आत्मसाक्षात्कार प्राप्ती. 'मी सर्व विचारांपासून मुक्त व्हावे' हा विचार म्हणजे शुभ विचार (हॅपी थॉट्स). 'मी प्रत्येक इच्छेपासून मुक्त व्हावे', अशी इच्छा म्हणजे शुभ इच्छा.

तेजज्ञान म्हणजे ज्ञान व अज्ञान या दोहोंच्या पलीकडचे ज्ञान. पुष्कळ लोक सामान्य ज्ञानाच्या (General Knowledge) माहितीलाच ज्ञान मानतात. परंतु अस्सल ज्ञान आणि नुसती माहिती यांत फार मोठे अंतर आहे. आजमितीला लोक सामान्य ज्ञानाच्या उत्तरांनाच जास्त महत्त्व देतात. अशा ज्ञानाचे विषय म्हणजे कर्म आणि भाग्य, योग आणि प्राणायाम, स्वर्ग आणि नरक इत्यादी. आजच्या युगात सामान्यज्ञान प्राप्त करणारे लोक, शिक्षक मोठ्या प्रमाणावर आहेत; परंतु हे ज्ञान ऐकून जीवनात परिवर्तन घडून येत नाही. असे ज्ञान म्हणजे केवळ बुद्धिविलास आहे किंवा अध्यात्माच्या नावावर चाललेला बुद्धीचा व्यायाम आहे.

सर्व समस्यांवरील उपाय आहे तेजज्ञान. क्रोध, चिंता आणि भय यांपासून मुक्त जीवन म्हणजे तेजज्ञान. शारीरिक, मानसिक, सामाजिक, आर्थिक आणि आध्यात्मिक प्रगतीचा, सर्वांगीण प्रगतीचा मार्ग आहे तेजज्ञान. तेजज्ञान आपल्या अंतरंगात आहे. येथे या आणि या गोष्टीचा अनुभव घ्या.

आपल्याला असे ज्ञान हवे आहे, की जे सामान्य ज्ञानापलीकडे आहे, जे प्रत्येक समस्येवरील उत्तर आहे, जे प्रत्येक समजुतीपासून, गृहीत धारणांपासून आपल्याला मुक्त करते, ईश्वरी साक्षात्कार घडविते, अंतिम सत्यात स्थापित करते. आता वेळ आली आहे शाब्दिक, सामान्यज्ञानातून बाहेर येऊन तेजज्ञानाचा अनुभव घेण्याची!

आजवर जप-तप, तंत्र-मंत्र, कर्म-भाग्य, ध्यान-ज्ञान, योग-भक्ती असे अनेक मार्ग अध्यात्मात सांगितले आहेत. या सर्व मार्गांनी प्राप्त होणारी अंतिम समज, अंतिम ज्ञान, बोध एकच आहे. अंतिम सत्याच्या शोधकाला, साधकाला शेवटी जी एकच 'समज' प्राप्त होते, ती 'समज' श्रवणानेसुद्धा प्राप्त होऊ शकते. अशा समजप्राप्तीसाठी श्रवण करणे यालाच तेजज्ञान प्राप्त करणे म्हटले गेले आहे. तेजज्ञानाच्या श्रवणाने सत्याचा साक्षात्कार घडतो, ईश्वरीय अनुभव मिळतो. हेच तेजज्ञान सरश्री महाआसमानी शिबिरात प्रदान करतात.

महाआसमानी परमज्ञान
शिबिर परिचय आणि लाभ (निवासी)

तुम्हाला सर्वोच्च आनंद हवाय? असा आनंद, जो कोणत्याही बाह्य कारणावर अवलंबून नाही... जो प्रत्येक क्षणी वृद्धिंगत होतो. या जीवनात तुम्हाला प्रेम, विश्वास, शांती, समृद्धी आणि परमसंतुष्टी हवी आहे का? शारीरिक, मानसिक, सामाजिक, आर्थिक आणि आध्यात्मिक अशा आयुष्याच्या सर्व स्तरांवर यशस्वी होण्याची तुमची इच्छा आहे का? 'मी कोण आहे' हे तुम्हाला अनुभवाने जाणावंसं वाटतं का?

तुमच्या अंतर्यामी अशा सर्व प्रश्नांची उत्तरं जाणण्याची इच्छा आणि 'अंतिम सत्य' प्राप्त करण्याची तृष्णा असेल, तर तेजज्ञान फाउंडेशनतर्फे आयोजित 'महाआसमानी शिबिरा'त तुमचं स्वागत आहे. हे शिबिर सरश्रींच्या मार्गदर्शनावर आधारित आहे. सरश्री, आजच्या युगातील आध्यात्मिक गुरू असून, ते आजच्या लोकभाषेत अत्यंत सहजपणे आध्यात्मिक समज प्रदान करतात.

महाआसमानी परमज्ञान शिबिराचा उद्देश :

विश्वातील प्रत्येक मनुष्यानं 'मी कोण आहे', या प्रश्नाचं उत्तर जाणून तो सर्वोच्च आनंदाच्या अवस्थेत स्थापित व्हावा, हाच या शिबिराचा मुख्य उद्देश आहे. प्रत्येकाला

असं ज्ञान प्राप्त व्हावं, जेणेकरून त्यानं प्रत्येक क्षणी वर्तमानात जगण्याची कला आत्मसात करावी. तो भूतकाळाचं ओझं आणि भविष्याची चिंता यांतून मुक्त व्हावा. प्रत्येकाच्या आयुष्यात कधीही न संपणारा आनंद आणि योग्य समज यावी. शिवाय, प्रत्येकानं समस्या विलीन करण्याची कला आत्मसात करावी. थोडक्यात, मनुष्यजन्माचा उद्देश सफल व्हावा, हाच या शिबिराचा उद्देश आहे.

'मी कोण आहे? मी येथे का आहे? मोक्ष म्हणजे काय? या जन्मातच मोक्षप्राप्ती शक्य आहे का?' असे प्रश्न जर तुमच्या मनात असतील, तर त्यांवरील उत्तर आहे- 'महाआसमानी परमज्ञान शिबिर'.

महाआसमानी परमज्ञान शिबिराचे मुख्य लाभ :

वास्तविक या शिबिराचे लाभ तर असंख्य आहेत; पण त्यांपैकी मुख्य लाभ पुढीलप्रमाणे-

* जीवनात शक्तिशाली ध्येय निश्चित होतं
* 'मी कोण आहे' हे अनुभवाने जाणता येतं (सेल्फ रियलायजेशन)
* मनाचे सर्व विकार विलीन होतात.
* भय, चिंता, क्रोध, बोरडम, मोह, तणाव या नकारात्मक बाबींतून मुक्ती
* प्रेम, आनंद, मौन, समृद्धी, संतुष्टी, विश्वास अशा दिव्य गुणांशी युक्ती
* साधं, सरळ पण शक्तिशाली जीवन जगता येतं
* प्रत्येक समस्येचं निराकरण करण्याची कला प्राप्त होते
* 'प्रत्येक क्षणी वर्तमानात जगणं' हा तुमचा स्वभाव बनतो
* आपल्यातील सर्व सकारात्मक शक्यता खुलतात
* याच जीवनात मोक्षप्राप्ती होते

महाआसमानी परमज्ञान शिबिरात सहभागी कसं व्हाल?

या शिबिरात सहभागी होण्यासाठी तुम्हाला खालील बाबींची पूर्तता करायची आहे-

१. तुमचं वय कमीत कमी अठरा किंवा त्यापेक्षा अधिक असायला हवं.

२. सर्वप्रथम तुम्हाला 'सत्य-स्थापना' (फाउंडेशन ट्रुथ रिट्रीट) शिबिरात सहभागी व्हावं लागेल. या शिबिरात, तुम्ही प्रामुख्यानं दोन बाबी शिकाल- प्रत्येक क्षणी वर्तमानात जगण्याची कला कशी आत्मसात करावी आणि निर्विचार अवस्था कशी प्राप्त करावी.

३. प्राथमिक स्तरावर तुम्हाला काही प्रवचनं ऐकायची असून, त्यांतून तुम्ही मूलभूत समज आत्मसात कराल आणि महाआसमानी शिबिरात प्रवेश करण्यासाठी तयार व्हाल.

हे शिबिर साधारणपणे एक-दोन महिन्यांच्या अंतराने आयोजित करण्यात येतं. यात हजारो सत्यशोधक सहभागी होतात. या शिबिराची तयारी दोन पद्धतींनी करू शकता. पहिली पद्धत- मनन आश्रम, पुणे येथे ५ दिवसीय शिबिरात भाग घेऊ शकता. दुसरी पद्धत- तेजज्ञान फाउंडेशनच्या जवळच्या सेंटरवर जाऊन सत्यश्रवणाद्वारेही करू शकता. महाराष्ट्रात अहमदनगर, सातारा, औरंगाबाद, नाशिक, नागपूर, वर्धा, अमरावती, चंद्रपूर, यवतमाळ, कोल्हापूर, सांगली, रत्नागिरी, लातूर, बीड, नांदेड, परभणी, पनवेल, मुंबई, ठाणे, सोलापूर, पंढरपूर, जळगाव, अकोला, बुलढाणा, धुळे, भुसावळ आणि महाराष्ट्राबाहेर सुरत, अहमदाबाद, बडोदा, नवी दिल्ली, बेंगलुरू, बेळगाव, धारवाड, रायपूर, भुवनेश्वर, कोलकाता, रांची, लखनौ, कानपूर, चंदीगढ, जयपूर, चेन्नई, पणजी, म्हापसा, भोपाळ, इंदोर, इटारसी, हर्दा, विदिशा, बुऱ्हाणपूर या ठिकाणी महाआसमानी शिबिराची पूर्वतयारी करू शकता.

तेजज्ञान फाउंडेशनमध्ये उपलब्ध असणाऱ्या सरश्रीलिखित पुस्तकांचं वाचन करून किंवा सरश्रींच्या प्रवचनांच्या सीडीज ऐकूनही तुम्ही या शिबिराची पूर्वतयारी करू शकता. याशिवाय, तुम्ही टीव्ही, रेडिओ किंवा यू ट्युबवरील सरश्रींच्या प्रवचनांचा लाभही घेऊ शकता. पण लक्षात घ्या, पुस्तकांतील ज्ञान, सीडी, टीव्ही, रेडिओ आणि यू ट्युबवरील प्रवचनं म्हणजे 'तेजज्ञानाची तोंडओळख' आहे; 'संपूर्ण तेजज्ञान' मुळीच नाही. तुम्ही महाआसमानी शिबिरात सहभागी होऊनच तेजज्ञानाचा आनंद घेऊ शकता. तेव्हा आगामी महाआसमानी शिबिरात सहभागी होण्यासाठी आजच संपर्क करा- 09921008060/75, 9011013208

महाआसमानी परमज्ञान शिबिरस्थान :

हे शिबिर पुण्यातील मनन आश्रम येथे आयोजित केलं जातं. येथे तुमच्या निवासाची आणि भोजनाची व्यवस्था केली जाते. तुम्हाला काही शारीरिक व्याधी असतील आणि त्यासाठी जर तुम्ही नियमितपणे औषधं घेत असाल, तर शिबिरात येताना ती सोबत बाळगावीत. शिवाय, वातावरणानुसार गरम कपडे, स्वेटर, ब्लँकेटही आणावं.

पुणे शहरापासून १७ किलोमीटर अंतरावर अत्यंत निसर्गरम्य परिसरात मनन आश्रम वसलेला आहे. आश्रमात महिला आणि पुरुष यांच्या निवासाची स्वतंत्र व्यवस्था असून येथे जवळपास ८०० लोकांच्या राहण्याची व्यवस्था आहे. आपण हवाईमार्ग, हायवे किंवा रेल्वे अशा कोणत्याही मार्गाने पुण्यात येऊ शकता.

मनन आश्रम : मनन आश्रम, पुणे, सर्व्हे नं. ४३, सणस नगर, नांदोशी गाव, किरकटवाडी फाटा, तालुका- हवेली, जिल्हा- पुणे- ४११०२४. फोन- 09921008060

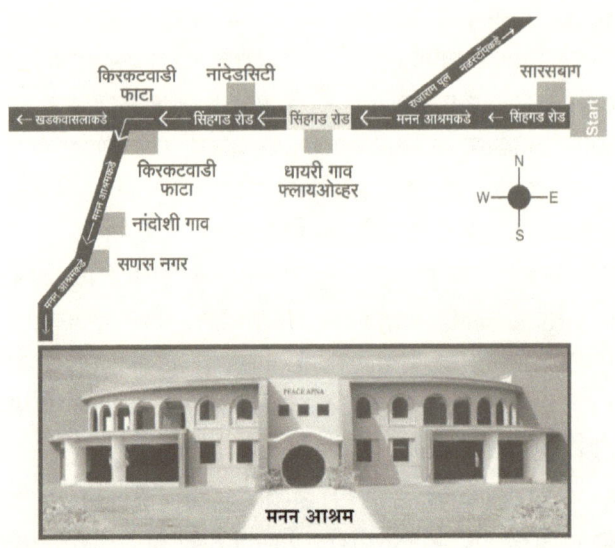

मनन आश्रम

आता एका क्लिकवर शिविराची नोंदणी!

आता तुम्ही पुढील शिबिरांसाठी **ऑनलाइन** नोंदणी करू शकता.

महाआसमानी परमज्ञान शिबिर परिचय आणि लाभ (५ दिवसीय निवासी शिबिर)

मॅजिक ऑफ अवेकनिंग (केवळ इंग्रजी भाषिकांसाठी ३ दिवसीय महाआसमानी शिबिर)

आध्यात्मिक नींव स्थापना (किशोरवयीन मुलांसाठी मिनी महाआसमानी निवासी शिबिर)

www.tejgyan.org

e-mail
mail@tejgyan.com

Website
www.tejgyan.org, www.gethappythoughts.org

- विश्वशांती प्रार्थना -

पृथ्वीवर शुभ्र प्रकाश (दिव्यशक्ती) येत आहे,
पृथ्वीतून सोनेरी प्रकाशाचा (चेतनेचा) उदय होत आहे.
विश्वातील सगळी नकारात्मकता दूर होत आहे.
सर्वजण प्रेम, आनंद आणि शांतीसाठी ग्रहणशील होत आहेत.

ही 'सामूदायिक अव्यक्तिगत प्रार्थना' तेजज्ञान फाउंडेशनचे सर्व सदस्य कित्येक वर्षांपासून सातत्याने करत आहेत. आनंदी लोकदेखील ही प्रार्थना करू शकतात. तसेच आजारी किंवा कोणत्याही समस्येमुळे त्रस्त असणारे लोकही ही प्रार्थना ग्रहण करून स्वास्थ्यलाभ घेऊ शकतात.

तुम्ही एखाद्या आजाराने वा समस्येने त्रस्त असाल, तर सकाळी अथवा रात्री ९ वाजून ९ मिनिटांनी ग्रहणशील होऊन शांत बसा. 'स्वास्थ्य आणि शांती यांचा शुभ्र प्रकाश प्रार्थना करणाऱ्या कित्येक लोकांद्वारे पृथ्वीवर येत आहे. त्याचप्रमाणे तो माझ्यावरही कार्य करत आहे. जेणेकरून मी स्वस्थ आणि शांत होत आहे.' असं मनात म्हणा. त्यानंतर काही वेळ याच भावावस्थेत राहून सर्वांना धन्यवाद द्या आणि मगच उठा.

तेज्ज्ञान फाउण्डेशन के नए
YouTube - "Happy Thoughts Channel" पर
'संपूर्ण जीवन दर्शन-365 सवाल' श्रृंखला का लाभ लें

Subscribe, Like, Share, Comment

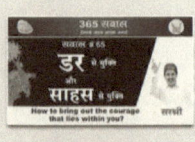

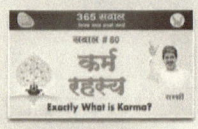

आत्मविकास से आत्मसाक्षात्कार
की यात्रा

'संपूर्ण जीवन दर्शन' यह 365 सवालों की श्रृंखला है जो जीवन के सभी आयाम जैसे अध्यात्म, कर्म, भाग्य, ज्ञान, ध्यान, प्रार्थना, भक्ति, जन्म, मृत्यु, क्षमा, स्वास्थ्य, समृद्धि, खुशी, रिश्ते-नाते, विकास, सफलता इत्यादि सभी आयामों पर एक नई रोशनी डालती है। 365 सवालों की यह श्रृंखला आपको आत्मविकास से आत्मसाक्षात्कार की मंज़िल तक पहुंचने में सहायता करेगी।

☞ "Happy Thoughts Channel" को आज ही सबस्क्राइब करें

❋ तेजज्ञान इंटरनेट रेडिओ ❋

तेजज्ञान इंटरनेट रेडिओद्वारे २४ तास ३६५ दिवस, सरश्रींच्या प्रवचन आणि भजनांचा लाभ घ्या. त्यासाठी पाहा लिंक–
http://www.tejgyan.org/internetradio.aspx

विविध भारती F.M. वर दर रविवारी

सकाळी १०:०५ ते १०:१५ वा.

नोट : *या कार्यक्रमांच्या वेळेत बदल झाल्यास नोंद ठेवावी.*

www.youtube.com/tejgyan च्या साहाय्यानेदेखील सरश्रींच्या प्रवचनांचा लाभ घेऊ शकता.
For online shoping visit us - www.tejgyan.org, www.gethappythoughts.org

आपणास हवी असलेली पुस्तकं घरपोच मिळण्यासाठी मनीऑर्डर पाठवा.
ही पुस्तकं आमच्या खर्चाने रजिस्टर्ड पोस्ट, कुरिअर आणि व्ही.पी.पी.द्वारे पाठवली जातील.
त्यासाठी खालील पत्त्यावर संपर्क साधावा.

वॉव पब्लिशिंग्ज् प्रा. लि.

*रजिस्टर्ड ऑफिस : E- 4, वैभव नगर, तपोवनमंदिराजवळ, पिंपरी, पुणे -४११०१७

* पोस्ट बॉक्स नं. ३६, पिंपरी कॉलनी, पोस्ट ऑफिस, पिंपरी-पुणे - ४११०१७

फोन नं. : 09011013210 / 9623457873

आपण पुस्तकांची ऑर्डर ऑनलाईनही देऊ शकता.

लॉग इन करा - www.gethappythoughts.org

३०० रुपयांहून अधिक किमतीची पुस्तकं मागवल्यास १०% सूट मिळेल आणि डिलिव्हरी फ्री.

आरोग्याचे ३ वरदान ▢ २१५

तेजज्ञान फाउंडेशनच्या मुख्य शाखा

पुणे : (रजिस्टर्ड ऑफिस)
विक्रांत कॉम्प्लेक्स, तपोवन मंदिराजवळ, पिंपरी,
पुणे : ४११ ०१७.
फोन : (०२०) २७४१२५७६, २७४११२४०

मनन आश्रम :
सर्व्हे नं. ४३, सणस नगर, नांदोशी गांव,
किरकटवाडी फाटा, तालुका : हवेली,
जि. पुणे: ४११ ०२४. फोन : ०९९२१००८०६०

e-books

The Source • Complete Meditation • Ultimate Purpose of Success • Enlightenment I Inner Magic • Celebrating Relationships • Essence of Devotion • Master of Siddhartha • Self Encounter and many more.
Also available in Hindi at gethappythoughts.org

Free apps

U R Meditation & Tejgyan Internet Radio on all platforms like Android, iPhone, iPad and Amazon

e-magazines

'Yogya Aarogya' & 'Drushtilakshya'
emagazines available on www.magzter.com

www.ingramcontent.com/pod-product-compliance
Lightning Source LLC
LaVergne TN
LVHW041705070526
838199LV00045B/1205